AF762036

CS Lewis (1898–1963) - Ẹsìn Kristẹni lásán, Gbégbè ní Kíkún

Láti Ọkàn Tí Ó Ní Ìfẹ́ sí Ìgbésí Ayé Tí Ó Yípadà

Àwọn Ìwé Ìròyìn Alààyè – Ẹka Ìfọkànsìn
Ọjọ́ 40 | Ìwé Kejì

Nipasẹ
CS Lewis; Zakaria Godseagle ;
Amb . MO Ogbe ;
C. Ladi Ogbe ;

Table of Contents

Ẹtọ́ Àṣẹ-àdáàkọ © Ojú ìwé

CS Lewis (1898–1963) - Ẹsìn Kristẹni lásán, Gbégbè ní Kíkún
Láti Ọkàn Tí Ó Ní Ìfẹ́ sí Ìgbésí Ayé Tí Ó Yípadà
Àwọn Ìwé Ìròyìn Alàáyè – Ẹka Ìfọkànsìn Ọjọ́ 40 | Ìwé Kejì

© Àṣẹ-àdáwò © 2026
Zacharias Godseagle àti
Godseagle Ministries
Gbogbo awọn ẹtọ wa ni ipamọ.
A kò gbọdọ̀ tún apa kan ninu iwe yii ṣe, tọ́jú rẹ̀ sinu eto gbigba pada, tabi kí a fi ranṣẹ ni ọna eyikeyi tabi nipasẹ ọna eyikeyi—ẹrọ itanna, ẹrọ, fọtoyiya, gbigbasilẹ, tabi omiiran—laisi aṣẹ kikọ tẹlẹ lati ọdọ olutẹjade, ayafi fun awọn ọrọ kukuru ninu awọn atunyẹwo tabi awọn iṣẹ ẹkọ.

Àwọn Òǹkọ̀wé
CS Lewis
Zacharias Godseagle
Ambassador Monday O. Ogbe
Comfort Ladi Ogbe

Olùtẹ̀wé
Àwọn Iṣẹ́ Ìránṣẹ́
Sékáríà Godseagle àti Godseagle Tí a tẹ̀ jáde: **Sékáríà Godseagle**
Olubasọrọ - https://www.otakada.org
ambassador@otakada.org
Foonu/SMS +13024922440;
Whatsapp +2348032835348

ÌKÌLỌ

Ìwé yìí jẹ́ orísun ìfọkànsìn àti ẹ̀kọ́ ọmọ-ẹ̀yìn. Bó tilẹ̀ jẹ́ pé ó fa ọ̀rọ̀ yọ láti inú àwọn ìwé ìtàn, títí kan *The Confessions of St. Augustine* , a kò pè é gẹ́gẹ́ bí àtúnṣe ẹ̀kọ́ pàtàkì tàbí rọ́pò àwọn ìwé ẹ̀kọ́ ìsìn àkọ́kọ́. A ń lo àwọn ọ̀rọ̀ inú ìwé mímọ́ fún ète ìfọkànsìn àti ẹ̀kọ́. A gbé àwọn ìtumọ̀ àti ìlò kalẹ̀ pẹ̀lú àdúrà àti ní ọ̀nà olùṣọ́ àgùntàn.

ÀKÍYÈSÍ ÌWÉ MÍMỌ

Àyàfi tí a bá fi hàn pé ó yàtọ̀, a mú àwọn ọ̀rọ̀ inú Ìwé Mímọ́ láti inú àwọn ìtumọ̀ èdè Gẹ̀ẹ́sì tí a sábà máa ń lò. A ti fi àwọn ọ̀rọ̀ náà kún un ní àwọn ibi tí ó ṣe kedere àti fún ìfọkànsìn.

ÌRÒYÌN TÍTẸ

Àtẹ̀jáde Àkọ́kọ́ ti Orílẹ̀-èdè Amẹ́ríkà

NÍPA ÌWÉ NÁÀ – CS Lewis (1898–1963) - Ẹ̀sìn Kristẹni lásán, Gbégbè ní Kíkún

Láti Ọkàn Tí Ó Ní Ìfẹ́ sí Ìgbésí Ayé Tí Ó Yípadà

Kí ló máa ń ṣẹlẹ̀ nígbà tí a kò bá kàn gbàgbọ́ nínú ẹ̀sìn Kristẹni—ṣùgbọ́n *a ṣì wà láàyè*?

Kí ẹ̀sìn Kristẹni kékeré tó di ọ̀kan lára àwọn ìwé Kristẹni tó gbajúmọ̀ jùlọ ní ọ̀rúndún ogún, ẹni tó kọ ìwé náà jẹ́ ẹni tó ń lọ́ra láti yí padà—ẹni tó ní ìmọ̀, tó farapa, tó ṣiyèméjì, tó sì tako Ọlọ́run. CS Lewis kò fi bẹ́ẹ̀ dé ìgbàgbọ́, bẹ́ẹ̀ ni kò gbà á

pẹlú ìmọ̀lára. Ó jiyàn nípa ìgbàgbọ́ rẹ̀, ó tako rẹ̀ gidigidi, ó sì fi ara rẹ̀ fún ohun tó pè ní "ìyípadà tó burú jáì jùlọ ní gbogbo ilẹ̀ Gẹ̀ẹ́sì."
Ìwé yìí bẹ̀rẹ̀ níbẹ̀.

Ìsìn Kristẹni lásán, Fully Lived ń pe àwọn òǹkàwé sí ìrìn àjò ọjọ́ ogójì tí ó mú *àwọn èrò Lewis wá sí ìgbọràn ojoojúmọ́* . Láti inú ìgbésí ayé rẹ̀ ní ìbẹ̀rẹ̀, àwọn ìjàkadì ọpọlọ, àdánù ara ẹni, àwọn ìròyìn ìgbà ogun, àti àwọn ìwé tí ó pẹ́ títí, ìwé ìsìn yìí kò kàn ṣàlàyé ẹ̀sìn Kristẹni nìkan—ó **ń kọ́ àwọn òǹkàwé láti ṣe é** .
Ọpọ̀ àwọn òǹkàwé fẹ́ràn *ẹ̀sìn Kristẹni lásán,* síbẹ̀ wọ́n ń tiraka láti lò ó. Àwọn kan rí i pé ó jinlẹ̀ ṣùgbọ́n ó jẹ́ ohun tí kò ṣe kedere. Àwọn mìíràn gbóríyìn fún òye rẹ̀ nígbà tí wọ́n ń fẹ́ kí ó sọ̀rọ̀ tààrà sí àwọn ìfúnpá ìgbésí ayé òde òní. Ìwé ìfọkànsìn yìí dáhùn sí àwọn ìdààmú ìgbà pípẹ́ wọ̀nyẹn nípa ṣíṣe ohun tí Lewis fúnra rẹ̀ gbàgbọ́ pé ìgbàgbọ́ gbọ́dọ̀ ṣe: **yí padà láti ìrònú sí ìṣe, láti ìgbàgbọ́ sí ìwà** .
Ojoojumọ ni o n papọ:

- Akoko **itan-aye** lati igbesi aye Lewis
- **Ìmọ̀ pàtàkì** kan tí a fà láti inú *ẹ̀sìn Kristẹni lásán* àti àwọn ìwé tó jọ ọ́
- Àtúnṣe **òde òní** tó túmọ̀ èrò Lewis sí èdè ojoojúmọ́
- Ìṣe **tàbí ìdánrawò ẹ̀mí** tó ń gba ọkàn, ọkàn, àti ìfẹ́ láyè

Dípò kí ó fi ẹ̀kọ́ ìsìn bo àwọn òǹkàwé mọ́lẹ̀, ìwé yìí ń ṣí ìṣẹ̀dá sílẹ̀ díẹ̀díẹ̀—ó ń jẹ́ kí òtítọ́ gbòòrò nípasẹ̀ ìrònújinlẹ̀, ìbáwí, àti ìdáhùn tó wà láàyè. Àwọn òǹkàwé kò kàn ní kí wọ́n gbà pẹ̀lú Lewis, ṣùgbọ́n wọ́n ní kí **wọ́n bá a rìn** , kí wọ́n máa jà pẹ̀lú iyèméjì, ìgbéraga, ìjìyà, ìgbọràn, àti ayọ̀.
Èyí kìí ṣe àkópọ̀ *ẹ̀sìn Kristẹni lásán* ,
ó jẹ́ **ìtẹ̀síwájú ìtọ́sọ́nà** .
Kì í ṣe ìtàn ìgbésí ayé nìkan.
Kì í ṣe ìwé ìtọrọ àforíjì.

Ṣùgbọ́n lẹ́tà alààyè—kì í ṣe lórí ìwé, ṣùgbọ́n nínú ìgbésí ayé ẹni tó ń kà á.
Tí Augustine bá kọ́ wa ní ọkàn tí kò ní ìdákẹ́jẹ́ẹ́, Lewis kọ́ wa ní ìfẹ́ tí ó tọ́.
Ìwé yìí sì ń pè ọ́ láti gbé ohun tí o gbàgbọ́—lọ́jọ́ kan.

TA NI IWE YÌÍ WÀ FÚN

Ìwé yìí wà fún àwọn òǹkàwé tí wọ́n ronú jinlẹ̀—tí wọ́n sì fẹ́ gbé ìgbésí ayé wọn ní òtítọ́.
A kọ ọ́ fún àwọn tí wọ́n fẹ́ràn *ẹ̀sìn Kristẹni lásán* ṣùgbọ́n tí wọ́n gbàgbọ́ pé ìgbàgbọ́ nìkan kọ́ ni òpin ìrìn àjò náà. Fún àwọn tí wọ́n bá ronú jinlẹ̀ nípa ìrònú CS Lewis, síbẹ̀ tí wọ́n ń nímọ̀lára ìdàámú ojoojúmọ́ láàárín ìgbàgbọ́ àti ìṣe.
Ìwé yìí wà fún:

- Àwọn Kristẹni tí wọ́n ní ìgbàgbọ́ gbọ́dọ̀ máa lo **èrò inú àti ìgbọràn**
- Àwọn òǹkàwé tí iyèméjì, ìrònú, ìjìyà, tàbí òtítọ́ ọpọlọ ń darí
- Àwọn olùwá tí wọ́n fẹ́ ju ìmọ̀lára lọ, ṣùgbọ́n tí kò ju àròkọ lọ
- Àwọn onígbàgbọ́ ń fẹ́ ìṣẹ̀dá, kìí ṣe ìròyìn nìkan
- Àwọn òǹkàwé tí wọ́n ń rìn kiri ìgbésí ayé òde òní tí wọ́n nílò òtítọ́ àtijọ́ tí a túmọ̀ sí òtítọ́ tí a gbé kalẹ̀.

Ó jẹ́ pàtàkì fún àwọn tí wọ́n ti sọ rí pé:

- *"Mo gba èyí gbọ́—ṣùgbọ́n báwo ni mo ṣe lè gbé e?"*
- *"Ìgbàgbọ́ mi dáa, ṣùgbọ́n ìgbésí ayé mi kò tíì yí padà."*
- *"Mo fẹ́ ẹ̀sìn Kristẹni tó máa ń para pọ̀ di ìwà, kì í ṣe èrò lásán."*

Kì í ṣe ìwé tí a lè kà láìṣeéṣe ni èyí.
Àwọn tí wọ́n fẹ́ kí a ṣẹ̀dá wọn ni.

OHUN TÍ O YÓÒ GBÀ LÁTI ÌRÌNÀJÒ YÌÍ

Ìrìn àjò ìfọkànsìn ọjọ́ ogójì yìí ni a ṣe láti **dá gbogbo ènìyàn** —ọkàn, ọkàn, àti ìfẹ́.
Nipasẹ awọn kika ojoojumọ, iwọ yoo gba:

• **Àwòrán Ayé ti CS Lewis**
Ìwọ kò ní pàdé Lewis gégẹ́ bí ẹni tí ó jẹ́ àmì ọgbọ́n tí ó jìnnà, ṣùgbọ́n gégẹ́ bí ọkùnrin tí ìbànújẹ́, iyèméjì, ìrònú, ìbáwí, àti ìfarabalẹ̀ tí kò fẹ́ ṣe àgbékalẹ̀ rẹ̀. Ìgbésí ayé rẹ̀ ní ìbẹ̀rẹ̀, àwọn ìjàkadì, àti ìyípadà rẹ̀ pèsè ètò ìgbàgbọ́ ènìyàn tí ó dàbí òtítọ́ àti ohun tí a lè rí gbà.

• **Ìsìn Kristẹni lásán Tí a túmọ̀ sí Ìgbésí Ayé Ojoojúmọ́**
Àwọn èrò pàtàkì láti inú *ẹ̀sìn Kristẹni lásán* ni a tún fi èdè òde òní hàn, a sì lò ó fún àwọn ohun tó ń ṣẹlẹ̀ lójoojúmọ́—iṣẹ́, àjọṣepọ̀, ẹ̀rí ọkàn, ìjìyà, ìgbọ́ràn, àti ayọ̀.

• **Ìṣẹ̀dá Ẹmí Tí A Tẹ̀lé**
Lójoojúmọ́ máa ń tẹ̀lé ìṣètò àròjinlẹ̀: ìrònújinlẹ̀, òye, àti ìdáhùn—láti jẹ́ kí òtítọ́ yípadà láti òye sí ìṣe.

• **Ìgbàgbọ́ Tí Ó Ń Darí Ìgbésẹ̀**
Ìrìn àjò yìí kò béèrè pé kí o kàn gbà pẹ̀lú òtítọ́ Kristẹni nìkan. Ó ń pè ọ́ láti ṣe é—nípasẹ̀ àwọn ìdánrawò tí ó ń ṣe àtúnṣe àwọn ìwà, ìpinnu, àti ìwà.

• **Jíjìnlẹ̀ Díẹ̀díẹ̀, Kì í Ṣe Pọ̀ Jù**
Dípò kí ó fi ohun gbogbo hàn lẹ́ẹ̀kan náà, ìfọkànsìn yìí ń ṣí ìṣẹ̀dá sílẹ̀ ní ṣísẹ̀-n-tẹ̀lé, tí ó ń fún ààyè fún ìrònújinlẹ̀, ìdènà, àti ìdàgbàsókè.
Nígbà tí ó bá fi di òpin ogójì ọjọ́ wọ̀nyí, àwọn òǹkàwé kò ní mọ Lewis dáadáa.
Wọn yóò lóye ara wọn dáadáa—wọn yóò sì ní ìgbáradì láti gbé ohun tí wọ́n gbàgbọ́.

ÀWỌN ÌṢÀTÚNṢẸ ÀGBÁYÉ MÉJÌ

"Ìsìn Kristẹni lásán ni ó ń ṣàlàyé ohun tí àwọn Kristẹni gbàgbọ́. Ìwé yìí ló ń ràn ọ́ lọ́wọ́ láti gbé e."

"Lewis kò bomi pa ìgbàgbọ́—àti pé ìfọkànsìn yìí kò ṣe bẹ́ẹ̀ pẹ̀lú. Ó ń pe àwọn òǹkàwé níjà sí ìgbọràn, kìí ṣe ìfohùnṣọ̀kan lásán."

"Àwọn ìwé díẹ̀ ló ti sọ ẹ̀sìn Kristẹni òde òní di *ẹ̀sìn Kristẹni lásán*. Ìwé ìsìn yìí ló mú kí àwọn èrò rẹ̀ di àṣà ojoojúmọ́."

"CS Lewis sọ̀rọ̀ fún ọkàn òde òní nítorí pé ó kọ́kọ́ jà pẹ̀lú iyèméjì fúnra rẹ̀. Ìwé yìí ṣe àfihàn òtítọ́ yẹn lọ́nà tó dára."

"Ó ṣe kedere, ó múra tán, ó sì wúlò gidigidi—èrò Lewis máa ń wá sí ọkàn nígbà tí a bá so pọ̀ mọ́ ìṣe ojoojúmọ́."

"Èyí kì í ṣe ìfọkànsìn ní ti ìmọ̀lára. Ó jẹ́ ìronújinlẹ̀, ìgbaniníyànjú, àti èrè jíjinlẹ̀."

"Lewis pàdé ẹni tó ń kà á níbi tí wọ́n wà—ṣùgbọ́n kò jẹ́ kí wọ́n dúró síbẹ̀."

Àlàáfíà!

Zakaria Godseagle ; Amb MO Ogbe ; C. Ladi Ogbe
Àwọn Iṣẹ́ Ìsìn Idì Ọlọ́run
https://www.otakada.org
ambassador@otakada.org

Àwọ̀lékè ìbòrí ẹ̀yìn ìwé

Ìsìn Kristẹni lásán ni ó ṣàlàyé ìgbàgbọ́ náà. - Ìwé yìí yóò ràn ọ́ lọ́wọ́ láti gbé e.

Kí CS Lewis tó di ọ̀kan lára àwọn ohùn tó ní ipa jùlọ nínú ẹ̀sìn Kristẹni, ó jẹ́ ẹni tó ń lọ́ra láti yí padà—ó ní ọgbọ́n, ó farapa, ó ṣiyèméjì, ó sì tako Ọlọ́run. Ìrìn àjò rẹ̀ láti iyèméjì sí ìfọkànsìn ló yí *ẹ̀sìn Kristẹni padà* , ìwé kan tó ti darí àràádọ́ta ọ̀kẹ́ ènìyàn sí ìgbàgbọ́.

Ìsìn Kristẹni lásán, Fully Lived ń pe àwọn òǹkàwé láti tẹ̀síwájú.

Ìfọkànsìn ọjọ́ ogójì yìí da ìgbésí ayé Lewis ní ìbẹ̀rẹ̀, àwọn òye pàtàkì láti *inú ẹ̀sìn Kristẹni Mere* , àti ìlò ojoojúmọ́ tí ó gbéṣẹ́ sínú ìrìn àjò ìgbésí ayé. Dípò kí ó ṣàkópọ̀ ẹ̀kọ́ ìsìn, ó kọ́ àwọn òǹkàwé láti máa ṣe é—lojoojúmọ́.
Àròjinlẹ̀ kọ̀ọ̀kan máa ń so ìtàn ìgbésí ayé, òtítọ́ Kristẹni tí kò lópin, èdè òde òní, àti ìṣe àmọ̀ọ̀mọ̀ṣe pọ̀, èyí sì ń ran ìgbàgbọ́ lọ́wọ́ láti yí padà láti ojú ìwé sí ìgbésí ayé ojoojúmọ́.
Èyí kìí ṣe ìjọ́sìn lásán,
ó jẹ́ ìpè sí ìṣẹ̀dá.
Kì í ṣe láti ronú bí Kristẹni nìkan—
ṣùgbọ́n láti gbé bí ẹnìkan.
Àwọn lẹ́tà alàáyè - níbi tí ìgbàgbọ́ ti hàn gbangba.

ÌFÍSÍMỌ

Sí gbogbo àwọn tó gbàgbọ́—
àti àwọn tó ń tiraka láti gbàgbọ́; sí ọkàn tó ń wá ìmọ́lẹ̀,
ọkàn tó ń fẹ́ òtítọ́, àti ìgbésí ayé tó ṣì ń wà lábẹ́ oore-ọ̀fẹ́
Ọlọ́run.
Fún àwọn òǹkàwé ní ojú ọ̀nà gígùn
láti orí ìrònú sí ìfarajìn, láti ìgbàgbọ́ tí a dán wò sí
ìgbàgbọ́ tí ó wà láàyè ní kíkún.

ÀWỌN ÌKÌLỌ

Iṣẹ́ yìí dúró lórí èjìká ìgbàgbọ́ pẹ̀lú ìrònú àti ìgbẹ́kẹ̀lé.

A dúpẹ́ lọ́wọ́ Ọlọ́run fún ẹ̀rí tó wà pẹ́ títí ti **CS Lewis** , ẹni tí òtítọ́ inú rẹ̀, òye rẹ̀, àti ìgbọràn rẹ̀ tó jẹ́ onírẹ̀lẹ̀ ń tọ́ àwọn òǹkàwé rẹ̀ sọ́nà sí ẹ̀sìn Kristẹni tó jinlẹ̀ tó sì pẹ́ títí. Bó tilẹ̀ jẹ́ pé àkókò yà sọ́tọ̀, ohùn rẹ̀ ṣì wà níbí lọ́nà tó yani lẹ́nu—ó ń pe àwọn èrò inú òde òní láti ka òtítọ́, ìwà rere, àti ẹni tí Kristi jẹ́ sí, kì í ṣe gẹ́gẹ́ bí èrò lásán, bí kò ṣe gẹ́gẹ́ bí Olúwa alàáyè.

A dúpẹ́ lọ́wọ́ ọ̀pọ̀lọpọ̀ àwọn ọ̀mọ̀wé, olùkọ́, àwọn pásítọ̀, àti àwọn òǹkọ̀wé tí ìtọ́jú àti ìtumọ̀ ìgbésí ayé àti ìwé Lewis tí ó fi ìṣọ́ra ṣe mú kí ìrìn àjò ìsìn yìí ṣeé ṣe. Iṣẹ́ wọn ti ran lọ́wọ́ láti rí i dájú pé ìgbàgbọ́ tí a fi ọgbọ́n kọ́ ṣì wà fún ìran tuntun kọ̀ọ̀kan.

A dúpẹ́ lọ́wọ́ àwọn ènìyàn kárí ayé—àwọn olùwá kiri, àwọn oníyèméjì, àwọn onígbàgbọ́, àti àwọn oníjàkadì—tí àwọn ìbéèrè, ìrònú, àti àríwísí òtítọ́ ti ṣe àgbékalẹ̀ ìran ìwé yìí.

Ọpọ̀lọpọ̀ àwọn kókó ọ̀rọ̀ tí a gbé kalẹ̀ níbí wá láti inú àwọn ìdàámú gidi tí àwọn olùka *ìwé ìsìn Kristẹni lásán sọ* : ìfẹ́ fún òye láìsí ìtútù, ìgbàgbọ́ láìsí ìgbéraga, àti ìgbàgbọ́ tí ó ń yí ìgbésí ayé ojoojúmọ́ padà dípò kí ó máa wà ní èrò-orí.

Ọpẹ́ pàtàkì ni fún àwọn tó ṣe alabapin sí ìṣètò ìjọsìn àti lílo iṣẹ́ yìí nípa ẹ̀mí. Ìmọ̀ràn àdúrà rẹ ló mú kí ìwé yìí jẹ́ àtúnṣe kì í ṣe gẹ́gẹ́ bí àtúnṣe lórí àwọn èrò Lewis nìkan, ṣùgbọ́n gẹ́gẹ́ bí ìkésíni láti gbé wọn ró.

Ju gbogbo rẹ̀ lọ, a gbà pé Ọlọ́run ni—ẹni tí ó fi sùúrù pàdé àwọn ọkàn tí wọ́n ń lọ́ra, tí ó ń fi oore-ọ̀fẹ́ lépa àwọn ọkàn tí ń rìn kiri, tí ó sì ń tẹ̀síwájú láti kọ àwọn lẹ́tà alàáyè nípasẹ̀ ìgbésí ayé lásán tí a fi ara wa fún ìfẹ́ Rẹ̀.

Kí iṣẹ́ yìí má ṣe jẹ́ ìparí, bí kò ṣe ìbẹ̀rẹ̀.

ÌKÌLỌ ÀWỌN ÒǸKỌWÉ

A tẹ̀ ìwé yìí jáde gẹ́gẹ́ bí apá kan nínú ìwé " **Living Epistles – 40 Day Devotional Series** ," ètò ẹ̀kọ́ ọmọ-ẹ̀yìn tí a yà sọ́tọ̀ fún dídá àwọn onígbàgbọ́ tí ìgbàgbọ́ wọn kìí ṣe pé a jẹ́wọ́ rẹ̀ nìkan, ṣùgbọ́n tí a fi hàn pé wọ́n ní ìgbàgbọ́.

Àwọn ìtàn náà bẹ̀rẹ̀ pẹ̀lú ***St. Augustine ti Hippo (354–430 AD): Láti Ọkàn Tí Kò Ní Ìtura sí Ìgbésí Ayé Tí A Kọ*** , èyí tí ó tọ́ka ìrìn àjò Augustine láti inú ìdààmú inú sí ìgbọràn tí ó fi ara rẹ̀ sílẹ̀. Ìwé àkọ́kọ́ yẹn fi ìdánilójú pàtàkì iṣẹ́ yìí múlẹ̀: pé Ọlọ́run ń tẹ̀síwájú láti kọ òtítọ́ Rẹ̀ nípasẹ̀ àwọn ìyè tí ó yọrí sí rere, àti pé ẹ̀rí àwọn ọkùnrin àti obìnrin olóòótọ́ ṣì wà láàyè fún Ìjọ lónìí.

Apá àkọ́kọ́ nínú ìtẹ̀jáde Living Epistles wà níbí:
https://www.amazon.com/ST-AUGUSTINE-HIPPO-354-430-Devotional-ebook/dp/B0GJN8N9XS

Ìsìn Kristẹni lásán, Fully Lived tẹ̀síwájú nínú ìran yìí nípa yíyíjú sí ìgbésí ayé àti ìrònú **CS Lewis** , ẹni tí ìyípadà aláìlọ́kàn àti ìgbàgbọ́ rẹ̀ tí ó ní ìbáwí ń sọ̀rọ̀ pẹ̀lú agbára sí ọkàn òde òní. Níbi tí Augustine ti fi ọkàn aláìlágbára hàn, Lewis dojúkọ ìfẹ́ aláìlágbára—pípè àwọn onígbàgbọ́ tí ó kọjá ìgbàgbọ́ sí ìgbọ́ràn ojoojúmọ́.

Àwọn Iṣẹ́-ìsìn Godseagle ń tẹ̀jáde àwọn ìwé Ìhìnrere Living Epistles pẹ̀lú àṣẹ tí ó ṣe kedere: láti ṣàkóso àwọn ohun èlò tí ó dá lórí Ìwé Mímọ́ tí yóò mú kí àwọn orílẹ̀-èdè kọ́ ẹ̀kọ́, láti fún Ìjọ lágbára, àti láti fún àwọn onígbàgbọ́ ní agbára láti gbé ìgbésí ayé tí ó hàn gbangba gẹ́gẹ́ bí aṣojú Kristi. A gbàgbọ́ pé ìgbàgbọ́ kì í ṣe nípasẹ̀ èrò nìkan ni a gbé ró, bí kò ṣe nípasẹ̀ ìgbésí ayé tí a ṣe nípasẹ̀ òtítọ́, tí a dán wò nípasẹ̀ ìgbọràn, tí a sì fún ní agbára nípasẹ̀ Ẹmí Ọlọ́run.

A fi àdúrà gbé gbogbo ìdìpọ̀ ìwé yìí kalẹ̀, pẹ̀lú ìrètí pé àwọn òǹkàwé kìí ṣe láti inú ìgbà àtijọ́ nìkan, ṣùgbọ́n wọn yóò dáhùn ní àkókò ìsinsìnyí—láti jẹ́ kí Ọlọ́run máa tẹ̀síwájú láti kọ àwọn lẹ́tà Rẹ̀ alàáyè nípasẹ̀ ìgbésí ayé lásán tí ó fi ara rẹ̀ fún ète Rẹ̀.

A dúpẹ́ lọ́wọ́ gbogbo àwọn tó ń ka ìwé yìí, a sì gbẹ́kẹ̀lé pé Ọlọ́run kan náà tó yí Augustine àti Lewis padà ṣì ń ṣiṣẹ́ lónìí.

ÌṢÀKỌSÍLẸ

Ẹsìn Kristẹni kò tíì ní ìdúróṣinṣin nípasẹ̀ èrò nìkan rí.
A ti ń gbé e lọ síwájú nínú ìgbésí ayé.
Láti ìgbọ́ràn Ábúráhámù sí ìfarajìn Pọ́ọ̀lù, láti ìjẹ́wọ́ àìnísinmi Augustine sí ìfarajìn **CS Lewis** , Ọlọ́run ti yàn láti fi ara rẹ̀ hàn kìí ṣe nípasẹ̀ ìfihàn tí a kọ sílẹ̀ nìkan, ṣùgbọ́n nípasẹ̀ ìgbàgbọ́ tí a fi ara hàn. Ìwé Mímọ́ ń fi òtítọ́ hàn; ìgbésí ayé ń fi bí òtítọ́ náà ṣe rí hàn nígbà tí a bá gbà á gbọ́, tí a kọ̀ ọ́ sílẹ̀, tí a dán an wò, tí a sì gbọ́ràn nígbẹ̀yìn gbẹ́yín.

A fi ìdánilójú yẹn kọ ìwé yìí.
Ìsìn Kristẹni lásán ti ran àràádọ́ta ọ̀kẹ́ ènìyàn lọ́wọ́ láti lóye ohun tí àwọn Kristẹni gbàgbọ́. Ó ti mú ẹ̀kọ́ yéni kedere, ó ti tú ìdàrúdàpọ̀ ká, ó sì ti sọ̀rọ̀ lọ́nà ìyíniléròpadà sí àwọn ènìyàn láti ìran dé ìran. Síbẹ̀, ọ̀pọ̀ àwọn òǹkàwé ti rí i pé àlàfo wà láàárín òye àti ìgbésí ayé—láàrín ìfohùnṣọ̀kan àti ìgbọràn. A dá ìfọkànsìn yìí sílẹ̀ láti borí àlàfo yẹn.
CS Lewis fúnra rẹ̀ lóye rẹ̀ dáadáa. Ìrìn àjò rẹ̀ sí Kristi kò ní ìtara ọkàn tàbí ìdánilójú lẹ́sẹ̀kẹsẹ̀, ṣùgbọ́n nípa ìdènà gígùn, ìrònú onísọ̀kan, àti ìfaradà lẹ́yìn-ọ̀-rẹyìn tí ó mú kí ó pàdánù agbára rẹ̀. Ó gbàgbọ́ kí ó tó gbọ́ràn. Ó jiyàn kí ó tó kúnlẹ̀. Nígbà tí ó sì juwọ́ sílẹ̀ nígbẹ̀yìn-gbẹ́yín, kò ṣe bẹ́ẹ̀ nítorí pé ìgbàgbọ́ rọrùn, ṣùgbọ́n nítorí pé òtítọ́ kò fi ọ̀nà mìíràn sílẹ̀ fún un.

Àìfararọ yẹn—láàrín ìdánilójú àti ìyípadà—wà ní ìgbàlódé gidi.

A ń gbé ní àkókò tí ó kún fún ìmọ̀ àti àìní ìṣẹ̀dá. Ọpọ̀ àwọn onígbàgbọ́ ló mọ ohun tí wọ́n gbàgbọ́, síbẹ̀ wọ́n ń tiraka láti gbé ìgbésí ayé wọn nígbà gbogbo. Ìgbàgbọ́ ni a fìdí múlẹ̀, ṣùgbọ́n a pín wọn sí méjì. A máa ń gbóríyìn fún Kristi , ṣùgbọ́n kì í ṣe gbogbo ìgbà ni a máa ń tẹ̀lé e. Lewis rí ewu yìí

kedere, ó sì tẹnumọ́ pé, bí ó bá jẹ́ òótọ́, ẹ̀sìn Kristẹni gbọ́dọ̀ tún wa ṣe—kì í ṣe pé ó kàn fún wa nísìírí nìkan.
Ìwé yìí pè ọ́ sínú irú ìṣirò kan náà.
Ìsìn Kristẹni lásán, Fully Lived kì í ṣe ìtọ́sọ́nà ìkẹ́kọ̀ọ́, bẹ́ẹ̀ ni kì í ṣe ìtàn ìgbésí ayé ní ìtumọ̀ àṣà. Ó jẹ́ ìrìn àjò ọjọ́ ogójì tí a ṣe láti ran ìgbàgbọ́ lọ́wọ́ láti di ara nípasẹ̀ ìrònú ojoojúmọ́, ìwádìí ara ẹni tòótọ́, àti ìdáhùn àmọ̀ọ́mọ̀. Láti inú ìgbésí ayé Lewis ní ìbẹ̀rẹ̀, ìyípadà rẹ̀ tí kò fẹ́, àti òye tí ó wà pẹ́ títí nípa *ẹ̀sìn Kristẹni lásán* , ojoojúmọ́ ń pè ọ́ láti kọjá àdéhùn aláìṣeéṣe sí ìgbọràn tí a ṣe.
Àwọn ọjọ́ tí ń bọ̀ ni a máa ń ṣètò. Wọn kì í yára, bẹ́ẹ̀ ni wọn kì í borí wọn. A máa ń jẹ́ kí òtítọ́ máa hàn díẹ̀díẹ̀, kí ó sì fúnni ní àyè fún àtakò, ìdámọ̀ràn, àti ìdáhùn. Àwọn ọjọ́ kan lè ṣe kedere. Àwọn mìíràn lè máa dààmú. Àwọn díẹ̀ lè dojúkọ àwọn ìwà tàbí èrò tí a kò tíì ṣe àyẹ̀wò fún ìgbà pípẹ́. Ìyẹn jẹ́ àmọ̀ọ́mọ̀. Ìṣẹ̀dá kì í sábà ṣẹlẹ̀ láìsí ìjà.
Ìwé yìí kò béèrè pé kí o dà bí CS Lewis.
Ó pè ọ́ láti di ohun tí Lewis fúnra rẹ̀ gbàgbọ́ pé gbogbo Kristẹni ni a pè láti jẹ́: ìgbésí ayé tí a kò kàn mọ Kristi, ṣùgbọ́n tí a fi hàn.

Bí o ṣe bẹ̀rẹ̀, wá ní òótọ́.
O kò nílò ìdánilójú—ìfẹ́ ọkàn nìkan. O kò nílò pípé—ìwọ nìkan ni o nílò juwọ́ sílẹ̀.
Ète ìrìn àjò yìí kì í ṣe láti parí ogójì ìwé kíkà, ṣùgbọ́n láti bẹ̀rẹ̀ ìgbésí ayé mìíràn. Kí àwọn ojú ìwé wọ̀nyí má ṣe jẹ́ ìparí, bí kò ṣe ẹnu ọ̀nà—sínú ìgbàgbọ́ tí ó ní ìrònújinlẹ̀, tí ó ní ìbáwí, tí ó sì gbé ìgbésí ayé pípé.

ÀTÚNTẸWÒ ÀWỌN ÒǸKÀ TÍTẸTẸ

"Mo ti ka *ìwé ẹ̀sìn Kristẹniti Kéré* ju ẹ̀ẹ̀kan lọ, ṣùgbọ́n ìwé ìsìn yìí ràn mí lọ́wọ́ láti dín ìtara mi kù kí n sì jẹ́ kí òtítọ́ rẹ̀ yí ìwà mi ojoojúmọ́ padà."

"Ìwé yìí kò jẹ́ kí o fi ara pamọ́ sí ẹ̀yìn ìfẹ́ tí o ní fún Lewis. Ó fi pẹ̀lẹ́pẹ̀lẹ́ béèrè ohun tí ìgbọràn rí gan-an."

"Àdàpọ̀ ìtàn ìgbésí ayé, ìrònújinlẹ̀, àti ìṣe mú kí èyí dà bí ẹ̀kọ́ nípa ẹ̀mí tí a ń darí dípò ìfọkànsìn."

"Ohun tó yà mí lẹ́nu jùlọ ni bí èyí ṣe di ohun tó jẹ́ ti ara ẹni. Àwọn ìṣòro ìṣáájú Lewis fara hàn gẹ́gẹ́ bí ti èmi ju bí mo ṣe rò lọ."

"Ẹ ronú jinlẹ̀ láìsí pé ẹ wúwo, ẹ ní ìpèníjà láìsí pé ẹ le koko. Èyí jẹ́ ìfọkànsìn fún àwọn ènìyàn tí wọ́n fẹ́ kí ìgbàgbọ́ wọn dàgbà."

"Mo mọrírì pé èyí kò jẹ́ kíákíá. Ọjọ́ kọ̀ọ̀kan ń darí lórí èyí tó gbẹ̀yìn, ó ń fúnni ní àyè fún ìdánilójú, ìdènà, àti ìdàgbàsókè."

"Nígbà tí ó fi di òpin ogóji ọjọ́ náà, mo wá rí i pé kì í ṣe nípa Lewis tàbí *ẹ̀sìn Kristẹni lásán ni èyí* . Ó jẹ́ nípa bí mo ṣe ń gbé ìgbésí ayé mi gan-an."

ÌFÍHÀN

"Ìwọ ni lẹ́tà wa, tí a kọ sí ọkàn wa, tí gbogbo ènìyàn mọ̀, tí wọ́n sì kà."
—2 Kọ́ríńtì 3:2

A kò dá ẹ̀sìn Kristẹni láti máa tẹ̀síwájú nínú ẹ̀kọ́ ìgbàgbọ́.

A kò fi fúnni láti gbèjà, ṣàlàyé, tàbí kí a gbóríyìn fún un nìkan, ṣùgbọ́n láti fi **ara hàn** —láti gbé ara rẹ̀ kalẹ̀ nínú ìgbésí ayé lásán tí a fi ara rẹ̀ fún Kristi àrà ọ̀tọ̀ kan. Ìhìnrere náà kò parí pẹ̀lú ìgbàgbọ́; ó bẹ̀rẹ̀ níbẹ̀. Kì í ṣe nínú ìwé nìkan ni a ti rí ẹ̀rí rẹ̀ , ṣùgbọ́n nínú àwọn ènìyàn tí a ti yí ìgbésí ayé wọn padà nípasẹ̀ òtítọ́.

Èyí ni ìgbàgbọ́ tó wà lẹ́yìn àwọn ìwé **Living Epistles** .

Ìwé kọ̀ọ̀kan ni a gbé ka orí èrò tí ó rọrùn ṣùgbọ́n tí ó gba àfiyèsí: pé ìgbésí ayé àwọn tí wọ́n bá Ọlọ́run, òtítọ́, àti ìgbọràn jà ní òótọ́ sì ń sọ̀rọ̀—kì í ṣe ìtàn jíjìnnà, ṣùgbọ́n gẹ́gẹ́ bí ìtọ́ni alàáyè. Àwọn ìjàkadì wọn, ìkùnà wọn, ìdádúró wọn, àti ìjuwọ́sílẹ̀ wọn nígbẹ̀yìn gbẹ́yín fi bí ìgbàgbọ́ ṣe gbòòrò sí nínú ìrírí ènìyàn gidi hàn.

Nínú ìwé yìí, a yíjú sí **CS Lewis (1898–1963)** — kìí ṣe nítorí pé ó gbé ìgbésí ayé Kristẹni tí kò ní àbùkù, ṣùgbọ́n nítorí pé ó gbé ìgbésí ayé *òtítọ́* .

Lewis kò bẹ̀rẹ̀ gẹ́gẹ́ bí onígbàgbọ́ tí ó ní ìfẹ́ ọkàn láti gbọ́ràn. Ó bẹ̀rẹ̀ gẹ́gẹ́ bí ọkàn tí ó lọ́ra—tí ó múná, tí ó ní èrò inú, tí ó farapa, tí ó sì tako Ọlọ́run. Ó nífẹ̀ẹ́ ìrònú, ẹwà, àti ìmọ̀lẹ̀ ìwà rere, síbẹ̀ ó tako àṣẹ tí ẹ̀sìn Kristẹni béèrè. Ìrìn àjò rẹ̀ sí Kristi kò yára tàbí jẹ́ ti ìmọ̀lára; ó jẹ́ àmì àríyànjiyàn, ìdádúró, àti ìfọkànsìn tí ó wá láti inú iye owó.

Iyẹn mú kí ohùn rẹ̀ ṣe pàtàkì ní báyìí.

A ń gbé ní àkókò kan tí ó rọrùn láti jẹ́wọ́ ìgbàgbọ́, ṣùgbọ́n ìgbọràn sábà máa ń fà sẹ́yìn. A máa ń jíròrò ìgbàgbọ́, a máa ń jíròrò rẹ̀, a sì máa ń pín in, síbẹ̀ a kì í sábà gbà á láyè láti tún ìgbésí ayé ṣe pátápátá. Ọpọ̀ ènìyàn ló fara mọ́ ẹ̀sìn Kristẹni ní ìlànà nígbà tí wọ́n ń ṣe àtúnṣe àwọn ohun tí ó ń béèrè fún ní ìṣe. Lewis mọ ìṣòro yìí dáadáa, ó sì tẹnumọ́ pé ẹ̀sìn Kristẹni, tí ó bá jẹ́ òótọ́, kò fi àyè sílẹ̀ fún àìdásítọ̀ tó rọrùn.

Ìwé yìí pè ọ́ sínú irú ìṣirò kan náà.

Ìsìn Kristẹni lásán, Fully Lived kì í ṣe ìṣáájú sí èrò Lewis, bẹ́ẹ̀ ni kì í ṣe rọ́pò àwọn ìwé rẹ̀. Ó jẹ́ **ìrìn àjò tí ó ń darí** tí ó ń mú ìgbésí ayé rẹ̀, àwọn èrò rẹ̀, àti àwọn ohun tí Kristi sọ wá sínú ìjíròrò pẹ̀lú ìrírí ojoojúmọ́ rẹ. Kò yára láti dáhùn, ṣùgbọ́n kò gbà láàyè láti yẹra fún. Ó ń béèrè ohun tí Lewis fúnra rẹ̀ ní láti dojú kọ: *Tí èyí bá jẹ́ òótọ́, báwo ni mo ṣe gbọ́dọ̀ gbé ìgbésí ayé?*

Àwọn orí tó tẹ̀lé e yìí ni a ṣe láti máa rìn lọ́ra àti pẹ̀lú ìmọ̀ọ́mọ̀. Ìwọ yóò pàdé àwọn àkókò láti ìgbà èwe Lewis, àwọn òye tí a fà láti inú *ẹ̀sìn Kristẹni lásán* , àti àwọn ìrònú tí ó túmọ̀ àwọn òtítọ́ wọ̀nyẹn sí èdè òde òní. Ìgbésẹ̀ kọ̀ọ̀kan ń ṣètò ilẹ̀ fún ohun tí ó tẹ̀lé e, ó ń fún ààyè láti dá mọ̀ kí a tó dáhùn, àti ìdánilójú kí a tó ṣe nǹkan.

A kò retí pé kí o dé pẹ̀lú ìdánilójú.
A pè ọ́ láti dé pẹ̀lú òtítọ́.

Ète ìrìn àjò yìí kìí ṣe láti gbóríyìn fún CS Lewis, tàbí láti mọ àwọn èrò Kristẹni pàápàá, ṣùgbọ́n láti ṣe àyẹ̀wò bí ìgbàgbọ́ ṣe di ìgbọràn—bí òtítọ́ ṣe di ohun tí a lè rí nínú ìwà, ìpinnu, àjọṣepọ̀, àti ìwà.

Kí ìrìn àjò ojoojúmọ́ tó bẹ̀rẹ̀, apá tó tẹ̀lé e yóò ràn ọ́ lọ́wọ́ láti dúró níbi tí Lewis fúnra rẹ̀ ti dúró: ní ààyè láàárín àtakò àti ìfarajìn, láàárín mímọ̀ àti fífaramọ́. Níbẹ̀, a ti fi ìpìlẹ̀ lélẹ̀ fún ìgbàgbọ́ tí kò dúró ní ti èrò, ṣùgbọ́n tí ó di ohun tí a gbé kalẹ̀ pátápátá.

ÌFÍHÀN SÍ APA KÍNÍ ṢÁÁJÚ ÌJẸSÌNLẸSÌN LÁÌKAN

Ṣíṣẹ̀dá Ọkàn Tí Ó Ń Ṣẹ́ra

Kí ẹ̀sìn Kristẹni tó di ohun tí a lè ṣàlàyé, gbèjà, tàbí gbé ayé, ó jẹ́ ohun **tí a kò gbà** .

Apá Kìíní ìwé yìí kò bẹ̀rẹ̀ pẹ̀lú ìgbàgbọ́.
Ó bẹ̀rẹ̀ pẹ̀lú ìṣẹ̀dá.

Tipẹ́tipẹ́ kí wọ́n tó kọ *ẹ̀sìn Kristẹni lásán* , ìgbésí ayé tí yóò mú un jáde ni a ń ṣe ní ìdákẹ́jẹ́ẹ́—nípa àdánù, ìfẹ́kúfẹ̀ẹ́, ìrònú, ọgbọ́n, àti ìfẹ́ àìfaradà. Àwọn agbára ìṣáájú wọ̀nyí kò darí CS Lewis sí ìgbàgbọ́ tààrà. Wọ́n múra rẹ̀ sílẹ̀ fún ìṣirò tí kò lè yẹra fún.

Apá yìí ń pè ọ́ láti dúró síbẹ̀.

Níbí, Lewis kò tíì di onírònú Kristẹni tó bẹ́ẹ̀ tí ọpọ̀ èèyàn fi ń yìn ín. Ọmọkùnrin tí ìbànújẹ́ ti pa lára ni, ọ̀dọ́mọkùnrin tí ẹwà jí dìde, ọpọlọ tó ní ìwà rere tó lòdì sí àṣẹ, àti oníyèméjì olóòótọ́ tí kò fẹ́ juwọ́ sílẹ̀ láìnídìí. Àwọn ìbéèrè rẹ̀ kò jinlẹ̀, àtakò rẹ̀ kì í ṣe àìbìkítà. Ó gbàgbọ́ pé òtítọ́ ṣe pàtàkì—àti pé ìgbàgbọ́ yẹn fúnra rẹ̀ máa ń náni lówó.

Ìdí nìyí tí ìtàn rẹ̀ fi wà ní ìgbàlódé.

Ọpọ̀ ènìyàn lónìí kò kọ ẹ̀sìn Kristẹni sílẹ̀ pátápátá. Wọ́n máa ń sún un síwájú. Wọ́n máa ń gbádùn rẹ̀. Wọ́n máa ń fi í sílẹ̀ ní ọ̀nà jíjìn, wọ́n sì máa ń ní ìrírí tó máa ń mú kí ìfaradà dà bí ohun tí kò léwu. A kì í kọ ìgbàgbọ́ sílẹ̀; a máa ń fà á sẹ́yìn. A kì í sẹ́ ìgbọràn; a máa ń ṣe àdéhùn.

Apá Kìíní tọka sí bí ìdúró yìí ṣe rí.

Àwọn orí wọ̀nyí kì í ṣe láti yí ọ lérò padà.
Wọ́n wà fún **ìrànlọ́wọ́ láti dá ara rẹ mọ̀** .

A kò tíì béèrè pé kí o gbà tàbí kí o má gbà bẹ́ẹ̀.
A ní kí o kíyèsí—bí àdánù ṣe ń kọ́ni ní ìṣọ́ra, bí ìfẹ́kúfẹ̀ẹ́ ṣe ń jí ìfẹ́kúfẹ̀ẹ́ dìde, bí ọgbọ́n ṣe ń béèrè fún òtítọ́, bí ẹ̀rí ọkàn ṣe ń kọ̀ láti dákẹ́, àti bí ìjuwọ́sílẹ̀ ṣe máa ń dà bí ìjákulẹ̀ kí ó tó di òmìnira.

Ilẹ̀ yìí ni wọ́n ti ń gbé *ẹ̀sìn Kristẹni jáde* .
Ó tún jẹ́ ilẹ̀ tí ọ̀pọ̀ àwọn tó ń kà á ṣì dúró lé.

Kí ìgbàgbọ́ tó di ìgbọràn, ìṣẹ̀dá ti bẹ̀rẹ̀.

Ohun tí ó tẹ̀lé e kìí ṣe ààbò ìgbàgbọ́, bẹ́ẹ̀ ni kìí ṣe ọ̀nà ìtọ́sọ́nà sí ìgbàgbọ́.

Ìtẹ̀lé ìṣẹ̀dá ni.

Kí ẹ̀sìn Kristẹni tó di ohun tí CS Lewis máa ń ṣàlàyé fún àwọn ẹlòmíràn, ó jẹ́ ohun tí ó tako nínú ara rẹ̀. Àwọn ìbéèrè rẹ̀ kò dìde ní òfo; wọ́n jẹ́ àdàlú, ìfẹ́kúfẹ̀ẹ́, ìrònú àti ìkọ̀sílẹ̀ láti juwọ́ sílẹ̀ láìsí òtítọ́.

Apá Kìíní wọ inú ayé inú yẹn.

Àwọn orí wọ̀nyí kò yára dé ìparí èrò. Wọ́n ń rìn lọ́ra, ní mímọ̀, nípasẹ̀ àwọn agbára tí ó ṣe àgbékalẹ̀ ọkàn aláìlọ́ra—àwọn agbára tí ó ṣì ń ṣe àgbékalẹ̀ ọ̀pọ̀lọpọ̀ ìgbésí ayé lóníì. Níbí, ìgbàgbọ́ kò tí ì di ìgbọràn. Ìgbàgbọ́ kò tí ì di ti ara ẹni. Ṣùgbọ́n ilẹ̀ náà ń gbára dì.

Ìrìn àjò náà bẹ̀rẹ̀ níbi tí ìdènà ṣì jẹ́ ohun tó yẹ.

ORÍ KÌÍNÍ

Kí ìgbàgbọ́ tó di ìgbọràn

Báwo Ni A Ṣe Múra Ọkàn Tí Kò Ní Ìfẹ́ Sí Òtítọ́ Sílẹ̀

Kó tó di pé **CS Lewis** di ọkan lára àwọn ohùn tó ṣeé gbẹ́kẹ̀lé jùlọ nínú ìrònú Kristẹni, ó jẹ́ ọmọkùnrin tí ìbànújẹ́, ìrònú àti ìfẹ́ ọkàn rẹ̀ kò dáwọ́ dúró fún ìtumọ̀ rẹ̀.

Ìtàn Lewis kò bẹ̀rẹ̀ pẹ̀lú ìgbàgbọ́.
Ó bẹ̀rẹ̀ pẹ̀lú **àdánù** .

Nígbà tí Lewis wà ní kékeré, ó pàdánù ìyá rẹ̀. Ọgbẹ́ náà kì í ṣe ìmọ̀lára lásán—ó tún ayé inú rẹ̀ ṣe. Ààbò pòórá. Ìdánilójú wó lulẹ̀. Ọlọ́run, tí ó bá wà rárá, ó dàbí ẹni tí ó jìnnà tàbí tí a kò lè gbẹ́kẹ̀lé. Gẹ́gẹ́ bí ọ̀pọ̀lọpọ̀ lónìí tí wọ́n ń rí ìrora ní ìbẹ̀rẹ̀, Lewis kọ́ láti yè nípa yíyí padà sí inú—sínú ìwé, ìrònú, àti lẹ́yìn náà, ọgbọ́n. Ó kọ́ ayé kan níbi tí a ti lè ṣàkóso ìtumọ̀, níbi tí èrò ọkàn ti rọ́pò ìgbẹ́kẹ̀lé, àti níbi tí a ti lè dárúkọ ìfẹ́kúfẹ̀ẹ́ láìsí ìdáhùn.

Èyí náà, ó dà bíi ti ìgbàlódé.

Ọpọ̀ ènìyàn lónìí kò kọ ẹ̀sìn Kristẹni sílẹ̀ nítorí wọ́n ṣàyẹ̀wò rẹ̀ dáadáa. Wọ́n yà kúrò nínú rẹ̀ nítorí pé ìgbésí ayé máa ń dunni ní ìbẹ̀rẹ̀, àwọn ìbéèrè kò dáhùn, tàbí àṣẹ kò jẹ́ kí wọ́n ní agbára. Ìgbàgbọ́ kò wó lulẹ̀ lábẹ́ àríyànjiyàn—ó bàjẹ́ díẹ̀díẹ̀ lábẹ́ ìjákulẹ̀.

Ìgbésí ayé Lewis ní ìgbà èwe rẹ̀ kọ́ ọ láti ronú jinlẹ̀, ṣùgbọ́n láti gbẹ́kẹ̀lé pẹ̀lú ìṣọ́ra.

Bí ó ṣe ń dàgbà, ìrònú rẹ̀ ń gbilẹ̀. Ìtàn àròsọ, ìtàn àròsọ, ewì, àti ìtàn jí i lọ́kàn pé òtítọ́ gbọ́dọ̀ túmọ̀ sí ju ìwàláàyè àti ìgbádùn lọ. Ó nímọ̀lára pé ẹwà tọ́ka sí ju ara rẹ̀ lọ, ìfẹ́kúfẹ̀ẹ́ yẹn fi ohun gidi hàn. Síbẹ̀ nígbà tí ẹ̀sìn Kristẹni fara hàn, ó tako rẹ̀ pẹ̀lú agbára. Kò sẹ́ ìwà rere. Kò sẹ́ ẹwà. Ó sẹ́ **ìtẹríba** . Tí ó bá jẹ́ òótọ́, Ọlọ́run yóò béèrè ju ohun tí Lewis ti ṣetán láti fúnni lọ.

Nítorí náà, ó fi nǹkan sílẹ̀.

Ọpọ̀ àwọn òǹkàwé òde òní ló mọ ìdúró yìí lẹ́sẹ̀kẹsẹ̀. Wọ́n gbàgbọ́ pé "ohun kan tó ju èyí lọ" wà, síbẹ̀ wọ́n ń lọ́ra láti pe orúkọ rẹ̀ ní Ọlọ́run. Wọ́n ń gbóríyìn fún Kristi, síbẹ̀ wọ́n ń lọ́ra láti tẹ̀lé E. Wọ́n ń fẹ́ ìtumọ̀, síbẹ̀ wọ́n ń bẹ̀rù ìfọkànsìn.

Lewis gbé ayé fún ọpọ̀ ọdún ní ààyè yìí—ohun tí a lè pè ní **ìdènà òtítọ́** . Kò ṣe bíi pé àìgbàgbọ́ kò rọrùn. Ó gbà pé òfin ìwà rere ń tọ̀ sí òun lórí. Ó mọ̀ pé ohun rere àti ohun tí kò tọ́ dà bí ohun gidi, ó di dandan, ó ṣeé yẹ̀ sílẹ̀. Síbẹ̀ ó tún mọ̀ pé bí ẹ̀sìn Kristẹni bá jẹ́ òótọ́, kì yóò béèrè àtúnṣe, ṣùgbọ́n yóò béèrè **fún ìyọ̀nda** .

Àìfararọ yìí—láàrín mímọ̀ àti ìgbọràn—nígbẹ̀yìn gbẹ́yín ló darí ọkàn ẹ̀sìn **Kristẹni lásán** .

ẹ̀sìn Kristẹni lásán ni a kọ sí ìpolongo ìgbàgbọ́ aláṣeyọrí. A gbé e kalẹ̀ nínú iná ìfarabalẹ̀ ọpọlọ díẹ̀díẹ̀. Lewis ti jiyàn ara rẹ̀ ní igun kan níbi tí òtítọ́ ti béèrè fún ìpinnu. Ó pe ara rẹ̀ ní "ẹni tí ó ń lọ́ra jù ní gbogbo England." Ìyípadà rẹ̀ kò ní ìdùnnú ọkàn, ṣùgbọ́n ó jẹ́ nítorí ìkọlù aláìfaradà.

Iyẹn náà, ó ń sọ̀rọ̀ nípa àkókò wa.

Nínú ayé tí ó kún fún ìwífún, ìgbàgbọ́ sábà máa ń wá lọ́nà tó rọrùn. Ìgbọràn kì í ṣe bẹ́ẹ̀. A máa ń kó àwọn ìwàásù, àwọn ìwé, àti àwọn gbólóhùn jọ, síbẹ̀ a kì í yí padà láìṣe àníyàn. A máa ń bá Kristi ṣe àdéhùn dípò kí a kúnlẹ̀ níwájú Rẹ̀. Lewis mọ èyí gẹ́gẹ́ bí ìṣòro òde òní pàtàkì—kì í ṣe àìmọ̀kan, ṣùgbọ́n **fífún ara wa ní ìyẹ́** .

Ìsìn Kristẹni lásán ni ó farahàn bí Lewis ti ń gbìyànjú láti ṣàlàyé ohun tí òun fúnra rẹ̀ ń kọ́: pé ẹ̀sìn Kristẹni kì í ṣe nípa dídi ènìyàn rere, bí kò ṣe nípa dídi ẹni tuntun. Kì í ṣe nípa ṣíṣàkóso ìwà, bí kò ṣe nípa yíyípadà. Kì í ṣe nípa fífi Ọlọ́run kún ìgbésí ayé wa, bí kò ṣe nípa gbígbà Ọlọ́run láyè láti tún ohun gbogbo ṣe.

Ìgbésí ayé rẹ̀ àkọ́kọ́—tí a fi ìbànújẹ́, ìrònú, ìgbéraga, àti ìfàmọ́ra hàn—fún un ní ohùn àrà ọ̀tọ̀. Ó lè bá àwọn oníyèméjì sọ̀rọ̀ láìsí ẹ̀gàn àti sí àwọn onígbàgbọ́ láìsí ẹ̀gàn. Ó lóye ẹ̀mí òde òní nítorí pé ó ti gbé inú rẹ̀.

Nítorí náà, nígbà tí Lewis ń kọ̀wé nípa ìgbéraga, kì í ṣe pé ó ń ronú nípa ìwà rere.
Nígbà tí ó ń kọ̀wé nípa ìwà rere, kì í ṣe pé ó ń sọ̀rọ̀ nípa rẹ̀.
Nígbà tí ó ń kọ̀wé nípa Kristi, ó ń ṣàpèjúwe Ẹni tí ó da ayé inú rẹ̀ tí a ti ṣètò dáradára rú.

Agbára tí ó wà fún *ẹ̀sìn Kristẹni lásán* wà níbí: kò jẹ́ kí àwọn òǹkàwé máa wo ohun tí wọ́n ń sọ. Ó tẹnumọ́ ní ìdákẹ́jẹ́ẹ́ pé bí ẹ̀sìn Kristẹni bá jẹ́ òótọ́, àìdásítọ̀sọ́tọ̀ kò ṣeé ṣe. A gbọ́dọ̀ tako Kristi tàbí kí a gbọ́ràn sí i.

Ìdí nìyí tí iṣẹ́ Lewis fi ń tẹ̀síwájú láti ya àwọn ìran, àṣà àti àwọn ẹ̀ka ìsìn sọ́tọ̀. Kì í ṣe àwọn onísìn nìkan ló ń fà mọ́ra. Ó ń bá àwọn oníyèméjì sọ̀rọ̀, àwọn onírònú, àwọn tó farapa, àti àwọn tí ọkàn wọn kò balẹ̀. Ó ń kọ̀wé fún àwọn tó rò pé ìgbàgbọ́ láìsí ìyípadà jẹ́ òfo—àti pé ìyípadà láìsí ìfarabalẹ̀ kò ṣeé ṣe.

Ìrìn àjò yìí bẹ̀rẹ̀ níbi tí Lewis fúnra rẹ̀ ti dúró rí:
láàrín ìfẹ́ àti ìgbọràn, láàrín òye àti ìfarabalẹ̀, láàrín ìgbésí ayé tí ara ẹni darí àti ìgbésí ayé tí Kristi darí.

A kò ní kí o fara mọ́ ohun tí Lewis sọ.
Wọ́n ń pè ọ́ láti ṣe àyẹ̀wò àwọn ìbéèrè inú kan náà tí ó darí rẹ̀—kí o sì kíyèsí ibi tí àwọn ìbéèrè wọ̀nyẹn ti ń gbé nínú rẹ.

Àwọn orí tó tẹ̀lé e kò ní yára kánkán fún ọ.
Wọn kò ní bò ọ́ mọ́lẹ̀.Ṣùgbọ́n wọn kò ní fi ọ́ sílẹ̀ láìfarapa.

Ní báyìí ná, ó tó láti mọ èyí:
kí ìgbàgbọ́ tó di ìgbésẹ̀, ó gbọ́dọ̀ di **ti ara ẹni** .

Ìrìn àjò náà kì í bẹ̀rẹ̀ pẹ̀lú ìdáhùn.
Ó bẹ̀rẹ̀ pẹ̀lú òtítọ́.

Àwọn ÀWỌN ÀPÒ ÌFỌRỌ

Àwọn Ìbéèrè fún Ìdánwò Ara-ẹni Pẹ̀lú Òtítọ́

Àwọn ìbéèrè wọ̀nyí kì í ṣe pé kí a tètè dáhùn wọn.
Wọ́n jẹ́ kí a kíyèsí wọn.

Jẹ́ kí wọ́n lè rí ara wọn dípò kí wọ́n yanjú ìṣòro náà.

1. **Níbo ni ìgbàgbọ́ ti di ohun tó díjú nínú ìtàn tìrẹ—kì í ṣe nípa àríyànjiyàn, ṣùgbọ́n nípa ìrírí?**
   Àwọn àkókò wo ló yí bí ìgbàgbọ́ ṣe rí lára rẹ padà?
2. **Àwọn ọ̀nà wo ló fi rọrùn fún ọ láti ronú nípa ìgbàgbọ́ ju kí o juwọ́ sílẹ̀ fún un lọ?**
   Níbo ni òye ti rọ́pò ìjuwọ́sílẹ̀?

3. **Àwọn òtítọ́ wo lo gbà pé o kò tíì gbọ́ràn sí?**
   Sọ pàtó, kìí ṣe gbogbogbòò.
4. **Báwo lo ṣe ń fa ìgbọràn sẹ́yìn?**
   Nípasẹ̀ àyẹ̀wò? Ìdààmú ọkàn? Èrò rere tí a ti fà sẹ́yìn?
5. **Kí ni ìgbọràn yóò ná ọ ní àkókò yìí—kì í ṣe ní ti àròjinlẹ̀, ṣùgbọ́n ní ti gidi?**
   Ìṣàkóso, ìdámọ̀, tàbí ààbò wo ló léwu?
6. **Ǹjẹ́ o ti rí i rí pé ẹ̀sìn Kristẹni jẹ́ òótọ́, síbẹ̀ o tako rẹ̀ nítorí ohun tí ó lè béèrè fún?**
   Jọ̀wọ́ jókòó pẹ̀lú ìdààmú yẹn.
7. **Níbo ni ìfẹ́ fún Kristi ti lè ṣiṣẹ́ gẹ́gẹ́ bí àfikún fún títẹ̀lé Rẹ̀?**
   Kí ni ó dà bí ẹni tí ó yẹ fún ọ̀wọ̀—ṣùgbọ́n tí kò ní ìfaradà?
8. **Tí àìdásítọ̀tún kò bá ṣeé ṣe, kí ló yẹ kí o yí padà nínú ìgbésí ayé rẹ?**
   Má ṣe dáhùn—kí o kàn kíyèsí àwọn ohun tó wà níbẹ̀.

Ìtọ́sọ́nà onírẹ̀lẹ̀ fún Olùkàwé

A kò tíì béèrè pé kí o ṣí lọ síbẹ̀.
Wọ́n ní kí o *rí i* .

Kí ìgbàgbọ́ tó di ìgbọràn,
òtítọ́ gbọ́dọ̀ di ti ara ẹni.

ORÍ KEJÌ

Pípàdánù, Ìfẹ́kúfẹ̀ẹ́, àti Ìbí Àtakò

Nígbà tí Ìrora bá ń ṣẹ̀dá bí a ṣe gbàgbọ́

Tipẹ́tipẹ́ kí ìgbàgbọ́ tó di ọ̀rọ̀ ẹ̀kọ́, ìrírí ló máa ń darí rẹ̀.
Fún **CS Lewis** , àdánù ṣe ju ìbànújẹ́ lọ—ó kọ́ ìmọ̀lára rẹ̀ ní ìdákẹ́jẹ́ẹ́. Ikú ìyá rẹ̀ kò kàn fi àìsí sílẹ̀ lásán; ó gbé ìbéèrè kan kalẹ̀ tí yóò wà fún ọ̀pọ̀ ọdún: *Ǹjẹ́ ohunkóhun lè wà tí a lè gbẹ́kẹ̀lé láti pẹ́?*
Ìrora ní ọ̀nà láti ṣe bẹ́ẹ̀. Kì í ṣe gbogbo ìgbà ló máa ń mú kí ọkàn le. Lọ́pọ̀ ìgbà, ó máa ń kọ́ ọkàn láti dáàbò bo ara rẹ̀.
Lewis kò dáhùn sí àdánù nípa kíkọ̀ ìtumọ̀ sílẹ̀. Dípò bẹ́ẹ̀, ó wá a kiri láìdáwọ́dúró—ṣùgbọ́n ní ìbámu tirẹ̀. Ó kọ́ nípa bí ìfẹ́ ṣe lè jẹ́ aláìlágbára, bí ìtùnú tí kò ṣeé gbẹ́kẹ̀lé ṣe rí, àti bí ààbò ṣe lè yára yọ́. Nítorí náà, ó bẹ̀rẹ̀ sí í kọ́ àwọn ààbò inú—kì í ṣe àwọn odi ìbínú, bí kò ṣe àwọn ètò ìṣàkóso.
Èyí náà, pẹ̀lú, dàbí ìgbàlódé tí kò ṣeé ṣiyèméjì.
Ọpọ̀ ènìyàn lónìí ní ọgbẹ́ tí wọn kì í sábà pè ní orúkọ wọn. Ìjákulẹ̀ ìgbà ọmọdé. Àwọn ìfojúsùn tí a kò tíì ṣe. Àwọn aláṣẹ ń fi àwọn tí wọ́n kùnà hàn. Àwọn àdúrà tí a kò dáhùn. Dípò kí wọ́n kojú àwọn àdánù wọ̀nyí ní tààràtà, wọ́n ń kọ́ bí a ṣe ń san án padà—láti gbẹ́kẹ̀lé agbára, òmìnira, ọgbọ́n, tàbí ìlera ara ẹni. A kì í kọ ìgbàgbọ́ sílẹ̀ pátápátá; a ń pa á mọ́ ní ọ̀nà jíjìn.
Kì í ṣe àìbìkítà ló mú kí Lewis tako Ọlọ́run. Ìṣọ́ra ló darí rẹ̀. Ó ń fẹ́ gidigidi—fún ẹwà, fún ayọ̀, fún ohun kan tí ó ju ayé tí a lè rí lọ. Síbẹ̀ ó bẹ̀rù pé láti gbẹ́kẹ̀ lé pátápátá yóò jẹ́ láti fún fi ìjákulẹ̀ sílẹ̀. Tí Ọlọ́run bá jẹ́ òótọ́, kì yóò kàn fúnni ní ìtùnú nìkan; yóò béèrè fún ìtúsílẹ̀. Jíjẹ́wọ́ ara ẹni kò sì ní ṣeé ṣe.
Nítorí náà, Lewis kọ́ láti máa ṣe àyẹ́sí láti ọ̀nà jíjìn.
Ọ̀pọ̀lọpọ̀ ènìyàn ló mọ̀ nípa irú ìlànà yìí. A gbà kí ìfẹ́ ọkàn wà, ṣùgbọ́n a ń ṣàkóso bí ó ṣe lè gùn tó. A gbà pé ìfẹ́ ọkàn wà,

ṣùgbọ́n a kọ̀ láti farapa. A sọ pé a ṣí sílẹ̀ fún òtítọ́—níwọ̀n ìgbà tí kò bá béèrè pé kí a tú àkóso sílẹ̀.

Àdánù ń kọ́ wa láti ṣírò.

Ìrònú Lewis fún un ní ojú ìwòye ohun mìíràn—àwọn àkókò ayọ̀ tó jinlẹ̀, àwọn ìrírí ẹwà tó pẹ́ díẹ̀ tó fi hàn pé ó jẹ́ òtítọ́ kan tó kọjá ayé ohun àdánidá. Ṣùgbọ́n àwọn ìrírí wọ̀nyí kò mú un lọ sọ́dọ̀ Ọlọ́run lẹ́sẹ̀kẹsẹ̀. Dípò bẹ́ẹ̀, wọ́n mú kí ìdààmú náà pọ̀ sí i. Tí irú ìfẹ́kúfẹ̀ẹ́ bẹ́ẹ̀ bá tọ́ka sí ohun gidi, nígbà náà òtítọ́ fúnra rẹ̀ lè béèrè ìdáhùn.

Ìdáhùn náà sì túmọ̀ sí ewu.

Nítorí náà, Lewis kọ̀ bí a ṣe ń ṣàyẹ̀wò ìfẹ́kúfẹ̀ẹ́ dípò gbígbọ́ràn sí i. Ó sọ orúkọ rẹ̀ ní orúkọ. Ó kẹ́kọ̀ọ́ nípa rẹ̀. Ó kó o ní ìdènà. Èyí mú kí ó lè máa jẹ́ olóòótọ́ ní ti ọgbọ́n láìsí pé ó fara hàn ní ti ara rẹ̀. Ó lè ṣe àwárí ìtumọ̀ láìkúnlẹ̀ níwájú rẹ̀.

Lẹ́ẹ̀kan sí i, èyí dà bí ìgbà òde òní.

A ń gbé nínú àṣà kan tí ó ń gba ìwádìí láyè láìsí ìfaramọ́. A máa ń ṣàyẹ̀wò ìgbàgbọ́, a máa ń jíròrò nípa ẹ̀mí, a sì máa ń lo òye—síbẹ̀ a máa ń tako ohunkóhun tí yóò tún ìgbésí ayé wa ṣe. A máa ń wo ìfẹ́kúfẹ̀ẹ́ gẹ́gẹ́ bí ìrírí tí a gbọ́dọ̀ ṣàkóso, kì í ṣe àmì láti tẹ̀lé.

A ṣe àgbékalẹ̀ ìdènà Lewis níbí, pẹ̀lú ìdúró oníṣọ̀kan yìí: ó ṣí sílẹ̀ tó láti béèrè ìbéèrè, ó ti sé tó láti wà ní ìkáwọ́.

Ṣùgbọ́n ìfẹ́kúfẹ̀ẹ́ ní ọ̀nà kan láti kọ̀ láti dá ìdènà dúró.

Àwọn ìfẹ́ ọkàn tí Lewis gbìyànjú láti ṣàkóso di ohun tí ń ránni létí pé ohun kan—tàbí Ẹnìkan—dúró ju àwọn ààbò rẹ̀ lọ. Pípàdánù ti kọ́ ọ láti má ṣe gbẹ́kẹ̀ lé ìdúró títí láé, síbẹ̀ ìfẹ́ ọkàn tẹnumọ́ pé ìdúró títí láé wà. Ìrora ti kọ́ ọ láti ṣọ́ ara rẹ̀, síbẹ̀ ayọ̀ fihàn pé ìyọ̀nda lè tọ́ sí ewu náà.

Ìjà inú yìí yóò di ọ̀kan lára àwọn ìdààmú tó ń yọrí sí ìgbésí ayé rẹ̀.

Nígbà tó yá, Lewis yóò kọ̀wé nípa ìfẹ́ ọkàn kìí ṣe ohun tí àwọn ohun tí a fi ayé ṣe yóò tẹ́lọ́rùn, bí kò ṣe gẹ́gẹ́ bí àmì tí ó ń tọ́ka sí wọn. Síbẹ̀ kí ó tó lè ṣàlàyé òye yìí, ó ní láti kojú àwọn ìtumọ̀ rẹ̀ fúnra rẹ̀. Ìfẹ́ ọkàn kò lè jẹ́ aláìdádúró. Ó béèrè fún ìtumọ̀—àti nígbẹ̀yìn-gbẹ́yín, ìdáhùn.

Fún ọ̀pọ̀lọpọ̀ àwọn òǹkàwé òde òní, orí yìí kan ibi pàtàkì kan.

A lè má mọ̀ pé a jẹ́ oníyèméjì. A tilẹ̀ lè mọ̀ pé a jẹ́ onígbàgbọ́. Síbẹ̀ a mọ bí a ṣe ń ṣàkóso ìgbàgbọ́ pẹ̀lú ìṣọ́ra—láti jẹ́ kí ìgbàgbọ́ wà láìsí ìfarahàn, àdéhùn láìsí ìpalára, àti ìyìn láìsí ìgbọ́ràn. Àdánù kọ́ wa ní ìṣọ́ra. Ìfẹ́ ọkàn kọ́ wa ní àìnísinmi. Láàárín méjèèjì, àtakò ń gbilẹ̀ ní ìdákẹ́jẹ́ẹ́.

Ìtàn Lewis rán wa létí pé kìí ṣe ìṣọ̀tẹ̀ ni gbogbo ìgbà. Nígbà mìíràn, ó jẹ́ ààbò ara ẹni tí a fi ọgbọ́n bò.

Ṣùgbọ́n ẹ̀sìn Kristẹni kò ní ìtẹ́lọ́rùn pẹ̀lú ìyìn tí a fi pamọ́. Tí ó bá jẹ́ òótọ́, ó ń tẹ̀síwájú láti kojú àwọn ààbò wa. Ó ń béèrè bóyá ìṣọ́ra wa ti di yíyẹra fún—àti bóyá ìfẹ́ ọkàn wa ń pe wá ní ohun tí kò ṣeé ṣàkóso.

Orí yìí kò béèrè pé kí o yanjú ìṣòro náà síbẹ̀.

Ó kàn ń béèrè pé kí o kíyèsí i ni.

Ìfẹ́ ọkàn kì í ṣe àìròtẹ́lẹ̀.

Pípàdánù kì í ṣe ìtumọ̀.

Àwọn méjèèjì ló ń darí ọ̀nà tí a gbà ń bá Ọlọ́run sọ̀rọ̀.

Kí ìgbàgbọ́ tó di ìgbọràn, a gbọ́dọ̀ dárúkọ àwọn agbára wọ̀nyí.

Nígbà náà ni ìrìn àjò náà lè tẹ̀síwájú ní òtítọ́.

Àwọn ÀWỌN ÀPÒ ÌFỌRỌ

Àwọn Ìbéèrè fún Àkíyèsí Tòótọ́

Má ṣe kánjú àwọn ìbéèrè wọ̀nyí.

Wọn kò tíì dáhùn wọn ní kíkún. Àwọn kan wà fún dídámọ̀ lásán.

1. **Àdánù tàbí ìjákulẹ̀ wo ló yí ọ̀nà tí o gbà kọ́ láti gbẹ́kẹ̀lé Ọlọ́run—tàbí kí o má gbẹ́kẹ̀lé e—padà?** Kìí ṣe àwọn àdánù tó lágbára nìkan ni o rò, ṣùgbọ́n

àwọn àdánù tó dákẹ́ jẹ́ẹ́: àwọn ìfojúsùn tí a kò ní, àwọn àdúrà tí a kò dáhùn, àti àwọn àṣẹ tí a ti bàjẹ́.

2. **Àwọn ọ̀nà wo lo ti kọ́ láti dáàbò bo ara rẹ kúrò lọ́wọ́ ìjákulẹ̀ nípa jíjẹ́ kí o máa darí ara rẹ?**
   Níbo ni ìṣọ́ra ti rọ́pò ṣíṣí sílẹ̀ díẹ̀díẹ̀?
3. **Kí ni o gbà láti fi ojú rere wo láti òkèèrè, ṣùgbọ́n tí o kò gbà kí o máa kópa ní kíkún?**
   Ǹjẹ́ ìgbàgbọ́ kan wà tí o rí bí ẹni tó dára—ṣùgbọ́n tí kò léwu?
4. **Báwo lo ṣe sábà máa ń dáhùn sí ìfẹ́kúfẹ̀ẹ́—fún ìtumọ̀, jíjìn, tàbí pípé títí?**
   Ṣé o máa ń lépa rẹ̀, ṣe àgbéyẹ̀wò rẹ̀, ṣe o máa ń pín ọkàn rẹ sí i, tàbí kí o má ṣe gbà á mọ́?
5. **Níbo ni ààbò ara-ẹni lè ti jẹ́ fífi ara rẹ̀ pamọ́ gẹ́gẹ́ bí ọgbọ́n tàbí ìdàgbàsókè?**
   Kí ni a rò pé ó "yẹra" tí ó lè jẹ́ ìyẹra ní ti gidi?
6. **Tí ìfẹ́kúfẹ̀ẹ́ kì í bá ṣe àìròtẹ́lẹ̀, kí ló lè máa tọ́ka sí nínú ìgbésí ayé rẹ nísinsìnyí?**
   Kí ni yóò túmọ̀ sí láti gba àmì yẹn ní tààràtà?
7. **Kí ni ó léwu jùlọ nípa ìfọkànsìn—kì í ṣe ní ti èrò, ṣùgbọ́n ní ìṣe?**
   Kí ni o bẹ̀rù pé o lè pàdánù?
8. **Ǹjẹ́ o ti fi ìgbà kan dẹ́kun ìgbọràn, kìí ṣe nítorí pé o kò fara mọ́ òtítọ́, ṣùgbọ́n nítorí pé ìfaradà kò léwu?**
   Jọ̀wọ́ jókòó pẹ̀lú ìyàtọ̀ yẹn.

Ìtọ́sọ́nà onírẹ̀lẹ̀ fún Olùkàwé

A kò tí ì béèrè lọ́wọ́ rẹ láti dáhùn àwọn ìbéèrè wọ̀nyí.
Kìkì láti jẹ́ kí wọ́n hàn gbangba ní òótọ́.
Ìfẹ́ ọkàn àti àtakò sábà máa ń pọ̀ sí i.
Fífún orúkọ wọn ní orúkọ ni ìṣe àkọ́kọ́ ti òtítọ́.

ORÍ KẸTA

Ìrònú Láìsí Ìyọ̀nda

Nígbà tí Ẹwà bá jí ìfẹ́ ọkàn dìde ṣùgbọ́n tí kò bá ṣe ìgbọràn mọ́

Fún **CS Lewis** , ìrònú kìí ṣe àsálà kúrò nínú òtítọ́—ó jẹ́ ìjírórò sí i.
Kó tó di pé Lewis gbàgbọ́ nínú Ọlọ́run, ó ti gbàgbọ́ nínú ìtumọ̀. Ẹwà ló mú un gbọ̀n rìrì. Ìtàn ló ru ú sókè. Ìtàn àròsọ ṣí fèrèsé sílẹ̀, ọgbọ́n rẹ̀ nìkan kò lè ṣe bẹ́ẹ̀. Nípasẹ̀ ewì, ìtàn àròsọ, àti ìtàn àtijọ́, ó rí i pé òtítọ́ ṣe pàtàkì ju ìwàláàyè àti ìgbádùn lọ. Ohun *mìíràn tún wà* —ohun kan tó ń bá a lọ, tó ń tànmọ́lẹ̀, tó sì kọjá ibi tí a lè dé.
Ìrònú kọ́ Lewis láti pé.
Síbẹ̀, ìrònú fúnra rẹ̀ kò kọ́ ọ bí a ṣe lè juwọ́ sílẹ̀.
Àwọn ìrírí ìṣáájú Lewis nípa ẹwà mú àwọn àkókò ìfẹ́kúfẹ̀ẹ́ tó lágbára jáde—ohun tó pè ní *ayọ̀ lẹ́yìn náà* . Àwọn nǹkan tó fà wọ́n kò tẹ́ àwọn àkókò wọ̀nyí lọ́rùn. Ìlà ewì, ìtàn, ìrántí ìṣẹ̀dá—ọ̀kọ̀ọ̀kan jí ìfẹ́kúfẹ̀ẹ́ dìde, lẹ́yìn náà ó parẹ́, ó sì fi ìrora sílẹ̀. Ìrírí náà kò ṣe kedere, ṣùgbọ́n ìtumọ̀ rẹ̀ kò tíì yanjú.
Ó kọ́ ẹ̀kọ́ pàtàkì kan ní ìbẹ̀rẹ̀: ìfẹ́ ọkàn lè jí láìsí ìmúṣẹ.
Àwárí yìí mú kí ó ní ìrísí jíjinlẹ̀.
Dípò kí ó darí rẹ̀ sí ọ̀dọ̀ Ọlọ́run lẹ́sẹ̀kẹsẹ̀, ìrònú di ààyè kan níbi tí Lewis ti lè ní ìrírí ìtayọ láìsí ìfarajìn. Ó lè ṣàwárí ìyanu láìsí ìfarajìn, ẹwà láìsí ìgbọràn, ìfẹ́kúfẹ̀ẹ́ láìsí ìfọkànsìn. Ìronú jẹ́ kí ó wà ní gbangba láìsí ìfarajìn.
Iduro yii kii ṣe ohun ti o wọpọ.
Ọpọ̀ ènìyàn lónìí ni ẹwà—orin, iṣẹ́ ọnà, ìtàn, ìdájọ́ òdodo, àti ẹ̀mí—nípa lórí wọn gidigidi, síbẹ̀ wọ́n kọ̀ láti sọ orúkọ orísun rẹ̀. Wọ́n ní ìfẹ́kúfẹ̀ẹ́ ṣùgbọ́n wọ́n yẹra fún ìtumọ̀ rẹ̀. Wọ́n jẹ́ kí ìrònú jinlẹ̀ nípa ọkàn, wọ́n sì ń darí ìfẹ́ inú rẹ̀ dáadáa.
Ìronú di ibi tí ó ṣeé gbẹ́kẹ̀lé.

Ọgbọ́n Lewis ṣe àgbéyẹ̀wò àwọn ìrírí wọ̀nyí dáadáa. Ó kẹ́kọ̀ọ́ ìfẹ́ ọkàn dípò títẹ̀lé e. Ó ṣe àgbéyẹ̀wò ìfẹ́ ọkàn dípò kí ó tẹrí ba fún ohun tí ó sọ. Èyí jẹ́ kí ó lè jẹ́ olóòótọ́ nípa àwọn ìrírí rẹ̀ nígbà tí ó ń sún àwọn ìbéèrè wọn síwájú.

Ṣùgbọ́n nígbà tí ìrònú bá jí, ó kọ̀ láti dúró láìdádúró.

Ẹwà tí Lewis rí bẹ̀rẹ̀ sí í yọ ọ́ lẹ́nu. Tí ìfẹ́ ọkàn kò bá jẹ́ àìròtẹ́lẹ̀—tí ó bá fi hàn kọjá ayé ohun àlùmọ́nì—nígbà náà, a lè ṣètò òtítọ́ náà sí ohun tó tóbi jù. Tí ìyẹn bá sì jẹ́ òótọ́, èrò inú kì í ṣe ohun ọ̀ṣọ́ lásán. Ó jẹ́ àyẹ̀wò.

Ó ń tọ́ka sí i.

Lewis bẹ̀rẹ̀ sí í nímọ̀lára pé àwọn ohun tó mú wọn jí ni kò jẹ́ kí ìfẹ́ ọkàn rẹ̀ tó jinlẹ̀ jù lọ tẹ́ wọn lọ́rùn. Wọ́n jẹ́ àmì ìtọ́sọ́nà, kì í ṣe ibi tí wọ́n ń lọ. Síbẹ̀, láti tẹ̀lé àwọn àmì ìtọ́sọ́nà wọ̀nyẹn yóò gba ohun tó ju ìrònú lọ. Ó nílò ìjuwọ́sílẹ̀.

Ati pe fifunni silẹ si tun jẹ iye owo pupọ.

Nítorí náà, Lewis dúró pẹ̀lú ìyìn. Ó jẹ́ kí ẹwà kọ́ ìmọ̀lára rẹ̀ nígbà tí ó ń tako àṣẹ rẹ̀ lórí ìgbésí ayé rẹ̀. Ó mọrírì ìfàmọ́ra àṣeyọrí láìtẹríba fún un. Ìronú fún un ní èdè fún ìfẹ́kúfẹ̀ẹ́, ṣùgbọ́n kì í ṣe ìgboyà fún ìgbọràn.

Àìfarabalẹ̀ yìí—láàrín rírí àti fífọwọ́sí—ń lọ láìsí ìṣòro nípasẹ̀ ìgbàgbọ́ òde òní pẹ̀lú.

Ọpọ̀ ènìyàn lónìí ni ẹwà ẹ̀sìn Kristẹni ń wú lórí ṣùgbọ́n wọ́n ń ṣiyèméjì kí wọ́n tó bẹ̀rẹ̀ sí í béèrè fún un. Wọ́n fẹ́ràn ẹ̀kọ́ Kristi, wọ́n fara mọ́ ìtàn ìràpadà, wọ́n sì nífẹ̀ẹ́ sí ìran ìgbésí ayé tí a ti yípadà—ṣùgbọ́n wọ́n tako ìjẹ́wọ́ pé ẹwà yìí nílò àtúntò ara ẹni.

Ìrònú máa ń mú ìfẹ́ ọkàn jí.

Ìgbọràn gbọ́dọ̀ jẹ́ ìpinnu.

Ìrìn àjò Lewis rán wa létí pé ẹ̀bùn ni ìrònú jẹ́, ṣùgbọ́n kì í ṣe òpin. Ó lè múra ọkàn sílẹ̀, ṣùgbọ́n kò lè parí iṣẹ́ náà. Ẹwà lè pè wá sí òtítọ́, ṣùgbọ́n kò lè fipá mú wa láti kúnlẹ̀.

Níkẹyìn, Lewis wá rí i pé èrò inú kò ṣì òun lọ́nà—ṣùgbọ́n kò tó fún ara rẹ̀. A kò ṣe ìfẹ́ ọkàn láti ṣàkóso rẹ̀ títí láé. A ṣe é láti darí rẹ̀ sí ibìkan.

Orí yìí kò yanjú ìṣòro náà.

Ó kàn dárúkọ rẹ̀.

Kí ìgbàgbọ́ tó di ìgbọràn, ìrònú sábà máa ń jí ọkàn.
Ṣùgbọ́n ìfọkànsìn gbọ́dọ̀ tẹ̀lé e.

Àwọn ÀWỌN ÀPÒ ÌFỌRỌ

Àwọn Ìbéèrè fún Àkíyèsí Tòótọ́

Má ṣe fi ìkánjú béèrè àwọn ìbéèrè wọ̀nyí.
Jẹ́ kí wọ́n hàn gbangba, kì í ṣe ìdáhùn.

1. **Àwọn ìrírí ẹwà, ìtàn, tàbí ìtumọ̀ wo ló ti mú kí ọkàn rẹ máa fà sí i?**
   Ìgbà wo ni o ti nímọ̀lára ìmọ̀lára ìdákẹ́jẹ́ẹ́ pé ìgbésí ayé ń tọ́ka sí ju ara rẹ̀ lọ?
2. **Báwo lo ṣe sábà máa ń dáhùn sí ìfẹ́ ọkàn yẹn?**
   Ṣé o máa ń lépa rẹ̀, ṣe àgbéyẹ̀wò rẹ̀, ṣe àtúnṣe rẹ̀, tàbí kí o má ṣe gbà á mọ̀?
3. **Níbo lo ti jẹ́ kí ìrònú jinlẹ̀ nípa ìgbàgbọ́ rẹ láìjẹ́ kí ó darí ìgbọràn rẹ?**
   Kí ló ń múni láyọ̀—ṣùgbọ́n ó jìnnà réré?
4. **Ǹjẹ́ àwọn apá kan wà nínú ẹ̀sìn Kristẹni tó o rí bí ẹni tó dára, àmọ́ tó ò ń kọ̀ láti fara mọ́ wọn?**
   Sọ orúkọ wọn dáadáa.
5. **Àwọn ọ̀nà wo ni ìgbóríyìn lè gbà ṣiṣẹ́ gẹ́gẹ́ bí àfikún ìdúróṣinṣin?**
   Níbo ni ìgbóríyìn dúró fún ìdúróṣinṣin?
6. **Tí ìfẹ́ ọkàn bá jẹ́ àmì ìtọ́sọ́nà dípò ibi tí a ń lọ, níbo ni ó ti lè tọ́ka sí ọ nísinsìnyí?**
   Má ṣe dáhùn—kíyèsí nìkan.
7. **Kí ló léwu jùlọ nípa jíjẹ́ kí ẹwà yọrí sí ìgbọràn?**
   Ìṣàkóso wo ló lè wà nínú ewu?

Ìtọ́sọ́nà onírẹ̀lẹ̀ fún Olùkàwé
Ìrònú kì í ṣe ọ̀tá ìgbàgbọ́.
Ṣùgbọ́n kì í ṣe òpin rẹ̀.
Ìfẹ́ ọkàn ni ó ń múra sílẹ̀.
Jíjẹ́wọ́ ara ẹni ló ń múra ìgbésí ayé sílẹ̀.

ORÍ KẸRIN

Àìnígbàgbọ́ Ọlọ́run

Nígbà tí Ìyèméjì Kò Bá Jẹ́ Púpọ̀

Kí **CS Lewis** tó fi ara rẹ̀ fún ìgbàgbọ́, ó di ohun tó ṣọ̀wọ́n ju ẹni tí kò gbàgbọ́ lọ—ó di *olóòótọ́* .
Lewis kò kọ ẹ̀sìn Kristẹni sílẹ̀ nítorí ìrọ̀rùn, ìṣọ̀tẹ̀, tàbí àìbìkítà. Àìgbàgbọ́ rẹ̀ kì í ṣe aláìgbọ́n. Ó jẹ́ èyí tí a gbé kalẹ̀ ní ìlànà, tí a gbé kalẹ̀, tí a sì kọ́ ní ẹ̀kọ́. Ó gbàgbọ́ pé bí òtítọ́ bá ṣe pàtàkì, ìtùnú èké jẹ́ ewu ńlá ju àìnírètí lọ. Nítorí náà, ó kọ̀ láti gbàgbọ́ títí tí ó fi gbàgbọ́ pé ó lè fara da àyẹ̀wò.
Iyatọ yii ṣe pataki.
Ọpọ̀lọpọ̀ ìyèméjì òde òní kò tó nǹkan. Ó yẹra fún ìdúróṣinṣin láìsí àbájáde tó lè múni láyọ̀. Ìyèméjì Lewis lágbára gan-an. Ó ń jà fitafita. Ó dúró ní òru. Ó tẹ̀lé àríyànjiyàn títí dé ìparí èrò wọn tí kò rọrùn. Kò fẹ́ kí ẹ̀sìn Kristẹni jẹ́ òótọ́ tí ó bá nílò àìṣòótọ́ ní ti ọgbọ́n. Tí ó bá sì *jẹ́* òótọ́, ó mọ̀ pé òun kò lè fọwọ́ rọ́ ú.
Kì í ṣe ìkóríìra sí rere ló mú kí Lewis má gbàgbọ́ pé Ọlọ́run wà, bí kò ṣe nípa ìdúróṣinṣin sí ìrònú.
Ó gbàgbọ́ pé àgbáyé kò dáa rárá—ó ṣe é ṣe kí ó lẹ́wà, ṣùgbọ́n kò ní ẹ̀mí. Ìtumọ̀ náà jẹ́ ohun tí àwọn ènìyàn ń sọ, kì í ṣe ohun tí wọ́n gbà. Ìwà rere wúlò, ṣùgbọ́n kò ní ìdènà. Ìfẹ́ ọkàn jẹ́ òótọ́, ṣùgbọ́n ohun tí a fojú inú wò. Ìrònú ayé yìí jẹ́ kí Lewis lè dúró ní ìbámu pẹ̀lú ọgbọ́n èrò orí, nígbà tí ó ń yẹra fún àṣẹ tí ẹ̀sìn Kristẹni fi hàn.
Síbẹ̀ ìbáṣepọ̀ ní ààlà.
Lewis bẹ̀rẹ̀ sí í kíyèsí ìfọ́ nínú àìnígbàgbọ́ rẹ̀—kì í ṣe ìfọ́ ọkàn, bí kò ṣe ti ìrònú, bí kò ṣe ti ìrònú. Tí àgbáyé bá jẹ́ aláìbìkítà ní tòótọ́, kí ló dé tí ojúṣe ìwà rere fi dà bíi pé kò ṣeé yẹ̀ sílẹ̀? Kí ló dé tí ohun rere àti ohun búburú fi ń fi agbára yìí lé ẹ̀rí ọkàn? Kí ló dé tí àìṣòdodo fi ń fa ìbínú dípò kí ó jẹ́ ìkóríìra lásán?

Ó rí ara rẹ̀ tí ó ń gbèjà ìdájọ́ ìwà rere tí ojú ìwòye ayé rẹ̀ kò lè gbà ní kíkún.

Èyí dà á láàmú.

Lewis rí i pé òun ń gba ìdánilójú ìwà rere láti àgbáyé kan tí àìnígbàgbọ́ rẹ̀ kò lè ṣàlàyé. Ó gbé ìgbésí ayé rẹ̀ bí ẹni pé àwọn nǹkan kan kò tọ́—kì í ṣe pé kò rọrùn tàbí pé àwùjọ kò fọwọ́ sí nìkan, ṣùgbọ́n ó *jẹ́ àṣìṣe ní ti gidi* . Ìmọ̀ yìí kò tì í sí ìgbàgbọ́ lẹ́sẹ̀kẹsẹ̀, ṣùgbọ́n ó da ìgbẹ́kẹ̀lé rẹ̀ nínú àìnígbàgbọ́ rú.

Àìyèméjì tòótọ́ ní ọ̀nà láti ṣe bẹ́ẹ̀.

Dípò kí Lewis yanjú ìṣòro yìí kíákíá, ó dúró tì í. Ó jẹ́ kí iyèméjì yẹ̀ wò ara rẹ̀. Ó kọjú ìjà sí ìdẹwò láti mú kí ìbéèrè rọlẹ̀ tàbí láti padà sí ìmọ̀lára. Ó tẹ̀lé ìrònú níbi tí ó ti yọrí sí—kódà nígbà tí ó tọ́ka sí ju ààlà tí ó fẹ́ lọ.

Ìdí nìyí tí Lewis fi jẹ́ ẹni tó lágbára fún àwọn òǹkàwé òde òní. Kò fi iyèméjì sílẹ̀.

Kò fi iyèméjì ṣe yẹ̀yẹ́. Ó bọ̀wọ̀ fún ìbéèrè òtítọ́ nígbà tí ó ń fi ààlà rẹ̀ hàn.

Ọpọ̀ ènìyàn lónìí ló máa ń fara mọ́ ìdúró yìí gidigidi. Wọ́n fẹ́ ìgbàgbọ́ tó bọ̀wọ̀ fún ìrònú. Wọ́n kọ̀ láti gbàgbọ́ tó ń béèrè fún ọ̀nà àbùjá ọgbọ́n. Síbẹ̀ wọ́n tún mọ̀ pé iyèméjì, tí a kò bá ṣọ́ra rẹ̀, lè di ibi ààbò—ibi tí a ti ń fa ẹrù iṣẹ́ síwájú àti ibi tí a ti ń fi ìgbọràn sílẹ̀.

Ìtàn Lewis fi èyí hàn kedere pẹ̀lú ìrọ̀rùn ṣùgbọ́n pẹ̀lú ìdúróṣinṣin.

Ìyàtọ̀ wà láàárín iyèméjì tó ń wá òtítọ́ àti iyèméjì tó ń wá ìfàsẹ́yìn. Ọkan jẹ́ onígboyà. Èkejì jẹ́ ààbò. Lewis ṣàwárí pé àìnígbàgbọ́ rẹ̀, bó tilẹ̀ jẹ́ pé ó jẹ́ olóòótọ́, ó tún ná owó púpọ̀. Ó jẹ́ kí ó yẹra fún ìjuwọ́sílẹ̀, ṣùgbọ́n kò lè ṣàlàyé ayé tó ń gbé nígbẹ̀yìn gbẹ́yín.

Níkẹyìn, ó gbà pé ẹ̀sìn Kristẹni kò rú ìrònú—ó parí rẹ̀. Ṣùgbọ́n ìfọwọ́sowọ́pọ̀ yẹn wà níwájú.

Ní báyìí ná, Lewis dúró sí ibi tí ó ṣòro ṣùgbọ́n tí ó ní ọlá: kò fẹ́ gbàgbọ́ láìṣòótọ́, síbẹ̀ kò lè gbàgbọ́ ní ìtùnú.

Orí yìí kò fi hàn pé o ní ìgbàgbọ́.

Ó béèrè ohun kan tí ó rọrùn jù.

Ó béèrè bóyá iyèméjì rẹ ń ṣe iṣẹ́ tí o gbàgbọ́ pé wọ́n ń ṣe—tàbí bóyá wọ́n ti di ibi ààbò fún ìpinnu láìsí ìdákẹ́jẹ́ẹ́.

Àwọn ÀWỌN ÀPÒ ÌFỌRỌ

Àwọn Ìbéèrè fún Àkíyèsí Tòótọ́

Má ṣe yára gbèjà ara rẹ bí o ṣe ń ka àwọn wọ̀nyí.
Jẹ́ kí wọ́n fara hàn ní ìdákẹ́jẹ́ẹ́.

1. **Báwo lo ṣe máa ṣàlàyé iyèméjì rẹ—ṣé wọ́n jẹ́ ohun tí o fẹ́ mọ̀, ṣé wọ́n ṣọ́ra, ṣé wọ́n ń gbèjà ara wọn tàbí**
   wọn kò tíì yanjú?
2. **Ǹjẹ́ o ti fi ìgbà díẹ̀ fa ìgbọràn nígbà tí o ń sọ fún ara rẹ pé o ṣì ń "ronú jinlẹ̀" nípa àwọn nǹkan?**
   Kí ni ìdúró náà lè dáàbò bò?
3. **Ibo lo ti reti pe ki isin Kristẹni pade awọn ilana rẹ ṣaaju ki o to ronu lati juwọ si i?**
   Ṣe awọn ilana wọnyẹn ni o tọ—tabi ṣe iṣakoso?
4. **Ṣé iyèméjì rẹ ń tì ọ́ sí òtítọ́, tàbí wọ́n ń jẹ́ kí o má ṣe ìpinnu títí láé?**
   Jẹ́ kí o jókòó pẹ̀lú ìyàtọ̀ yẹn.
5. **Àwọn ìgbàgbọ́ ìwà rere wo lo gbàgbọ́ tí ó dà bíi pé a kò lè yẹ sílẹ̀ tàbí pé a gbọ́dọ̀ ṣe é?**
   Níbo lo gbàgbọ́ pé àwọn ìgbàgbọ́ wọ̀nyẹn ti wá?
6. **Ǹjẹ́ o ti kíyèsí ìdààmú láàárín ohun tí o sọ pé o gbàgbọ́ nípa òtítọ́ àti bí o ṣe ń gbé nínú rẹ̀ rí?**
   Kí ni ìdààmú náà fi hàn?
7. **Tí ẹ̀sìn Kristẹni bá jẹ́ òótọ́, kí ni iyèméjì rẹ yóò máa dáàbò bò ọ́ lọ́wọ́lọ́wọ́ báyìí?**
   Má ṣe dáhùn—kí o kàn kíyèsí.

Ìtọ́sọ́nà onírẹ̀lẹ̀ fún Olùkàwé

Iyèméjì tòótọ́ kìí ṣe ọ̀tá ìgbàgbọ́.
Ṣùgbọ́n kìí ṣe ilé títí láé.
Ní àkókò kan, òtítọ́ ń béèrè láti gbọ́ràn—kì í ṣe àyẹ̀wò lásán.

ORÍ KÁRÍN

Òfin Ìwà Tí A Kò Lè Pa Mọ́

Ìdí Tí Òótọ́ àti Àìtọ́ Fi Ń Kọ̀ Láti Jẹ́ Kí A Ṣe Àdéhùn Lórí Ẹgbẹ́ Rẹ̀

Bí **CS Lewis** ṣe ń ṣàyẹ̀wò àìnígbàgbọ́ rẹ̀ dáadáa, ohun kan kọ̀ láti dákẹ́: wíwà ní ipò *àìgbọ́dọ̀máṣe* .
Ó kíyèsí pé àwọn ènìyàn kì í kàn fẹ́ràn àwọn ìwà kan lásán—wọ́n *ń retí* wọn. A jiyàn bí ẹni pé òdodo ṣe pàtàkì. A dá ara wa láre bí ẹni pé a mọ̀ pé a ti ṣẹ̀. A dá ìwà ìkà lẹ́bi kì í ṣe pé ó rọrùn, ṣùgbọ́n ó burú. A sì ṣe èyí nípa ti ara, ní gbogbo àṣà àti ipò, kódà nígbà tí kò ná wa ní ohunkóhun láti dákẹ́.
Èyí dà Lewis láàmú.
Tí àgbáyé bá jẹ́ aláìbìkítà ní tòótọ́, ojúṣe ìwà rere yẹ kí ó dàbí ohun tí a kò lè ṣe. Síbẹ̀ kò rí bẹ́ẹ̀. Ohun rere àti ohun tí kò tọ́ ni a gbé ka ẹ̀rí-ọkàn pẹ̀lú ẹrù tí a kò lè ṣàlàyé gẹ́gẹ́ bí ìwà tàbí ìdúróṣinṣin àwùjọ lásán. Àwọn ènìyàn kò gbàgbọ́ nípa àwọn kúlẹ̀kúlẹ̀ ìwà rere, ṣùgbọ́n wọn kì í sábà tẹnu mọ́ àìgbọ́dọ̀máṣe fúnra rẹ̀. Dípò bẹ́ẹ̀, wọ́n ń jiyàn bíi pé ìlànà kan náà wà—àti bí ẹni pé ó yẹ kí àwọn ẹlòmíràn mọ̀ ọ́n.
Lewis mọ gbogbo wahala yii.
A máa ń dá wa láre nípa fífi ẹ̀bẹ̀ sí ìdájọ́ òdodo.
A máa ń gbèjà ara wa nípa ṣíṣàlàyé èrò ọkàn wa. A máa ń fi ẹ̀sùn kan àwọn ẹlòmíràn bí ẹni pé ìdájọ́ òdodo jẹ́ òótọ́.
Kódà nígbà tí a bá rú ìlànà tiwa, a kì í sẹ́ pé wọ́n wà. A máa ń rọ̀ wọ́n.
Àkíyèsí yìí yóò di ìpìlẹ̀ fún **ẹ̀sìn Kristẹni lásán lẹ́yìn náà** , ṣùgbọ́n kí Lewis tó kọ̀wé nípa rẹ̀, ó ti ń bá àwọn ìtumọ̀ rẹ̀ jìjàkadì fúnra rẹ̀.
Níbo ni òfin ìwà rere yìí ti wá?

Tí ó bá jẹ́ pé ó jẹ́ àdánidá lásán, kí ló dé tí a fi rò pé ó tọ́ láti tún un ṣe?

Tí ó bá jẹ́ pé àṣà lásán ni, kí ló dé tí a fi ń ṣe ìdájọ́ àwọn àṣà—tìtí kan tiwa? Tí ó bá jẹ́ ìfẹ́-ọkàn lásán, kí ló dé tí ó fi dè wá ní ìdènà kódà nígbà tí kò bá rọrùn?

Lewis bẹ̀rẹ̀ sí í rí i pé ojúṣe ìwà rere kò dà bí ohun tí ènìyàn ṣe, ó sì dà bí ohun tí a rí—ohun tí a rí dípò kí a ṣẹ̀dá rẹ̀. Tí èyí bá sì jẹ́ òótọ́, nígbà náà, òtítọ́ fúnra rẹ̀ lè jẹ́ ìwà rere.

Èrò tí kò dùn mọ́ni ni èyí.

Àgbáyé ìwà rere túmọ̀ sí jíjíhìn.

Jíjíhìn túmọ̀ sí àṣẹ. Aláṣẹ túmọ̀ sí Ẹni tí ó ju ara wa lọ.

Lewis kò yára dé ìparí èrò yìí, ṣùgbọ́n kò lè gbójú fo ibi tí ìdíyelé ń tọ́ka sí. Ó rí i pé àìnígbàgbọ́ rẹ̀ ṣàlàyé ọ̀pọ̀lọpọ̀ nǹkan lọ́nà tó dára—ṣùgbọ́n kì í ṣe ẹ̀rí ọkàn. Ó lè ṣàpèjúwe ìwà, ṣùgbọ́n kì í ṣe ojúṣe. Ó lè ṣàyẹ̀wò ìfẹ́ ọkàn, ṣùgbọ́n kì í ṣe ojúṣe.

Òfin ìwà rere kò yìn ín.

Kò gbà á láyè. Ó fi ẹ̀sùn kàn án.

Ìdí nìyí tí Lewis fi lóye pé ìwà rere kì í ṣe ohun tó ń tuni lára. Kì í ṣe pé ó kàn sọ bí a ṣe lè gbé ìgbésí ayé wa dáadáa nìkan ni, ó tún fi bí a ṣe ń kùnà tó hàn. Ó fi ìyàtọ̀ tó wà láàárín ohun tí a mọ̀ pé ó yẹ ká ṣe àti ohun tí a ń ṣe ní gidi hàn.

Àwọn òǹkàwé òde òní mọ̀ pé ìdààmú yìí lè ṣẹlẹ̀ lẹ́sẹ̀kẹsẹ̀.

A máa ń sọ̀rọ̀ nípa ìdájọ́ òdodo, ìwà títọ́, àti àánú pẹ̀lú ìtara—síbẹ̀ a máa ń dáríjì ara wa nígbà tí àwọn ìlànà wọ̀nyẹn bá béèrè fún ìrúbọ. A máa ń yára rí ìwà àìtọ́ nínú àwọn ẹlòmíràn, a sì máa ń lọ́ra láti gbà á nínú ara wa. A máa ń gbé bí ẹni pé òtítọ́ ìwà rere wà, síbẹ̀ a máa ń kọ̀ láti tẹrí ba fún un pátápátá.

Òfin ìwà rere fi ohun kan tí ó ń yọni lẹ́nu hàn: kì í ṣe pé a kàn ṣàṣìṣe lásán ni.

Lewis rí i pé àìdọ́gba yìí kì í ṣe ààlà ìgbàgbọ́—ó jẹ́ pàtàkì. Ẹ̀sìn Kristẹni kò bẹ̀rẹ̀ nípa sísọ fún àwọn ènìyàn bí wọ́n ṣe dára tó. Ó bẹ̀rẹ̀ nípa sísọ òtítọ́ fún wọn: pé nǹkan kan ti bàjẹ́, àti pé ìsapá ara ẹni nìkan kò lè tún un ṣe.

Nítorí náà, òfin ìwà rere kì í ṣe ìtọ́sọ́nà ìwà rere lásán, ó jẹ́ àyẹ̀wò àìsàn.

Ó sọ fún Lewis pé aráyé kì í ṣe aláìmọkan lásán ni, ṣùgbọ́n wọ́n yà sọ́tọ̀—kì í ṣe aláìmọkan nìkan, ṣùgbọ́n wọ́n ṣìnà. Tí àyẹ̀wò náà bá péye, àtúnṣe kò ní tó. Àyípadà yóò pọndandan. Ìmọ̀ yìí mú kí Lewis sún mọ́ ẹ̀sìn Kristẹni—ṣùgbọ́n kì í ṣe pẹ̀lú ìtùnú. Òfin ìwà rere kò kàn tọ́ka sí Ọlọ́run nìkan; ó tọ́ka sí àìní tirẹ̀. Ó pe òmìnira rẹ̀ níjà. Ó da ìlera ara rẹ̀ rú. Ó béèrè ìdáhùn, kì í ṣe ìyìn.

Síbẹ̀, Lewis dúró níbí, ó jẹ́ kí ẹrù òtítọ́ yìí tẹ̀ ẹ́ mọ́lẹ̀.

Kí ìgbàgbọ́ tó di ìgbọràn, a gbọ́dọ̀ gba ẹ̀rí ọkàn ní pàtàkì.

A kò ṣàlàyé rẹ̀.

A kò ṣe é. A kò pa ẹnu mọ́.

Òfin ìwà rere kò fẹ́ parẹ́ nítorí pé kì í ṣe tiwa ni a ó fi kọ̀ ọ́ sílẹ̀.

Àwọn ÀWỌN ÀPÒ ÌFỌRỌ

Àwọn Ìbéèrè fún Àkíyèsí Tòótọ́

Má ṣe yára dáhùn àwọn wọ̀nyí.

Jẹ́ kí wọ́n fi àwọn àpẹẹrẹ hàn dípò ìparí èrò.

1. **Tí o bá fi ẹ̀sùn kan àwọn ẹlòmíràn pé wọ́n hùwà àìtọ́, ìlànà wo lo fẹ́ kí wọ́n tẹ̀lé?**
   Níbo lo gbàgbọ́ pé ìlànà yẹn ti wá?
2. **Báwo lo ṣe sábà máa ń ṣàlàyé àṣìṣe ìwà rere rẹ?**
   Nípa èrò ọkàn rẹ? Nípa àyíká ipò? Àfiwé?
3. **Ǹjẹ́ àwọn ìgbàgbọ́ ìwà rere kan wà tí o ń retí pé kí àwọn ẹlòmíràn bọ̀wọ̀ fún ṣùgbọ́n tí o ń gbìyànjú láti gbọ́ràn sí ara rẹ?**
   Jọ̀wọ́ jókòó pẹ̀lú ìdààmú yẹn.
4. **Kí ni ẹ̀rí ọkàn rẹ sábà máa ń fi ẹ̀sùn kàn ọ́?**
   Kí ni èyí fi hàn nípa ohun tó o kà sí pàtàkì?
5. **Ǹjẹ́ o ti rò rí pé o mọ ohun tó tọ́—ṣùgbọ́n o kọ̀ láti ṣe bẹ́ẹ̀?**
   Kí ni àtakò yẹn ná ọ?

6. **Tí ojúṣe ìwà rere bá jẹ́ òótọ́, kí ni ó ń béèrè lọ́wọ́ rẹ ní báyìí ná?**
   Má ṣe gbé ìgbésẹ̀—kí o kàn kíyèsí.
7. **Kí ni yóò yípadà tí kì í bá ṣe pé a lè dúnàádúrà rere àti búburú, bí kò ṣe pé a lè dúnàádúrà?**
   Kí ni a ó nílò láti tún ṣe àtúntò?

Ìtọ́sọ́nà onírẹ̀lẹ̀ fún Olùkàwé
Òfin ìwà rere kò sí láti dójútì wá.
Ó wà láti sọ òtítọ́.
Kí a tó lè gba oore-ọ̀fẹ́,
a gbọ́dọ̀ dojúkọ òtítọ́.

ORÍ KẸFÀ

Nígbà tí Jíjọ̀wọ́ bá dà bí ẹni pé a ṣẹ́gun rẹ̀

Ìdí Tí Jíjẹ́wọ́ Lọ́pọ̀ ìgbà Fi Máa Ń Kẹ́yìn

Nígbà tí **CS Lewis** dúró ní etí bèbè ìgbàgbọ́, ìṣòro náà kò sí mọ́ nípa ọgbọ́n.
Àwọn àríyànjiyàn náà ti dínkù.
Àwọn àṣàyàn mìíràn ti dínkù. Òfin ìwà rere ti tẹ̀síwájú gidigidi débi pé a kò lè fojú fo wọ́n.
Ohun tó ṣẹ́kù kì í ṣe ọ̀ràn òtítọ́, bí kò ṣe ti **ìfẹ́ ọkàn** .
Lewis rí i pé ìkọ̀kọ̀ ìkẹyìn sí ẹ̀sìn Kristẹni kì í ṣe àìnígbàgbọ́—ẹ̀rù ni. Láti juwọ́ sílẹ̀ ni láti pàdánù ohun kan. Láti tẹrí ba ni láti fi ìṣàkóso sílẹ̀. Bí ẹ̀sìn Kristẹni bá jẹ́ òótọ́, kì í ṣe pé ó kàn béèrè pé kí a ronú nípa rẹ̀. Ó béèrè pé kí a gbọ́ràn sí i. Ìgbọràn sì dà bí ìjákulẹ̀.
Àkókò yìí ni ọ̀pọ̀ ènìyàn kò dárúkọ rẹ̀.
A sábà máa ń fojú inú wo ìfaradà gẹ́gẹ́ bí ìtura, ṣùgbọ́n kì í sábàá rí bẹ́ẹ̀ ní àkọ́kọ́. Ó dà bí àdánù—ìdádúró òmìnira, ti olùkọ̀wé, ti ẹ̀tọ́ láti pinnu ara wa ní ìbámu pẹ̀lú àwọn ìlànà wa.
Lewis kò tako Ọlọ́run nítorí pé ó fẹ́ràn òkùnkùn; ó tako nítorí pé ó fẹ́ràn òmìnira.
Ó mọ̀ pé ìgbàgbọ́ nìkan kò ní yí ohun púpọ̀ padà. Jíjẹ́wọ́ yóò yí ohun gbogbo padà.
Láti gbà pé Ọlọ́run jẹ́ ohun kan.
Ohun mìíràn ni láti tẹrí ba fún un.
Lewis rí i pé ẹ̀sìn Kristẹni kò wá láti gbà á nímọ̀ràn lásán, ṣùgbọ́n láti **gba ipò rẹ̀** . Kò fúnni ní àjọṣepọ̀; ó béèrè fún ìdúróṣinṣin. Ìdúróṣinṣin túmọ̀ sí pé Lewis kò ní jẹ́ aláṣẹ ìkẹyìn nínú ìgbésí ayé rẹ̀ mọ́.

Ìmọ̀ yẹn mú kí ó dẹwọ́.

Ọpọ̀ àwọn òǹkàwé òde òní ló mọ̀ pé ìlọ́tìkọ̀ yìí wà lójúkan náà. A lè fara mọ́ òtítọ́ Kristẹni, a lè fara mọ́ àwọn ìlànà Kristẹni, a tilẹ̀ lè máa gbóríyìn fún Kristi—síbẹ̀ a lè kọ̀ láti jẹ́ kí Ó ní àṣẹ lórí àwọn ìpinnu, ìfẹ́ ọkàn, àkókò, tàbí ìdámọ̀.

Ìgbàgbọ́ lè ṣeé ṣàkóso níwọ̀n ìgbà tí ó bá ṣì jẹ́ ìmọ̀ràn.

Ṣùgbọ́n ẹ̀sìn Kristẹni kò dúró gẹ́gẹ́ bí ìmọ̀ràn.

Lewis ṣàpèjúwe ìyípadà rẹ̀ kìí ṣe gẹ́gẹ́ bí àkókò ayọ̀ ayọ̀, ṣùgbọ́n gẹ́gẹ́ bí ìfarabalẹ̀ tí ó lọ́ra. Ó nímọ̀lára pé a fà á, a há a mọ́lẹ̀, a lépa rẹ̀—kì í ṣe lòdì sí ìfẹ́ rẹ̀, ṣùgbọ́n ó kọjá agbára rẹ̀. Ohun tí ó fi sílẹ̀ nígbẹ̀yìn gbẹ́yín kì í ṣe ìrònú, bí kò ṣe àtakò.

Jíjẹ́wọ́ ara rẹ̀ dà bí ẹni tí a fidí rẹ̀ múlẹ̀ nítorí pé ó ní kí ó gbà pé òun kò lè dá ara òun lẹ́bi, òun kì í ṣe aláṣẹ, òun kì í ṣe ẹni tí a dá lẹ́bi ara rẹ̀.

Síbẹ̀—ìjákulẹ̀ yìí yóò fi ara rẹ̀ hàn gẹ́gẹ́ bí òmìnira lẹ́yìn náà.

Ṣùgbọ́n kò tíì rí bẹ́ẹ̀.

Ní ìpele yìí nínú ìrìn àjò rẹ̀, Lewis dúró ní etí bèbè. Ó mọ̀ pé nígbà tí òun bá kọjá rẹ̀, àìdásí-tọ̀túntòsì yóò pòórá. Kò lè kíyèsí ẹ̀sìn Kristẹni láti òkèèrè mọ́. Ó gbọ́dọ̀ gbé inú rẹ̀.

Ìṣiyèméjì yìí jẹ́ ti ènìyàn gidi.

A kì í ṣe nítorí pé a kò mọ̀ tó, ṣùgbọ́n nítorí pé a mọ tó láti bẹ̀rù. Jíjẹ́wọ́ ara wa hàn gbangba. Ó dojúkọ ara wa tí a ń ṣàkóso dáadáa. Ó nílò ìgbẹ́kẹ̀lé níbi tí a ti kọ́ láti dáàbòbò.

Àtakò Lewis rán wa létí pé ìfaradà kìí ṣe ti ìmọ̀lára pàtàkì—ó jẹ́ ti ìwàláàyè. Ó tún túmọ̀ ẹni tí ó ní àṣẹ lórí ìgbésí ayé wa. Àti pé, nígbà tí a bá ti juwọ́ sílẹ̀, a kò lè gba àṣẹ padà láìsí àbájáde.

Orí yìí kò tíì ṣe ayẹyẹ ìfaradà.

Ó sọ òtítọ́ nípa iye owó rẹ̀.

Kí ìgbàgbọ́ tó di ìgbọràn, a gbọ́dọ̀ dojúkọ ohun tí ìgbọràn yóò béèrè fún.

Jíjẹ́wọ́ sábà máa ń dà bí ìjákulẹ̀
nítorí ó máa ń fòpin sí ìjọba ara ẹni.

Àwọn ÀWỌN ÀPÒ ÌFỌRỌ

Àwọn Ìbéèrè fún Àkíyèsí Tòótọ́

Má ṣe dáhùn pẹ̀lú ìgbèjà.
Jẹ́ kí àwọn ìbéèrè wọ̀nyí sọ orúkọ ohun tó jẹ́ òótọ́.

1. **Kí ló máa ń náni lówó jù láti fi ìṣàkóso ìgbésí ayé rẹ lé Ọlọ́run**
   lọ́wọ́ ?
2. **Níbo lo ti fẹ́ kí ẹ̀sìn Kristẹni gbani nímọ̀ràn ju kí ó pàṣẹ lọ?**
   Àwọn apá wo nínú ìgbésí ayé ni o rò pé kò sí ààlà?
3. **Ǹjẹ́ o ti fi ìgbà kan falẹ̀ láti gbọ́ràn, kìí ṣe nítorí pé o ṣiyèméjì nípa òtítọ́, ṣùgbọ́n nítorí pé ìfaradà dà bí àdánù?**
   Kí ni o ń dáàbò bò?
4. **Àṣẹ wo ni o ń kọ̀ láti jẹ́wọ́—bí àkókò ti ń lọ, ìpinnu, àjọṣepọ̀, tàbí ìdámọ̀?**
   Jọ̀wọ́ jókòó pẹ̀lú ìdènà yẹn.
5. **Ṣé o so ìfaradà pọ̀ mọ́ ìjákulẹ̀ ju òmìnira lọ?**
   Kí ló dé tí o fi rò bẹ́ẹ̀?
6. **Tí àìdásítọ̀tún kò bá jẹ́ àṣàyàn mọ́, kí ló máa yí padà ní àkọ́kọ́ nínú ìgbésí ayé rẹ?**
   Má ṣe ṣe nǹkan kan—kí o kàn kíyèsí.
7. **Irú ẹni wo ló lè ní láti kú kí ìgbọràn tó lè bẹ̀rẹ̀?**
   Jẹ́ kí ìbéèrè yẹn wà ní ṣíṣí sílẹ̀.

Ìtọ́sọ́nà onírẹ̀lẹ̀ fún Olùkàwé

Jíjẹ́wọ́ kì í sábàá jẹ́ ohun ìyanu.
Ó sábà máa ń jẹ́ ohun ìdákẹ́jẹ́ẹ́, àìlọ́ra, àti owó púpọ̀.
Ṣùgbọ́n kò ní ìtumọ̀ rárá.

ÌFÍHÀN SÍ APA KEJÌ

ÌDÍ TÍ ÌJẸSÌN KÍKÀN SÌ Ń ṢE PÀTÀKÌ

Òtítọ́ Tí Kò Dáa Dípò Ìlànà Ìròyìn

Nígbà kan, ìrònújinlẹ̀ máa ń fúnni ní àǹfààní láti ṣírò.
Apá Kejì ìwé yìí bẹ̀rẹ̀ níbi tí àìdásí-ọ̀tọ̀ ti parí.
ẹ̀sìn Kristẹni lásán láti mú kí a gbọ́ ìfohùnṣọ̀kan tàbí kí a máa fi ọ̀wọ̀ fún ìmọ̀. A kọ ọ́ láti kojú ìṣòro kan pàtó: ayé tí ó nímọ̀lára ìwà rere ṣùgbọ́n tí ó tako àṣẹ ìwà rere; àwọn ènìyàn tí wọ́n ń sọ̀rọ̀ nípa ohun rere àti ohun búburú ṣùgbọ́n tí wọ́n ń gbé bí ẹni pé òtítọ́ ṣeé dúnàádúrà; àwọn onígbàgbọ́ tí wọ́n gbà pẹ̀lú ẹ̀sìn Kristẹni lẹ́ìjẹ́ kí ó yí wọn padà.
CS Lewis kọ *ẹ̀sìn Kristẹni lásán* lẹ́yìn tí òtítọ́ ti yọ́ ọ mọ́. Ohun tó kù kì í ṣe àlàyé, bí kò ṣe ìgbọràn. Ìwé náà kò béèrè bóyá ẹ̀sìn Kristẹni jẹ́ ohun tó dùn mọ́ni. Ó béèrè bóyá ó jẹ́ **òótọ́** — bí ó bá sì jẹ́ òótọ́, kí ni ó gbọ́dọ̀ tẹ̀lé e.
Apá yìí yíjú sí ìbéèrè yẹn pẹ̀lú ìfẹ́ ọkàn.
orí tó tẹ̀lé e kò ṣàkópọ̀ *ẹ̀sìn Kristẹni lásán* . Wọ́n tọ́ka sí àwọn ibi tí ìgbàgbọ́ ti di ohun tí kò báradé, níbi tí ìgbéraga ti fara hàn, níbi tí wọ́n ti ń pe ìṣàkóso ara ẹni níjà, àti níbi tí ìyípadà ti di ohun tí a kò lè yẹ sílẹ̀.
Lewis kò mú kí àwọn àkókò wọ̀nyí rọ̀.
Bẹ́ẹ̀ náà ni ìwé yìí kò ní mú kí ó rọ̀.
Níbí, ẹ̀sìn Kristẹni kò jẹ́ ohun tí a lè gbé yẹ̀ wò mọ́, ó sì bẹ̀rẹ̀ sí í béèrè fún ìdáhùn. Òfin ìwà rere kò jẹ́ ohun tí a kò lè fojú rí mọ́. Ìgbéraga kò jẹ́ ti èrò inú mọ́. Ìgbàgbọ́ kò jẹ́ ti ara ẹni mọ́. A kò wulẹ̀ ń gbóríyìn fún Kristi.
Apá Kejì múra rẹ sílẹ̀ fún ìrìnàjò tí ń bọ̀ nípa ṣíṣe àlàyé ohun tí ó wà nínú ewu.

Tí èsìn Kristẹni bá jẹ́ òótọ́, kì í ṣe láti mú ìwà wa sunwọ̀n sí i. Ó wá láti tún ara wa ṣe .
Àwọn orí tó wà nínú apá yìí ni a ṣe láti dín ìyàtọ̀ tó wà láàárín mímọ̀ àti ṣíṣe—láàrín òye àti ìgbésí ayé. Wọ́n ń pèsè ilẹ̀ fún ìrìn àjò ọjọ́ ogójì tí kì í ṣe pé kí o kàn ronú nípa ìgbàgbọ́ nìkan, ṣùgbọ́n kí o ṣe é.
Ìsìn Kristẹni lásán ṣì ṣe pàtàkì nítorí pé ìṣòro tí ó ń yanjú kò tíì yípadà.
Ìgbàgbọ́ wọ́pọ̀.
Ìgbọràn ṣọ̀wọ́n.
Apá yìí wà láti jẹ́ kí ìyàtọ̀ yẹn má ṣeé ṣe láti fojú fo.

Nígbà kan, ìrònújinlẹ̀ máa ń fúnni ní àǹfààní láti ṣíròò.
Àwọn ìbéèrè tí a gbé kalẹ̀ ní àwọn orí tí ó ṣáájú kò lè jẹ́ ti èrò-orí mọ́. A ti dárúkọ àdánù. A ti jí ìfẹ̀kúfẹ̀ẹ́ dìde. A ti ṣàyẹ̀wò iyèméjì. Ẹ̀rí-ọkàn ti sọ̀rọ̀. A ti tú àṣírí àtakò.
Ohun tó kù kì í ṣe ìfẹ́ ọkàn, bí kò ṣe ìpinnu.
Àwọn orí tó tẹ̀lé e yíjú sí *ẹ̀sìn Kristẹni lásán* —kì í ṣe gẹ́gẹ́ bí ìwé tí a ó ṣàkópọ̀, ṣùgbọ́n gẹ́gẹ́ bí òtítọ́ tó ń wá ìdáhùn. Níbí, a kò rí ìgbàgbọ́ láti ọ̀nà jíjìn mọ́. A dojúkọ ọ́. A dán an wò. A sì nílò láti gbéra láti inú ìfohùnṣọ̀kan sí ìgbọràn.
Ibí ni àìdásítọ̀tún ti bẹ̀rẹ̀ sí í parẹ́.

ORÍ KEJE

Kì í ṣe ìwé, ṣùgbọ́n ìṣirò

Ìdí Tí Òtítọ́ Fi kọ̀ láti dúró ní ti ìmọ̀ ẹ̀rọ

Nígbà tí **CS Lewis** yípadà sí ẹ̀sìn Kristẹni nígbẹ̀yìn gbẹ́yín, kò ṣe bẹ́ẹ̀ gẹ́gẹ́ bí ọkùnrin tí ń wá ìtùnú. Ó ṣe bẹ́ẹ̀ gẹ́gẹ́ bí ọkùnrin tí òtítọ́ yọ́ mọ́.

í ṣe ẹ̀sìn Kristẹni lásán ni a kọ láti fi gba àríyànjiyàn tàbí láti mú kí a máa gbóríyìn fúnni. A kọ ọ́ nítorí pé Lewis ṣàwárí pé ìgbàgbọ́, tí ó jẹ́ olóòótọ́ nígbà kan rí, kò lè dúró láìdádúró. Ìwé náà wà nítorí pé àwọn ìbéèrè tí Lewis ti béèrè fún ara rẹ̀ kò ní fi í sílẹ̀—àti nítorí pé ó mọ̀ pé àwọn ìbéèrè wọ̀nyẹn ń tẹnumọ́ àwọn ẹlòmíràn pẹ̀lú.

Ní pàtàkì rẹ̀, *ẹ̀sìn Kristẹni lásán* ni ó ń sọ̀rọ̀ nípa ìṣòro kan tí ó dà bí ohun tí ó wà ní òde òní: àwọn ènìyàn tí wọ́n nímọ̀lára ojúṣe ìwà rere, tí wọ́n ń sọ̀rọ̀ nípa ohun tí ó tọ́ àti ohun tí kò tọ́, tí wọ́n ń bọ̀wọ̀ fún Kristi, síbẹ̀ tí wọ́n ń tako àṣẹ tí ìgbàgbọ́ túmọ̀ sí. Lewis rí i pé ọ̀pọ̀ ènìyàn ló múra tán láti gba àwọn èrò Kristẹni níwọ̀n ìgbà tí àwọn èrò wọ̀nyẹn kò bá tún ṣe àtúntò ìgbésí ayé.

Iduro yẹn da a láàmú.

Lewis lóye pé ẹ̀sìn Kristẹni kì í ṣe àṣàyàn kan láàárín ọ̀pọ̀lọpọ̀ ìmọ̀ ọgbọ́n orí. Ó gbé ara rẹ̀ kalẹ̀ gẹ́gẹ́ bí ẹ̀tọ́ nípa òtítọ́—èyí tí, bí ó bá jẹ́ òótọ́, ó ń béèrè ìdáhùn. Ìgbàgbọ́ tí ó ti kọ̀ tí ó sì gba nígbẹ̀yìn gbẹ́yín kò wá láti mú ìfẹ́ ọkàn rẹ̀ sunwọ̀n sí i; ó wá láti dojúkọ ara rẹ̀.

Ìdí nìyí tí *ẹ̀sìn Kristẹni* fi yàtọ̀ sí àwọn ìwé Kristẹni mìíràn. Kò wù ẹni tó ń kà á lórí. Kò ní pe àdéhùn láìsí àbájáde. Ó ń lọ ní ìdúróṣinṣin, láìsí ìjákulẹ̀, láti ìgbà tí a ti mọ̀ ọ́n sí ìgbà tí a bá ń sọ̀rọ̀.

Lewis bẹ̀rẹ̀ níbi tí ó ti ṣòro láti tọ́jú àtakò: pẹ̀lú ìrírí ènìyàn tí a pín nípa ìwà rere. Láti ibẹ̀, ó tẹ̀síwájú—kì í ṣe láti ìtìjú, ṣùgbọ́n láti ṣàlàyé. Tí a bá mọ ohun tí ó yẹ kí a ṣe tí a kò sì ṣe é, ohun kan ń ṣẹlẹ̀. Tí ohun kan bá sì ń ṣẹlẹ̀ ní ìpele ara ẹni, nígbà náà àtúnṣe nìkan kò ní tó.

Lewis tẹnumọ́ pé, ẹ̀sìn Kristẹni kì í ṣe nípa dídi ènìyàn tó dára díẹ̀, ó jẹ́ nípa dídi ènìyàn tó yàtọ̀.

Ìtẹnumọ́ yìí gan-an ló mú kí *ẹ̀sìn Kristẹni kékeré* má ba àwọn òǹkàwé lọ́kàn jẹ́ ní ọ̀pọ̀ ọdún lẹ́yìn náà. Kò fi àyè sílẹ̀ fún ìpínyà. Ìgbàgbọ́ kò lè dúró ní ìkọ̀kọ̀. Ìgbàgbọ́ kò lè dúró ní ọ̀ṣọ́. Kristi kò lè dúró ní ìmọ̀ràn.

Agbára ìwé náà kò sinmi lórí bí ó ṣe díjú tó, bí kò ṣe pé ó ṣeé yẹ sílẹ̀. Lewis kò sáré. Ó fi sùúrù ronú. Ó jẹ́ kí àwọn àtakò fara hàn. Síbẹ̀, ó mú ààbò àìdásí-tọ̀túntò kúrò. Nígbà tí òǹkàwé bá dé orí àwọn ohun pàtàkì ti ẹ̀sìn Kristẹni, ìbéèrè náà ni pé, Ṣé *èyí dùn mọ́ni mọ́?* Ṣùgbọ́n *ṣé òótọ́ ni—bí ó bá sì rí bẹ́ẹ̀, kí ló tẹ̀lé e?*

Ìdí nìyí tí a kò fi lè ka *ẹ̀sìn Kristẹni lásán* sí ìwé tí a ó kẹ́kọ̀ọ́ nípa rẹ̀.

Ìṣirò ni.

Lewis mọ èyí nítorí pé ó ti jẹ́ ohun tó ń jẹ́ kí ó ronú nípa rẹ̀ ní àkọ́kọ́. Kì í ṣe láti ibi gíga ni ó ti kọ ìwé náà, ṣùgbọ́n láti inú ìrírí. Àwọn òtítọ́ tí ó gbé kalẹ̀ ni àwọn òtítọ́ tí ó da òmìnira rẹ̀ rú, tí ó dojúkọ ìgbéraga rẹ̀, tí ó sì béèrè fún ìgbọràn rẹ̀.

Nítorí náà, Apá Kejì ìwé yìí yí padà sí ìforígbárí yẹn.

Àwọn orí tó tẹ̀lé e kò ṣàkópọ̀ *ẹ̀sìn Kristẹni lásán* . Wọ́n tọ́ka sí ìfúngun tí ó ń lò—bí ó ṣe ń tú ìgbéraga jáde, ó ń tún òmìnira ṣe, ó ń pe ìṣàkóso ara ẹni níjà, ó sì ń béèrè fún ìyípadà tí ó ná owó púpọ̀ tí ó sì ṣe pàtàkì.

Tí Apá Kìíní bá fi bí ọkàn ṣe ń múra sílẹ̀ hàn,
Apá Kejì béèrè ohun tí a gbọ́dọ̀ ṣe nísinsìnyí.
Ibí ni ìgbàgbọ́ ti bẹ̀rẹ̀ sí í pàdánù àìlẹ́bi rẹ̀.
Ìgbọràn sì bẹ̀rẹ̀ sí í bẹ̀rẹ̀ sí í ṣẹ̀dá.

Àwọn ÀWỌN ÀPÒ ÌFỌRỌ

Àwọn Ìbéèrè fún Àkíyèsí Tòótọ́

Má ṣe fi ìkánjú béèrè àwọn ìbéèrè wọ̀nyí.
Jẹ́ kí wọ́n ṣàlàyé ohun tó wà nínú ewu.

1. **Kí ni o sábà máa ń retí pé kí àwọn ìwé Kristẹni fún ọ—ìtùnú, òye tó ṣe kedere, ìmísí, tàbí àyípadà?**
   Èwo nínú ìwọ̀nyí ni o ń kọ̀ láti ṣe?
2. **Ǹjẹ́ o ti fara mọ́ òtítọ́ Kristẹni rí nígbà tí o ń tako ìtumọ̀ rẹ̀ fún ìgbésí ayé rẹ?**
   Níbo ni wàhálà yẹn ti fara hàn?
3. **Àwọn ọ̀nà wo lo ti gbà jẹ́ kí ìgbàgbọ́ wà ní ìkọ̀kọ̀ tàbí kí ó wà ní ìpínyà?**
   Àwọn apá wo nínú ìgbésí ayé ni ìgbàgbọ́ kò kàn?
4. **Kí ni o retí pé ẹ̀sìn Kristẹni *kò ní* béèrè lọ́wọ́ rẹ?**
   Jẹ́ kí o jókòó pẹ̀lú ìrètí yẹn.
5. **Ṣé o rí ara rẹ ní ìtùnú láti jíròrò ìgbàgbọ́ ju kí o máa ṣe ìgbọràn lọ?**
   Kí ló dé tí o fi rò bẹ́ẹ̀?
6. **Tí ẹ̀sìn Kristẹni bá jẹ́ òótọ́, apá wo nínú ìgbésí ayé rẹ ló lè má ṣe dá sí tọ̀túntòsì mọ́?**
   Má ṣe ṣe nǹkan—kí o kàn kíyèsí.
7. **Kí ni yóò túmọ̀ sí pé kí ìgbàgbọ́ di ohun tó gbowó lórí dípò kí ó rọrùn?**
   Jẹ́ kí ìbéèrè yẹn wà níbẹ̀ títí.

Ìtọ́sọ́nà onírẹ̀lẹ̀ fún Olùkàwé
Òtítọ́ kò béèrè pé kí a gbóríyìn fún òun.
Ó ń béèrè pé kí a gbóríyìn fún òun.
Orí yìí kò tíì béèrè fún ìdáhùn.
Ó ṣàlàyé ìdí tí ìdáhùn yóò fi jẹ́ èyí tí a kò lè yẹ̀ sílẹ̀ nígbẹ̀yìn-gbẹ́yín.

ORÍ KẸJỌ

Iṣoro naa kii ṣe iwa, ṣugbọn ara-ẹni

Ìdí Tí Ìsìn Kristẹni Kò Fi Bẹ̀rẹ̀ Pẹ̀lú Ìdàgbàsókè

Ọkan lára àwọn àwárí tó ń bani nínú jẹ́ jùlọ tí **CS Lewis** ṣe nínú *ẹ̀sìn Kristẹni lásán* ni èyí:
ìṣòro pàtàkì tí ẹ̀sìn Kristẹni ń kojú kì í ṣe ohun tí a *ń ṣe* , bí kò ṣe ẹni tí ó ń ṣe àkóso ẹni tí a *jẹ́* .
Ọpọ̀ ènìyàn gbà pé ẹ̀sìn wà láti mú wa hùwà tó dára sí i. Ó jẹ́ onínúure. Ó ní ìwà tó dára sí i. Ó ní ọ̀wọ̀ sí i. Lewis tú èrò yìí ká pẹ̀lú ìṣọ́ra àti láìsí ìjákulẹ̀. Ó jiyàn pé ẹ̀sìn Kristẹni kì í ṣe nípa ríran àwọn ènìyàn búburú lọ́wọ́ láti hùwà tó dára sí i. Ó jẹ́ nípa yíyí àwọn ènìyàn tí wọ́n ti ṣìnà ní àárín padà.
Kì í ṣe ìwà tó wà ní ìpele ojú ilẹ̀ ni ìṣòro náà,
ìṣàkóso ara ẹni ni .
Lewis ṣàkíyèsí pé ọpọ̀ ènìyàn ló fẹ́ ṣe àtúnṣe ìwà rere níwọ̀n ìgbà tí wọ́n bá ṣì wà ní ìkáwọ́. A ó yí ìwà padà, a ó gba àwọn ẹ̀kọ́, a ó sì tún ṣe àwọn ìrúbọ—títí tí ara wa bá ṣì wà ní ipò ọba. Síbẹ̀síbẹ̀, ẹ̀sìn Kristẹni kì í bá ara wa ṣòwò. Ó ń dojú kọ ọ́.
Ìdí nìyí tí ẹ̀sìn Kristẹni fi nímọ̀lára pé ó ju àwọn èrò òde òní lọ.
A fẹ́ràn ìdàgbàsókè ju ìfọkànsìn lọ. A fẹ́ ọ̀nà ìṣísẹ́, kìí ṣe ìyípadà. A ń béèrè iye tí Ọlọ́run ń béèrè, kìí ṣe ẹni tí Ọlọ́run gbọ́dọ̀ jẹ́ fún wa. Lewis rí i pé ìdúró yìí kò yé wa nípa ìwà ìgbàgbọ́ pátápátá.
Ẹsìn Kristẹni kò wá láti sọ wá di ènìyàn rere.
Ó wá láti sọ wá di **ènìyàn tuntun** .

Lewis lo àwòrán ilé kan tí wọ́n ń tún ṣe—kì í ṣe tí wọ́n tún un ṣe, ṣùgbọ́n tí wọ́n tún un kọ́. Kì í ṣe pé wọ́n ń tún ògiri náà ṣe nìkan ni; wọ́n ń tún àwọn yàrá ṣe. Wọ́n ń fi àwọn apá tí kò retí kún un. Wọ́n ń gbé àwọn ìtìlẹ́yìn tí ó gbé ẹrù sókè. Ìlànà náà ń da nǹkan rú nítorí pé Ayàwòrán ilé náà kò nífẹ̀ẹ́ sí ìyípadà ohun ọ̀ṣọ́.

Ibí ni ọpọlọpọ eniyan ti n tako.

A sábà máa ń fẹ́ kí Ọlọ́run ṣe àtúnṣe sí àwọn ìwà kan nígbà tí a ń dáàbò bo ara wa láti inú ìdènà. A máa ń gba ìtọ́ni, ṣùgbọ́n a máa ń tako àṣẹ. A máa ń gba ìtọ́sọ́nà ìwà rere, ṣùgbọ́n kì í ṣe jíjẹ́ oníwà rere. Lewis mọ̀ pé èyí kì í ṣe ẹ̀sìn Kristẹni—ó jẹ́ ìdàgbàsókè ara ẹni pẹ̀lú èdè ìsìn.

Ẹsùn Kristẹni tún tẹ̀síwájú: ara ẹni tí ó tẹnumọ́ ìṣàkóso ni ohun tí a gbọ́dọ̀ fi sílẹ̀. Lewis jiyàn pé ìgbéraga kì í ṣe ẹ̀ṣẹ̀ kan ṣoṣo láàárín àwọn mìíràn. Ó jẹ́ ipò tí ó ń mú kí gbogbo àwọn ẹlòmíràn wà láàyè. Níwọ̀n ìgbà tí ara ẹni bá wà lórí ìtẹ́, ìyípadà yóò máa jẹ́ apa kan.

Èyí kò dùn mọ́ni rárá.

Ó túmọ̀ sí wípé ẹ̀sìn Kristẹni kò fi ara rẹ̀ sílẹ̀ láìsí ìṣòro . Kì í ṣe pé ó kàn ń gba ẹ̀mí ìgbéraga níyànjú nìkan; ó ń yípadà. Kristi kò wá láti ràn wá lọ́wọ́ láti máa gbé ìgbésí ayé wa dáadáa. Ó wá láti **gba ìṣiṣẹ́ wọn** .

Lewis mọ èyí fúnra rẹ̀. Àtakò rẹ̀ sí ìgbàgbọ́ kì í ṣe ti ọgbọ́n orí nìkan—ó jẹ́ ti wíwà. Láti di Kristẹni túmọ̀ sí pé kí a fi àṣẹ ìkọ̀wé sílẹ̀. Ó jẹ́ láti gbà pé ara ẹni kò tóótun láti ṣàkóso ara rẹ̀. Ibí ni ìgbàgbọ́ ti máa ń dúró sí.

A fara mọ́ òtítọ́ Kristẹni nígbà tí a ń ṣe àtúnṣe sí ìwọ̀n rẹ̀ lọ́nà ọgbọ́n. A gba ìdáríjì ṣùgbọ́n a kọjú ìjà sí ìṣẹ̀dá. A fẹ́ oore-ọ̀fẹ́ láìsí ìṣàkóso. Lewis kọ̀ láti pínyà yìí. Ó tẹnumọ́ pé, ẹ̀sìn Kristẹni yálà gba gbogbo ara—tàbí kò gba ohunkóhun.

Ìdí nìyí tí *ẹ̀sìn Kristẹni lásán* kò fi ṣiṣẹ́ gẹ́gẹ́ bí ìṣírí onírẹ̀lẹ̀. Ó ń tẹ̀síwájú sí ìparí èrò tí ẹni tó ń kà á kò lè yẹra fún: bí Kristi bá jẹ́ Olúwa, nígbà náà ara ẹni gbọ́dọ̀ fi ipò rẹ̀ sílẹ̀.

Kò dára síi.

Kò gbani nímọ̀ràn.

A fi ipò olùṣàkóso rọ́pò rẹ̀.
Orí yìí kò sọ bí a ṣe lè ṣe bẹ́ẹ̀ fún ọ.
Ó sọ ìdí tí ìfarabalẹ̀ díẹ̀ kò fi lè ṣìṣẹ́ fún ọ.
Ìyípadà kì í bẹ̀rẹ̀ pẹ̀lú ìwà tó dára jù.
Ó bẹ̀rẹ̀ pẹ̀lú ìyípadà nínú ẹni tó wà ní ipò olórí.

Àwọn ÀWỌN ÀPÒ ÌFỌRỌ

Àwọn Ìbéèrè fún Àkíyèsí Tòótọ́

Má ṣe dáhùn pẹ̀lú ìgbèjà.
Jẹ́ kí àwọn ìbéèrè wọ̀nyí fi ìdúró hàn, kìí ṣe ìṣeṣe.

1. **Ibo lo ti n fojusi julọ lori imudarasi iwa ju ki o juwọ silẹ fun iṣakoso?**
   Kini o dara ju lati yipada?
2. **Àwọn apá wo nínú ìgbésí ayé rẹ ni o ń pe ìtọ́sọ́nà Ọlọ́run ṣùgbọ́n tí o ń tako àṣẹ Rẹ̀?**
   Sọ pàtó.
3. **Báwo lo ṣe dáhùn sí èrò náà pé ẹ̀sìn Kristẹni fẹ́ rọ́pò ìṣàkóso ara ẹni dípò kí ó tún un ṣe**
   ?
4. **Apá wo nínú ìdánimọ̀ rẹ ló ń halẹ̀ mọ́ ọ jùlọ nípa èrò ìfara-ẹni-rúbọ?**
   Kí ló dé tí o fi rò pé bẹ́ẹ̀ ni?
5. **Ṣé ìsapá tàbí ìdúróṣinṣin lo fi ń wọn ìdàgbàsókè tẹ̀mí?**
   Kí ni èyí fi hàn nípa ìdúró rẹ?
6. **Níbo ni ìgbéraga ti lè máa fi ara rẹ̀ pamọ́ gẹ́gẹ́ bí òmìnira tàbí ìdàgbàsókè?**
   Jẹ́ kí a fi òótọ́ inú ronú nípa àǹfààní yẹn.
7. **Tí Kristi bá jẹ́ olórí pátápátá, kí ni kò ní jẹ́ kí a dúnàádúrà mọ́?**
   Má ṣe ṣe nǹkan—kí o kàn kíyèsí.

Ìtọ́sọ́nà onírẹ̀lẹ̀ fún Olùkàwé

Ẹsìn Kristẹni kì í béèrè fún ìfọwọ́sowọ́pọ̀.
Ó ń béèrè fún ìfọkànsìn.
Kì í ṣe nítorí pé Ọlọ́run ló ń darí,
ṣùgbọ́n nítorí pé òfin tó pínyà kò lè wo ara ẹni tó pínyà sàn.

ORÍ KẸSÀN-ÁN

Àròsọ Jíjẹ́ "Títóbi"

Ìdí Tí Àfiwé Fi Ń Dá Ẹdùn-Ọlá Lẹ́kun

Ọkan lára àwọn ìdènà tó dákẹ́ jùlọ sí ìyípadà, **CS Lewis** ṣàkíyèsí, kì í ṣe ìṣọ̀tẹ̀—ṣùgbọ́n ìfiwéra.

Nínú *ìwé ẹ̀sìn Kristẹni lásán* , Lewis máa ń padà sí òtítọ́ kan tí ó rọrùn ṣùgbọ́n tí ó ń múni gbọ̀n rìrì: ìwà rere tí a fi wéra lè jẹ́ ìtùnú nígbà tí ó sì ń ṣìnà gidigidi. Níwọ̀n ìgbà tí a bá túmọ̀ ìwà rere sí àwọn ẹlòmíràn, a lè wà ní ìrọ̀rùn láìsí pé a yí wa padà. Àfiwé máa ń mú kí ìdánilójú rọ̀.

A máa ń fi ara wa lọ́kàn balẹ̀ pé a kì í ṣe aláìṣòótọ́, a kì í ṣe oníwà ìkà, a kì í ṣe onímọtara-ẹni-nìkan bí ẹlòmíràn. A máa ń rí òdodo lórí ìwọ̀n tí kò dára ju èyí tí a lè fojú rí lọ. Àti nítorí pé ẹnìkan yóò máa fara hàn bí ẹni tí ó burú ju wa lọ nígbà gbogbo, ìwà rere máa ń pòórá.

Lewis mọ bí ìdúró yìí ṣe rọrùn tó láti fi ara rẹ̀ sí ìgbésí ayé ìsìn. Àwọn ènìyàn tí wọn kò ní sọ pé àwọn jẹ́ pípé nìkan ni wọ́n máa ń gbẹ́kẹ̀lé ìtòsí wọn. Wọ́n máa ń ṣe ìdájọ́ ìgbésí ayé wọn lòdì sí àwọn ẹgbẹ́ wọn, àṣà ìbílẹ̀ wọn, tàbí àwọn àṣejù dípò kí wọ́n lòdì sí òtítọ́. Àbájáde rẹ̀ ni ẹ̀rí-ọkàn tí ó ṣeé fara dà—èyí tí ó máa ń nímọ̀lára ìwà rere láìsí pé a juwọ́ sílẹ̀.

Ẹsìn Kristẹni dá ìtùnú yìí dúró.

Lewis tẹnumọ́ pé ẹ̀sìn Kristẹni kìí béèrè bóyá a sàn ju àwọn ẹlòmíràn lọ, bí kò ṣe bóyá a wà ní ìbáṣepọ̀ pẹ̀lú Ọlọ́run. Ìlànà náà kìí ṣe ìdàgbàsókè tó dọ́gba; ó jẹ́ mímọ́. Àti pé ìwà mímọ́ kò gbà kí a fi wé ara wa dípò ìyípadà.

Èyí ń kó ìdààmú báni gidigidi.

Àfiwéra yọ̀ǹda fún wa láti máa ṣe adájọ́. Oore-ọ̀fẹ́ mú ipa yẹn kúrò pátápátá. Nígbà tí àfiwé bá ń ṣàkóso, a máa ń ṣàkóso lórí ìṣàyẹ̀wò. Nígbà tí oore-ọ̀fẹ́ bá ń ṣàkóso, a máa ń fara hàn—kì í ṣe lòdì sí àwọn ẹlòmíràn, ṣùgbọ́n lòdì sí òtítọ́ fúnra rẹ̀.

Lewis lóye pé ìfarahàn yìí kò tọ́.

Kí ló dé tí ẹnìkan tí a bọ̀wọ̀ fún ní ìta fi gbọ́dọ̀ gbára lé oore-ọ̀fẹ́ bí ẹni tí ó ní ìfọ́jú? Kí ló dé tí a fi gbọ́dọ̀ fi ìfọ́jú hàn pẹ̀lú ìfọ́jú tó ṣe pàtàkì bí ìwà burúkú tó hàn gbangba? Ìdáhùn náà, Lewis jiyàn, ni pé ìṣòro tí ẹ̀sìn Kristẹni ń kojú kì í ṣe ìwọn *ìwà* àìtọ́, bí kò ṣe *ìpò* ara ẹni.

Ìwà rere tó ní ìbáṣepọ̀ bo àìní gidi.

Àròjinlẹ̀ pé a "tóótó" máa ń fa ìyọ̀nda ara wa sẹ́yìn nítorí pé ó dà bíi pé ó yẹ. A gbà pé àìpé kò ní jẹ́ kí a má ṣe kánjúkánjú. A máa ń gba ìdáríjì láìsí ìyípadà. A máa ń sọ̀rọ̀ nípa oore-ọ̀fẹ́ nígbà tí a bá ń dáàbò bo àyẹ̀wò ara wa.

Lewis fi sùúrù tú àlá yìí ká. Kò sẹ́ ìyàtọ̀ ìwà rere láàárín àwọn ènìyàn, ṣùgbọ́n ó kọ̀ láti jẹ́ kí àwọn ìyàtọ̀ wọ̀nyẹn ṣiṣẹ́ gẹ́gẹ́ bí ibi ìsádi. Ẹsùn Kristẹni kì í se pé gbogbo ẹ̀ṣẹ̀ jọra, ṣùgbọ́n pé gbogbo ìṣàkóso ara ẹni lòdì sí Ọlọ́run.

Àfiwé máa ń mú kí ara ẹni wà ní ipò pípé .

Ní ìyàtọ̀ sí èyí, Grace kò fi àyè sílẹ̀ fún ìdùnnú ara-ẹni. Kò fi ìlọsíwájú hàn; ó ń pe ìgbẹ́kẹ̀lé. Àti ìgbẹ́kẹ̀lé ara-ẹni jẹ́ ohun tó ṣòro fún àwọn tí wọ́n ti kọ́ láti wọn ara wọn ní ọ̀nà rere.

Ìdí nìyí tí *ẹ̀sìn Kristẹni lásán* fi máa ń jẹ́ kí ó máa gúnni ní ìwúrí dípò kí ó máa fúnni nísìírí nígbà mìì. Kò jẹ́ kí àwọn òǹkàwé sinmi ní ọwọ̀. Ó máa ń tẹ̀síwájú sí ìparí èrò tí kò rọrùn: níwọ̀n ìgbà tí a bá béèrè pé *"Ṣé mo sàn ju àwọn ẹlòmíràn lọ?"* dípò *"Ṣé mo ti juwọ́ sílẹ̀ fún Ọlọ́run?"*, ìyípadà yóò máa wà ní ìṣọ̀kan.

Lewis kò gbìyànjú láti dẹ́kun ìsapá ìwà rere. Ó ń gbìyànjú láti mú ìgbẹ́kẹ̀lé èké kúrò. Ẹsìn Kristẹni kì í gbé gbogbo ènìyàn sí ìsàlẹ̀; ó ń gbé gbogbo ènìyàn sí inú—sí òtítọ́, ìrẹ̀lẹ̀, àti àìní.

Àròjinlẹ̀ pé a "dára tó" máa ń parẹ́ kìkì nígbà tí àfiwé bá pàdánù agbára rẹ̀.

Orí yìí kò dá ìsapá ìwà rere lẹ́bi.

Ó fi ìtùnú ìwà rere hàn.

Ó sì béèrè bóyá a ti gba oore-ọ̀fẹ́ gẹ́gẹ́ bí ìgbàlà—tàbí gẹ́gẹ́ bí ìdánilójú lásán.

Àwọn ÀWỌN ÀPÒ ÌFỌRỌ

Àwọn Ìbéèrè fún Àkíyèsí Tòótọ́

Jẹ́ kí àwọn ìbéèrè wọ̀nyí yanjú díẹ̀díẹ̀.
Wọ́n wà fún ṣíṣe kedere ìdúró, kì í ṣe láti mú kí iṣẹ́ rẹ ṣe kedere.

1. **Ta ni o fi ara rẹ wé bí ẹni pé o ń ṣe àyẹ̀wò ìgbésí ayé ẹ̀mí rẹ?**
   Kí ló dé tí o fi ń ṣe bẹ́ẹ̀?
2. **Báwo ni àfiwé ṣe ń darí ìmọ̀lára àìní oore-ọ̀fẹ́ rẹ?**
   Ṣé ó ń mú kí ìtara rẹ pọ̀ sí i—tàbí ó ń mú kí ó rọ̀?
3. **Níbo lo ti gba ìdáríjì láìjẹ́ kí ó pe ìṣàyẹ̀wò ara rẹ níjà?**
   Jókòó pẹ̀lú ìdàámú yẹn.
4. **Ǹjẹ́ o rí ìtùnú nínú jíjẹ́ "ẹni tí kò burú tó bẹ́ẹ̀"?**
   Kí ni ìtùnú yẹn ń dáàbò bò?
5. **Báwo lo ṣe ń hùwà sí èrò náà pé ìwà rere tí a fi wéra lè dènà ìyípadà?**
   Àwọn ìmọ̀lára wo ló fara hàn?
6. **Níbo ni ìwà rere tó jọra lè jẹ́ kí fífún ara ẹni ní ìfarabalẹ̀ tó jinlẹ̀ máa fà á?**
   Sọ pàtó.
7. **Tí a bá yọ àfiwé kúrò, kí ni oore-ọ̀fẹ́ yóò béèrè fún láti tọ́ka sí nínú rẹ tààrà?**
   Má ṣe dáhùn—kí o kàn kíyèsí.

Ìtọ́sọ́nà onírẹ̀lẹ̀ fún Olùkàwé

Oore-ọ̀fẹ́ kì í wá láti fi ara ẹni lọ́kàn balẹ̀.
Ó wá láti gbà á là.
Àfiwéra máa ń mú wa láyọ̀.
Oore-ọ̀fẹ́ máa ń mú wa jẹ́ olóòótọ́.

ORÍ KẸWÀÁ

Ṣíṣàrò Iye Tí Ara Tuntun Yóò Ná

Ìdí Tí Ìyípadà Fi Nílò Pàdánù Kí Ó Tó Fi Fúnni Ní Ìyè

Nígbà tí **CS Lewis** fi tẹ̀síwájú láti mọ ìtumọ̀ ẹ̀sìn Kristẹni, ohun kan tí ó ṣẹlẹ̀ di ohun tí a kò lè yẹ̀ sílẹ̀: ìyípadà kì í ṣe àfikún—ó jẹ́ àyọkúrò kí ó tó di àtúnṣe.
Ẹ̀sìn Kristẹni kì í kàn fún wa ní ohun tuntun nìkan, ó ń béèrè pé ká fi ohun àtijọ́ sílẹ̀.
Nínú *ìwé ẹ̀sìn Kristẹni lásán* , Lewis kò ṣe kedere: dídi Kristẹni kì í ṣe nípa títún ara ẹni tó wà tẹ́lẹ̀ ṣe. Ó jẹ́ nípa gbígbà ara ẹni àtijọ́—èyí tó wà ní ìṣètò nípa òmìnira, ìṣàkóso, àti ìdáláre ara ẹni—láti pàdánù àṣẹ rẹ̀.
Ibí ni ọpọlọpọ eniyan ti ṣiyemeji.
A sábà máa ń fà wá mọ́ àwọn ìlérí ìgbàgbọ́—àlàáfíà, ète, ìdáríjì, ìsọdọ̀tun—láìsí ṣíṣàkíyèsí iye owó náà pátápátá. A fẹ́ ìyípadà láìsí ìyípadà. A nírètí pé Kristi yóò fún ara ẹni lókun dípò kí ó rọ́pò òfin rẹ̀. Lewis tẹnumọ́ pé èyí kò ṣeé ṣe.
Ara ẹni kò le jẹ́ ọba àti ẹni tí a lè wòsàn ní àkókò kan náà.
Èyí kìí ṣe nítorí pé Ọlọ́run ń béèrè fún ohun tó yẹ, ṣùgbọ́n nítorí pé àṣẹ tí ó pínyà kò lè mú kí gbogbo nǹkan pé. Ìgbésí ayé tí Kristi ń ṣàkóso lápá kan àti ìjọba ara-ẹni tí ó wà lápá kan ṣì ń tako ara wọn. Ìyípadà nílò ìbáṣepọ̀, ìbáṣepọ̀ sì nílò ààrín kan ṣoṣo.
Lewis mọ bí èyí ṣe ń léwu tó .
Láti di "tuntun" dún bí ohun tó fani mọ́ra ní èrò, ṣùgbọ́n ní ìṣe, ó túmọ̀ sí pípadánù àwọn ẹni tí a mọ̀. Àwọn ìlànà ìṣàkóso. Àwọn ìtàn tí a ṣàkóso dáadáa nípa ẹni tí a jẹ́ àti ìdí tí a fi ń hùwà bí a ṣe ń ṣe. Ara àtijọ́ lè ní àbùkù, ṣùgbọ́n a mọ̀ ọ́n. Ara tuntun nílò ìgbẹ́kẹ̀lé.

Ìdí nìyí tí ìfọkànsìn fi ń bìí pé ó náni ní owó púpọ̀.
Ẹ̀sìn Kristẹni kì í bá ẹ̀mí ìgbéraga ṣe àdéhùn. Kò ṣèlérí láti pa ara wa mọ́. Lewis sọ gbangba pé Kristi kì í wá láti mú ìwà àtijọ́ sunwọ̀n sí i; ó wá láti pa á run, kí ó sì fún wa ní tuntun.
Èdè yìí kò dùn mọ́ àwọn òǹkàwé òde òní tí wọ́n ti mọ̀ nípa ìjẹ̀rìí ara ẹni. Wọ́n kọ́ wa láti dáàbò bo ìdánimọ̀ ní gbogbo ọ̀nà. Lewis tako èrò yẹn. Ó dámọ̀ràn pé ara ẹni tí a ń dáàbò bo gidigidi ni ara ẹni tí ó sábà máa ń dí wa lọ́wọ́ òmìnira.
Nítorí náà, àdánù kì í ṣe ohun tó ṣẹlẹ̀ sí ìyípadà.
Ó ṣe pàtàkì.
Kì í ṣe ìwà lásán ni ó ń náni. Ó jẹ́ ìwà àlàìní. Ó ní nínú fífi ẹ̀tọ́ láti pinnu rere àti búburú sílẹ̀ fún ara wa, ẹ̀tọ́ láti pinnu ọ̀nà ìgbésí ayé wa, ẹ̀tọ́ láti wà láìyípadà nígbà tí a sì ń rò pé a lẹ́tọ̀ọ́.
Lewis kò dín iye owó yìí kù. Ó sọ ọ́ ní kedere. Ẹ̀sìn Kristẹni yóò dá sí i. Yóò da nǹkan rú. Yóò ba àwọn ilé tí a mọ̀ jẹ́ kí ó tó tún ohunkóhun tó bá wà pé.
Síbẹ̀ Lewis tún tẹnumọ́ pé ohun tí a sọnù kì í ṣe ohun tí a fẹ́ kí a pa mọ́ nígbẹ̀yìn gbẹ́yín.
Àtijọ́ ara ẹni ń ṣèlérí ìṣàkóso ṣùgbọ́n ó ń mú àníyàn wá.
Ó ń ṣèlérí òmìnira ṣùgbọ́n ó ń fa ìpínyà. Ó ń ṣèlérí ààbò ṣùgbọ́n kò lè wòsàn.
Ohun tí ẹ̀sìn Kristẹni ń fúnni ní èrè kì í ṣe ìtùnú, bí kò ṣe ìyè.
Kì í ṣe fífi ara ẹni hàn, ṣùgbọ́n ìfẹ́ ara ẹni tí a ṣètò lọ́nà tí ó tọ́.
Kìí ṣe ìgbàlà, ṣùgbọ́n ìyípadà.
Orí yìí kò fi àkókò pàṣípààrọ̀ náà.
Ó kàn ṣàlàyé àwọn ọ̀rọ̀ náà.
Kí ara tuntun tó lè farahàn, ara àtijọ́ gbọ́dọ̀ tú ìdè rẹ̀ sílẹ̀.
Ìtúsílẹ̀ yẹn yóò sì dà bí àdánù kí ó tó dàbí òmìnira.

Àwọn ÀWỌN ÀPÒ ÌFỌRỌ

Àwọn Ìbéèrè fún Àkíyèsí Tòótọ́

Jẹ́ kí àwọn ìbéèrè wọ̀nyí fara hàn kedere.
Wọ́n jẹ́ láti dárúkọ iye owó, kì í ṣe láti yanjú rẹ̀.

1. **Kí ni o bẹ̀rù pé o lè pàdánù tí Kristi bá tún ìgbésí ayé rẹ ṣe?**
   Sọ ọ́ ní òótọ́.
2. **Àwọn apá wo nínú ìdámọ̀ rẹ ló nímọ̀lára pé ó so mọ́ ìṣàkóso tàbí ìṣàfihàn ara ẹni?**
   Kí ló dé tí àwọn wọ̀nyí fi rí i pé ó ṣe pàtàkì?
3. **Ǹjẹ́ o ti fẹ́ ìyípadà rí nígbà tí o ń tako ìdènà?**
   Kí ni àtakò yẹn pa mọ́?
4. **Báwo lo ṣe dáhùn sí èrò náà pé ìyípadà nílò kí ara àtijọ́ tó ti yípadà kúrò ní ipò rẹ̀?**
   Àwọn ìmọ̀lára wo ló máa ń fara hàn ní àkọ́kọ́?
5. **Níbo lo fẹ́ kí Kristi tún ara rẹ̀ ṣe dípò kí ó rọ́pò ọ̀nà ìgbésí ayé rẹ?**
   Sọ pàtó.
6. **Kí ló dáa jù—kí a máa mọ ara wa tàbí kí a di ẹni pípé?**
   Jọ̀wọ́ jókòó pẹ̀lú ìdàámú yẹn.
7. **Tí àdánù bá jẹ́ apá kan ọ̀nà ìyè, kí ló lè nílò láti tú jáde lẹ́yìn náà?**
   Má ṣe ṣe nǹkan kan—kí o kàn kíyèsí.

Ìtọ́sọ́nà onírẹ̀lẹ̀ fún Olùkàwé

Àyípadà kì í ṣe ohun tí kò ní ìrora.
Ṣùgbọ́n ó ní ète nínú.
Ohun tí a fi sílẹ̀ kì í parun—
a máa yí i padà láti fi àyè sílẹ̀ fún ìyè.

ORÍ KỌKỌLỌWỌLỌ

Ewu ti Jẹ ki Kristi tun ṣe eto ohun gbogbo

Ìdí Tí Ìgbẹ́kẹ̀lé Fi Gbọ́dọ̀ Ṣáájú Àyípadà

Nígbà tí **CS Lewis** fi dojúkọ àwọn ìtumọ̀ gbogbo ti ẹ̀sìn Kristẹni, ọ̀ràn náà kò tún jẹ́ bóyá ìyípadà ṣe pàtàkì mọ́. Ọ̀rọ̀ náà ni **bóyá a lè gbẹ́kẹ̀lé Kristi pẹ̀lú rẹ̀** .
Nínú *ìwé ẹ̀sìn Kristẹni lásán* , Lewis sọ ọ̀rọ̀ kan tó dà bí èyí tó bójú mu tó sì bani lẹ́rù: tí Kristi bá jẹ́ Olúwa, kò sí apá kan nínú ìgbésí ayé tó máa wà láìfara kan. Ẹ̀sìn Kristẹni kì í tún yàrá kan ṣe ní àkókò kan náà nígbà tí ó bá rọrùn fún wa. Ó gba gbogbo ilé náà.
Ibí ni ìgbẹ́kẹ̀lé ti di ìbéèrè pàtàkì.
Lewis lóye pé ìfarabalẹ̀ kìí ṣe nípa àdánù lásán—ó jẹ́ nípa **ìgbẹ́kẹ̀lé nínú Ẹni tí a fún ní àṣẹ** . A kò gbà láti túnṣe àṣẹ ṣe nítorí pé a fẹ́ràn ìrúkèrúdò, ṣùgbọ́n nítorí pé a bẹ̀rù ìyípadà ipò. A ń ṣàníyàn pé bí Kristi bá gba ìṣàkóso, ohun pàtàkì kan yóò sọnù, pa á lẹ́nu mọ́, tàbí dínkù.
Nítorí náà, a ṣiyèméjì.
A béèrè bóyá ìgbọràn yóò pa ìwà ẹni rẹ́, yóò pa ìfẹ́kúfẹ̀ẹ́ run, tàbí yóò mú ayọ̀ rẹ́. A bẹ̀rù láti dín ara wa kù dípò kí a dín in kù. Lewis dojúkọ ìbẹ̀rù yìí ní tààràtà. Ó tẹnumọ́ pé Kristi kò wá láti pa ẹnìkọ̀ọ̀kan run, bí kò ṣe láti gbà á là. Ara ẹni tí a ń dáàbò bò gidigidi, ni ó sábà máa ń jẹ́ ẹni tí kò lágbára láti di pípé.
Èyí nílò ìyípadà ńlá nínú ìrònú.
Gbígbẹ́kẹ̀lé Kristi túmọ̀ sí gbígbàgbọ́ pé àtúntò Rẹ̀ gbọ́n ju ètò wa lọ. Ó túmọ̀ sí jíjẹ́ kí Ó fọwọ́ kan àwọn ète, àfojúsùn, àjọṣepọ̀, ìwà, àti àwọn ìdámọ̀ tí a ti tọ́jú dáradára. Ó túmọ̀ sí gbígbà pé ara ẹni kò ṣàkóso ara rẹ̀ bí ó ti ṣe retí.

Èyí jẹ́ ewu gidigidi.
Lewis mọ̀ pé ìbéèrè fún ìgbẹ́kẹ̀lé Kristẹni kò bójú mu rárá nítorí pé ó jẹ́ gbogbogbòò. Ìgbẹ́kẹ̀lé díẹ̀ kan ń jẹ́ kí ó láàbò. Ìgbọràn tí a ṣàkóso dà bí ohun tí a lè ṣàkóso. Ṣùgbọ́n ẹ̀sìn Kristẹni kò fúnni ní ìyípadà tí a ṣàkóso. Ó ń fúnni ní ìmúpadàbọ̀sípò nípasẹ̀ ìjuwọ́sílẹ̀.
Ibí ni ọpọlọpọ awọn eniyan ti n duro de.
A kì í ṣe nítorí pé a ṣiyèméjì nípa ìwà rere Kristi ní ti èrò wa, ṣùgbọ́n nítorí pé a kò ní ìdánilójú pé a ó dá ara wa mọ̀ lẹ́yìn ìgbọràn. A bẹ̀rù pé jíjẹ́ onírẹ̀lẹ̀ yóò mú wa kéré sí i, kí a jẹ́ kí ó dákẹ́, tàbí kí a má wà láàyè mọ́.
Lewis tẹnumọ́ pé òdìkejì rẹ̀ ni òótọ́.
Àríyànjiyàn tó wà ní ọkàn ẹ̀sìn Kristẹni ni pé ara ẹni kì í sọnù nípasẹ̀ ìfarabalẹ̀—a rí i. Ìfẹ́ tí ó fi sílẹ̀ kì í parẹ́; a máa wò ó sàn. A kò pa ìdámọ̀ tí ó ń múni jáde rẹ́; a máa ń ṣàlàyé rẹ̀ dáadáa.
Ṣùgbọ́n a kò lè fi èyí hàn ṣáájú.
Ìgbẹ́kẹ̀lé máa ń ṣáájú ìrírí nígbà gbogbo.
Lewis lóye pé kò sí àríyànjiyàn tó lè mú ewu yìí kúrò. Ẹsìn Kristẹni kò fúnni ní ìdánilójú tí a lè ṣàyẹ̀wò ṣáájú. Ó ń béèrè fún ìgbẹ́kẹ̀lé tí ó fìdí múlẹ̀ nínú òtítọ́ dípò ìdánilójú tí ó fìdí múlẹ̀ nínú ìṣàkóso.
Èyí ni ààlà ìkẹyìn ṣáájú ìgbésẹ̀.
Kì í ṣe bóyá ẹ̀sìn Kristẹni ló dáa.
Kì í ṣe bóyá àyípadà ló ṣe pàtàkì. Ṣùgbọ́n bóyá Kristi ṣeé gbẹ́kẹ̀lé tó láti darí.
Orí yìí kò béèrè fún ìgbẹ́kẹ̀lé yẹn.
Ó béèrè bóyá kíkọ̀ láti gbẹ́kẹ̀lé ti di ìdènà ìkẹyìn.

Àwọn ÀWỌN ÀPÒ ÌFỌRỌ

Àwọn Ìbéèrè fún Àkíyèsí Tòótọ́

Jẹ́ kí àwọn ìbéèrè wọ̀nyí farahàn ní pẹ̀lẹ́pẹ̀lẹ́.
Wọ́n wà fún ṣíṣe àlàyé ìgbẹ́kẹ̀lé, kìí ṣe láti fipá mú ìpinnu.

1. **Kí ni o bẹ̀rù pé Kristi lè tún ṣe tí o bá gbà gbogbo ara rẹ?**
   Sọ ọ́ ní òótọ́.
2. **Níbo ni o ti le fi otitọ gbekele Kristi ṣugbọn ti ko ba si ni iṣakoso?**
   Awọn agbegbe wo ni o tun wa ni aabo?
3. **Báwo lo ṣe rò pé ìgbọràn yóò nípa lórí ìdámọ̀ rẹ?**
   Ó kéré jù? Ó dáàbò bo? Ó dínkù? Ó yípadà?
4. **Àwọn ìrírí wo ló ti kọ́ ọ láti so ìṣàkóso pọ̀ mọ́ ààbò?**
   Báwo ni àwọn ìrírí wọ̀nyẹn ṣe lè máa darí ìdènà rẹ?
5. **Ṣé o gbàgbọ́ pé Kristi fẹ́ kí gbogbo ara rẹ pé—tàbí kí o kàn máa tẹ̀lé ìlànà rẹ?**
   Kí ló dé tí ìyàtọ̀ yẹn fi ṣe pàtàkì sí ọ?
6. **Níbo ni àìgbẹ́kẹ̀lé lè jẹ́ fífi ìṣọ́ra tàbí ọgbọ́n bo ara ẹni?**
   Jẹ́ kí a jókòó pẹ̀lú irú àǹfààní bẹ́ẹ̀.
7. **Tí Kristi bá mọ̀ ọ́ dáadáa ju bí o ṣe mọ̀ ara rẹ lọ, kí ni ìtúntò ìṣètò lè mú kí ó ṣeé ṣe?**
   Má ṣe dáhùn—kí o kàn kíyèsí.

Ìtọ́sọ́nà onírẹ̀lẹ̀ fún Olùkàwé
A kò le dán ìgbẹ́kẹ̀lé wò láti ọ̀nà jíjìn.
A gbọ́dọ̀ lo ó.
Ẹsìn Kristẹni kì í béèrè fún ìgbàgbọ́ afọ́jú—
ṣùgbọ́n ó ń béèrè fún ìgbẹ́kẹ̀lé tí a fi sílẹ̀.

ORÍ KEJÌLÁ

ÌGBÉSÍ AYÉ LÁTI ỌWỌ GBOGBO ÈNÌYÀN TÍ GBOGBO ÈNÌYÀN KÁ

Ìgbésẹ̀ Augustine **Láti Ìgbàgbọ́ Àìfaradà sí Ìgbọràn Látinú Ẹ̀mí**

Nígbà tí Ìmúrasílẹ̀ bá rọ́pò Àtakò

Nígbà tí **CS Lewis** fi ń tako ẹ̀sìn Kristẹni fún ìgbà pípẹ́, ìjà náà ti dínkù sí ojú kan ṣoṣo.

Ìbéèrè náà kò sí mọ́ bóyá ẹ̀sìn Kristẹni jẹ́ òótọ́.

Ó jẹ́ bóyá Lewis fẹ́ gbé ìgbésí ayé bí ẹni pé ó wà.

Àkókò yìí ni ìgbà tí ìgbàgbọ́, lẹ́yìn tí ó ti ṣe iṣẹ́ ìmúrasílẹ̀ rẹ̀, fi ààyè sílẹ̀ fún ìgbọràn. Kìí ṣe ìgbọràn onígbàgbọ́. Kìí ṣe ìgbọràn akọni. Ṣùgbọ́n ìgbọràn *pẹ̀lú ìfẹ́ ọkàn* —ìfọwọ́sowọ́pọ̀ ìdákẹ́jẹ́ẹ́ ti ìfẹ́ ọkàn láti fi ipò sílẹ̀ kí ó sì jẹ́ kí Kristi ṣe amọ̀nà.

Ìyípadà Lewis kò dé pẹ̀lú àríyá. Kò sí ìparí ìmọ̀lára, kò sí ìpolongo ìṣẹ́gun ní gbangba. Dípò bẹ́ẹ̀, ó pè é ní ìfàsẹ́yìn, mímọ̀ pé a kò lè dúró ní òótọ́ mọ́. Wọn kò jiyàn rẹ̀ sínú ìgbàgbọ́ tó bẹ́ẹ̀ tí òtítọ́ ti sú u.

Òtítọ́ sì ti ṣe iṣẹ́ rẹ̀.

Ẹ̀sìn Kristẹni lásán ni ó ń jáde láti inú ìyípadà inú yìí. Kì í ṣe ẹni tí ó ṣẹ́gun ní ìrọ̀rùn ló kọ ọ́, bí kò ṣe ẹni tí ó fi ìṣọ́ra juwọ́ sílẹ̀. Lewis mọ̀ láti inú ìrírí pé a kò lè fi ìgbọràn ṣe kíákíá. A kò lè fipá mú un. Ó gbọ́dọ̀ dìde láti inú mímọ̀ pé àìdásí-tọ̀túntòsì ti parí.

Ibí ni ìmúrasílẹ̀ ṣe pàtàkì.

Ìmúrasílẹ̀ kì í ṣe ìtara.

Kì í ṣe ìdánilójú. Kì í ṣe ìgbẹ́kẹ̀lé nínú agbára ẹni.

Ìmúrasílẹ̀ ni ìjẹ́wọ́ ìdákẹ́jẹ́ẹ́ pé bí a ṣe ń tẹ̀síwájú gẹ́gẹ́ bí àtijọ́ kò ṣeé ṣe mọ́.

Lewis dé ibi yìí nígbà tí ó rí i pé ìgbàgbọ́ láìsí ìgbọràn kò jẹ́ òótọ́ mọ́. Láti yin Kristi nígbà tí a ń tako àṣẹ Rẹ̀ ni láti máa pínyà. Láti dá ìfaradà dúró títí láé ni láti yan ìṣàkóso ara ẹni láìsí àṣeyọrí.

Nítorí náà ó gbà—kì í ṣe nítorí pé ó nímọ̀lára agbára, ṣùgbọ́n nítorí pé àtakò ti di ohun tí a kò lè fara dà.

Èyí jẹ́ ìyàtọ̀ pàtàkì fún àwọn òǹkàwé òde òní.

Ìgbọràn kì í bẹ̀rẹ̀ nígbà tí ìbẹ̀rù bá pòórá.

Ó máa ń bẹ̀rẹ̀ nígbà tí òtítọ́ bá di ohun tí a kò lè yẹ̀ sílẹ̀.

Lewis kò gbé ara rẹ̀ ga nítorí pé ó nímọ̀lára pé òun ti múra tán ní gbogbo ọ̀nà. Ó dá sí i nítorí ó mọ̀ pé ẹ̀mí tí òun ti ń dáàbò bo kò ṣeé gbèjà mọ́. Iye owó tí ó ná láti máa bá a lọ ju iye owó tí ó ná láti fi ara rẹ̀ sílẹ̀ lọ.

Èyí ni bí ìmúrasílẹ̀ ṣe rí.

Kì í ṣe àìsí iyèméjì, ṣùgbọ́n òpin ìfàsẹ́yìn.

Kì í ṣe ìdánilójú àwọn àbájáde, ṣùgbọ́n ìtọ́sọ́nà tí ó ṣe kedere.

Kì í ṣe agbára ìgbàgbọ́, ṣùgbọ́n ìfẹ́ ọkàn láti jẹ́ kí a darí rẹ̀.

Orí yìí parí ìtẹ̀síwájú nítorí pé ó so orúkọ ohun tí ó ti ń ṣẹlẹ̀ ní ìdákẹ́jẹ́ẹ́ jálẹ̀ ìrìn àjò náà: ìṣíkiri láti àkíyèsí sí ìkópa, láti ìrònú sí ìdáhùn, láti ìgbàgbọ́ gẹ́gẹ́ bí èrò sí ìgbọràn gẹ́gẹ́ bí ìṣe.

A kò tíì béèrè ohunkóhun lọ́wọ́ rẹ.

A kò tíì yan ohunkóhun.

Ṣùgbọ́n a ti ṣàlàyé nǹkan kan.

Tí ẹ̀sìn Kristẹni bá jẹ́ òótọ́, ìgbésí ayé kò lè yí padà.

Tí Kristi bá jẹ́ Olúwa, ara ẹni kò lè dúró gẹ́gẹ́ bí ọba. Tí ìyípadà bá ṣẹ́ ṣe, ìfàsẹ́yìn yóò di ìpinnu.

Àwọn orí tó tẹ̀lé e—ogójì ọjọ́ tí a fi ń ṣe àṣàrò ní ọ̀nà àmọ̀ọ́n—kò sí láti fipá mú ọ. Wọ́n wà láti **bá ọ rìn** nínú àwọn ìṣe díẹ̀díẹ̀ tí a fi ń ṣe ìgbọràn.

Ibí kọ́ ni iṣẹ́ náà parí sí,

ibẹ̀ ni wọ́n ti ń gbé.

A kò ní kí o ṣeré.

Wọ́n ń pè ọ́ láti tẹ̀lé e.

Àwọn ÀWỌN ÀPÒ ÌFỌRỌ

Àwọn Ìbéèrè fún Àkíyèsí Tòótọ́

Jẹ́ kí àwọn ìbéèrè wọ̀nyí yanjú.
Wọ́n wà fún ṣíṣe kedere ìgbáradì, kì í ṣe láti fipá mú ìgbésẹ̀.

1. **Kí ni ó ti yípadà nínú rẹ láti ìgbà tí o ti bẹ̀rẹ̀ ìrìn àjò yìí?**
   Kì í ṣe ti ìmọ̀lára— *nínú ara* .
2. **Níbo ni àtakò ti dínkù, kódà díẹ̀?**
   Kí ni kò tún ṣeé gbèjà mọ́ bíi ti tẹ́lẹ̀?
3. **Kí ni yóò túmọ̀ sí láti dẹ́kun ìgbọràn ní apá kan nínú ìgbésí ayé rẹ?**
   Má ṣe pinnu síbẹ̀—kí o kàn kíyèsí.
4. **Báwo lo ṣe lè fi ìyàtọ̀ hàn láàárín ìṣọ́ra àti ìdádúró?**
   Níbo ni wọ́n lè jọra?
5. **Irú ìgbàgbọ́ wo ni o ti dàgbàsókè nínú ìlànà yìí?**
   Kí ni kò tún yẹ mọ́?
6. **Tí àìdásítọ̀ bá jẹ́ àṣàyàn mọ́, irú ìdúró wo ló yẹ kó kọ́kọ́ yí padà?**
   Jẹ́ kí èyí dá ọ lójú.
7. **Kí ni "ìgbọràn àtọkànwá" yóò rí fún ọ—kì í ṣe ohun tó gbayì, bí kò ṣe ojoojúmọ́?**
   Jẹ́ kí ìbéèrè náà wà ní ṣíṣí sílẹ̀.

Ìtọ́sọ́nà onírẹ̀lẹ̀ fún Olùkàwé
Ìgbọràn kì í bẹ̀rẹ̀ pẹ̀lú ìgbẹ́kẹ̀lé.
Ó bẹ̀rẹ̀ pẹ̀lú ìfọwọ́sowọ́pọ̀.
Ìrìn àjò tí ó wà níwájú kì í ṣe nípa fífi ẹ̀rí hàn pé òun gbàgbọ́, ó jẹ́ nípa ṣíṣe ìbáṣepọ̀.

Ìyípadà sí ìrìn àjò ọjọ́ ogójì

Ohun tí ó tẹ̀lé e kìí ṣe ìkẹ́kọ̀ọ́ nípa àwọn èrò, bí kò ṣe ìṣẹ̀dá ìgbésí ayé.
Àwọn ogójì ọjọ́ tó tẹ̀lé e yìí ni a ṣètò láti má ṣe sọ fún ọ, ṣùgbọ́n láti ṣe àtúnṣe rẹ—nípasẹ̀ Ìwé Mímọ́, ìrònújinlẹ̀, ìgbésẹ̀, àdúrà, àti ìwádìí òtítọ́. Ojoojúmọ́ kọ̀ọ̀kan ń pe ìdáhùn kékeré, tó ṣe kedere, nítorí pé ìgbọràn máa ń dàgbà nípasẹ̀ ìṣe, kì í ṣe èrò ọkàn.
O kò tíì yára dé ibi yìí.
O ti múra sílẹ̀.
Ìrìn àjò náà ti ń lọ láti **òye** sí **àpẹẹrẹ** .
Ó sì bẹ̀rẹ̀ pẹ̀lú ìrọ̀rùn.

Àwọn Ìwé Ìròyìn Alàáyè – Ẹka Ìfọkànsìn Ọjọ́ 40 - Ìkẹ́kọ̀ọ́ 2 BẸRẸ... >>>>>

BÍ A ṢE Ń LÒ ÌWÉ YÌÍ

Fún Àwọn Ẹnìkọ̀ọ̀kan àti Àwọn Ẹgbẹ́

A kò ṣe ìfọkànsìn yìí fún iyára, ìwọ̀n, tàbí ìkójọpọ̀ ìsọfúnni. A ṣe é fún **ìṣẹ̀dá** .

1. LÍLO ÌWÉ YÌÍ GẸGẸ BÍ ẸNÌKỌKỌ

A ṣe é láti fi ìṣọ́ra, pẹ̀lú ìṣọ́ra, àti òtítọ́ gbé ìrìn àjò yìí.

A. Ìrìn Ojoojúmọ́ (Ìṣẹ́jú 15–30)

A ṣètò ọjọ́ kọ̀ọ̀kan láti *wọlé* , kìí ṣe láti parí rẹ̀.

Ṣíṣàn tí a ṣeduro:

1. Ka Díẹ̀díẹ̀
Má ṣe yọ́jú sí ojú ìwé. Ka bíi pé ọ̀rọ̀ náà ń kà ọ́.

2. Wọ inú ìṣẹ̀lẹ̀ náà.
Má ṣe ṣàyẹ̀wò rẹ̀. Fojú inú wo ara rẹ nínú rẹ̀. Ṣàkíyèsí àwọn ojú ilẹ̀—àtakò, ìdámọ̀, tàbí àìbalẹ̀ ọkàn.

3. Joko Pẹ̀lú Ìbéèrè náà
Àwọn ìbéèrè náà kì í ṣe fún ìdáhùn kíákíá. Àwọn kan wà fún rírìn pẹ̀lú rẹ ní gbogbo ọjọ́ náà.

4. Ṣe Ìṣe náà
Lojoojúmọ́. Ìgbọràn kékeré kan wà nínú rẹ̀. Ṣe é ní ìdákẹ́jẹ́ẹ́. Má ṣe kéde rẹ̀. Jẹ́ kí ó máa darí rẹ.

5. Gbàdúrà Lásán
Àwọn àdúrà náà jẹ́ ohun tí a mọ̀ọ́mọ̀ ṣe. Lo wọ́n gẹ́gẹ́ bí a ṣe kọ wọ́n sílẹ̀, tàbí kí o jẹ́ kí wọ́n ṣí ọ̀rọ̀ rẹ níwájú Ọlọ́run.

B. Iduro fun Lilo Ẹnikọọkan

Kí ìwé yìí lè ṣe iṣẹ́ rẹ̀:

- Kika **ọjọ kan fun ọjọ kan nikan**
- Dẹkun ìfẹ́ ọkàn láti fò síwájú
- Má ṣe wá àwọn ìrírí ìmọ̀lára—wá ìbáṣepọ̀
- Ṣe àkọsílẹ̀ ohun tó pọndandan nìkan; **ìgbọràn ṣe pàtàkì ju òye lọ**

Ìwé yìí máa ń ṣiṣẹ́ dáadáa nígbà tí a bá ń kà á pẹ̀lú ìfarabalẹ̀.

C. Ìgbà wo ni a gbọ́dọ̀ dákẹ́?

Tí ọjọ́ kan bá fi àtakò, ìdánilójú, tàbí ààrẹ̀ hàn:

- Dúró pẹ̀lú ọjọ́ náà fún wákàtí 24–48 míràn
- Tun ṣe iṣe naa lẹẹkansi
- Jẹ́ kí òtítọ́ dúró kí ó tó tẹ̀síwájú kí ó tó tẹ̀síwájú

Ìṣẹ̀dá ẹ̀mí kì í sábà jẹ́ ti ìpele kan.
Má ṣe yára ṣe ohun tí Ọlọ́run ń ṣẹ̀dá.

2. LÍLO ÌWÉ YÌÍ NÍNÚ ÌGBÉSÍLẸ ÀWỌN ẸGBẸ

A kọ ìwé yìí ní ìfẹ́ ọkàn láti ṣiṣẹ́ láàárín àwọn ẹgbẹ́ kékeré, àwọn ẹgbẹ́ ọmọ-ẹ̀yìn, àwọn ẹgbẹ́ olórí, àti àwọn ẹgbẹ́ iṣẹ́-ìránṣẹ́.

A. Iwọn Ẹgbẹ to dara julọ

- **Ènìyàn 4–8** jẹ́ èyí tó dára jùlọ
- Àwọn ẹlẹ́rìí tí a pín kò ju ààlà mẹ́rin lọ
- Ju awọn opin 10 lọ otitọ

Ààyè ìdánilẹ́kọ̀ọ́ ni èyí , kìí ṣe yàrá ìkẹ́kọ̀ọ́.

B. Ìró orin ọ̀sọ̀ọ̀sẹ̀ tí a dámọ̀ràn

Dípò kí wọ́n máa pàdé lójoojúmọ́, wọ́n máa ń gba àwọn ẹgbẹ́ níyànjú láti máa rìn ní ìwọ̀n ọ̀sọ̀ọ̀sẹ̀.

Ètò tí a dámọ̀ràn:

- Ọjọ́ ìsìn márùn-ún ni a parí lẹ́nìkọ̀ọ̀kan
- Ìpàdé ẹgbẹ́ kan fún ìrònú àti òye
- Ọjọ kan tabi isinmi

Ìlànà yìí gba ààyè láti ṣe ìgbọràn ní ìkọ̀kọ̀ àti ní ìṣọ̀kan.

C. Ètò Ìpàdé Ẹgbẹ́ (Ìṣẹ́jú 60–90)

1. Ìdákẹ́jẹ́ẹ́ ṣíṣí (ìṣẹ́jú 5)
Kò sí àtúnṣe tuntun. Kò sí ìjíròrò. Jẹ́ kí yàrá náà parọ́rọ́.

2. Àṣàròjinlẹ̀ tí a pín (ìṣẹ́jú 30)
Ẹnìkọ̀ọ̀kan nìkan ló máa dáhùn:

- *Kí ló tako mi ní ọ̀sẹ̀ yìí?*
- *Kí ni Ọlọ́run fi hàn gbangba?*

Kò sí àtúnṣe.
Kò sí ẹ̀kọ́.

3. Ìwé Mímọ́ àti Ìmòye (20 ìṣẹ́jú)
Ka àwọn ẹsẹ Ìwé Mímọ́ pàtàkì náà sókè lọ́ra. Ẹ béèrè papọ̀:

- *Èso wo ló ń jáde?*
- *Ìbáṣepọ̀ wo ni a ń béèrè fún?*

4. Àdúrà àti Ìkéde (Ìṣẹ́jú 15)
Gbàdúrà fún ìgbọràn, kìí ṣe ìtùnú. Ẹ sọ àwọn ìkéde náà papọ̀.

D. Àdéhùn Ẹgbẹ́ (Ṣe pàtàkì gan-an)

Kí ìwé yìí tó lè ṣiṣẹ́ dáadáa ní àwùjọ, a gbọ́dọ̀ gba àwọn nǹkan wọ̀nyí gbọ́:

- Kò sí àtúnṣe sí ara wa
- Kò sí ẹ̀kọ́ àyàfi tí a bá pè é
- Ko si imọran ayafi ti a ba beere fun
- Kò sí pínpín níta ẹgbẹ́ náà
- Kò sí ìfiwéra nípa ti ẹ̀mí

Àyíká ìdásílẹ̀ tí a dáàbò bo ni èyí, kìí ṣe àpérò ìjíròrò.

3. LÍLO ÌWÉ YÌÍ FÚN ÌṢÀKỌSÍLẸ ÀTI ÌMỌ-ẸKỌ

Ìfọkànsìn yìí wúlò gan-an fún:

- Àwọn ẹgbẹ́ aṣáájú ìjọ
- Àwọn akẹ́kọ̀ọ́ iṣẹ́ ìránṣẹ́
- Àwọn aṣáájú tó ń yọjú
- Àwọn onígbàgbọ́ tó dàgbà dénú ń wọ ẹrù iṣẹ́ tuntun

A. Ìtẹnumọ́ Ìdarí

Àwọn olórí gbọ́dọ̀ san àfiyèsí pàtàkì sí àwọn wọ̀nyí:

- Àwọn ọjọ́ tí ó ń sọ̀rọ̀ nípa àṣẹ, ìdákẹ́jẹ́ẹ́, ìfaradà, àti ìdènà
- Àwọn ìṣẹ̀lẹ̀ tó ń fi ìṣàkóso, ìríran, àti iṣẹ́ hàn
- Àwọn ìṣe tó nílò *ìgbọràn nípasẹ̀ ààlà* , kìí ṣe ìgbìmọ̀ṣe

Ìwé yìí ló ń ṣe àkójọpọ̀ **ohun kikọ ṣáájú agbára** .

B. Ipa Olùrànlọ́wọ́

Tí o bá ń darí àwọn ẹlòmíràn ní ìrìn àjò yìí:

- Má ṣe jẹ́ olórí ìjíròrò
- Àìlera àpẹẹrẹ láìsí pínpín ju bó ṣe yẹ lọ
- Jẹ́ kí ìdákẹ́jẹ́ẹ́ jẹ́
- Dabobo iyara naa

Iṣẹ́ rẹ kì í ṣe láti jẹ́ ògbóǹkangí, bí kò ṣe láti **jẹ́ olùtọ́jú àyíká** .

4. OHUN TÍ ÌWÉ YÌÍ JẸ — ÀTI KÌ Í ṢE

Ìwé yìí ni:

- Ìrìn àjò ìṣẹ̀dá
- Ohun èlò ìjẹ́ ọmọ-ẹ̀yìn
- Dígí fún ìgbọràn
- Ohun èlò ìṣiṣẹ́ kan

Ìwé yìí kìí ṣe:

- Ìwé ẹ̀kọ́ ìsìn
- Ìfọkànsìn onímọ̀ọ́ràn
- Ètò kíkà kíákíá
- Ìwádìí tí ó dá lórí ìwà ẹni

A ṣe é láti **fi àmì sílẹ̀** , kì í ṣe láti fi àwọn àmì sílẹ̀.

5. ỌRỌ ÌKẸYÌN SÍ ÀWỌN ÒǸKÀ

Yálà o ka ìwé yìí nìkan tàbí pẹ̀lú àwọn ẹlòmíràn, ojúṣe kan náà ni:

A kò ní kí o fẹ́ràn òtítọ́.
A ní kí o lè **mọ̀ ọ́n** .

Ka díẹ̀díẹ̀.
Tọ́ràn sí ara rẹ. Gbé ìgbésí ayé rẹ ní kedere.

Ayé ń kà á.

Ayé ń kà á.

ỌJỌ KÍNÍ

Nígbà tí Òtítọ́ bá bẹ̀rẹ̀ sí í tẹ̀ síwájú

Mímọ Àkókò Tí Àìdádúró Yíyípadà Parí

ÀWỌN ÌWÉ MÍMÙ TÍ A FI Ń PỌJÚ KÓKÓ

- **2 Kọ́ríǹtì 3:2-3** —Ẹyin *fúnra yín ni ìwé wa… kì í ṣe pẹ̀lú tàdáwà ni a kọ ṣùgbọ́n pẹ̀lú Ẹmí Ọlọ́run alààyè.*
- **Heberu 4:12** - *Nítorí ọ̀rọ̀ Ọlọ́run wà láàyè, ó sì ń ṣiṣẹ́, ó ń mọ èrò àti ète ọkàn.*
- **Jòhánù 18:37** - *Gbogbo ẹni tí ó bá jẹ́ ti òtítọ́ ń gbọ́ ohùn mi.*

Kíkà Ìwé Mímọ́ (Ka Díẹ̀díẹ̀)
Má ṣe kánjú kíkà yìí.
Ka gẹ́gẹ́ bí ẹni tí a ń bá sọ̀rọ̀, kì í ṣe ẹni tí a mọ̀.
"Ẹyin ni lẹ́tà wa, tí a kọ sí ọkàn wa, tí gbogbo ènìyàn mọ̀, tí wọ́n sì kà."
—2 Kọ́ríǹtì 3:2

Àròjinlẹ̀ Ìfọkànsìn
Gbogbo ìrìn àjò ìgbọràn bẹ̀rẹ̀ pẹ̀lú àkókò kan tí òtítọ́ di ti ara ẹni.
Kì í ṣe eré-ìdárayá.
Kì í ṣe ní gbangba.Ṣùgbọ́n a kò lè yẹ̀ ẹ́.
Kí **CS Lewis** tó sọ̀rọ̀ nípa ìgbàgbọ́ ní gbangba, ó dé ibi tí ó ti mọ̀ pé: àìdásítọ̀ kò jẹ́ òótọ́ mọ́. Òtítọ́ ti sún mọ́ra jù láti rí i láti òkèèrè. Ohun tí ó mọ̀ kò lè dúró ní ti èrò.
Ibí ni jíjẹ́ ọmọ-ẹ̀yìn ti bẹ̀rẹ̀—kì í ṣe pẹ̀lú ìtara, ṣùgbọ́n pẹ̀lú ìfọwọ́sowọ́pọ̀.

Ọpọ̀lọpọ̀ ènìyàn máa ń fa ìgbọràn sẹ́yìn kì í ṣe nítorí pé wọ́n kọ̀ òtítọ́ sílẹ̀, ṣùgbọ́n nítorí wọ́n nírètí pé yóò dín ìdènà rẹ̀ kù. A gbà pé àkókò yóò wà nígbà gbogbo láti dáhùn padà nígbà tí ipò bá rí bí èyí tí ó ní ààbò, tí ó ṣe kedere, tàbí tí ó rọrùn jù. Síbẹ̀, Ìwé Mímọ́ fi hàn pé òtítọ́ kì í ṣe pé ó kàn ń sọ fún wa nìkan—ó ń bá wa *sọ̀rọ̀* .
Ọrọ̀ Ọlọ́run kò dúró ṣinṣin.
Ó wà láàyè. Ó ń wá kiri. Ó ń pe àròjinlẹ̀ ní orúkọ.
Ọjọ́ kìíní kì í ṣe nípa ìgbésẹ̀.
Ó jẹ́ nípa *ìjẹ́wọ́* .
Tí o bá ti bẹ̀rẹ̀ ìrìn àjò yìí, ó jẹ́ nítorí pé ohun kan ti ru sókè—ohun kan ti tẹ̀síwájú, ó ti béèrè ìbéèrè, ó ti da ìdààmú sílẹ̀, tàbí ó pè. Ìrúkèrúdò yìí kì í ṣe àìròtẹ́lẹ̀. Ẹmí ni ó bẹ̀rẹ̀ sí í kọ̀wé.
O kò wá láti jẹ ohun tí o fẹ́ gbọ́.
O wà níbí láti di ẹni tí a fẹ́ dá sílẹ̀.
Kí ìgbọràn tó bẹ̀rẹ̀, òtítọ́ gbọ́dọ̀ gbọ̀ọ̀rọ̀ sí i.

Ìwádìí Ọkàn
Jókòó pẹ̀lú àwọn ìbéèrè wọ̀nyí ní ìdákẹ́jẹ́ẹ́.
Má ṣe yára láti dáhùn wọn.

1. **Òtítọ́ wo ló ti ń tàn ẹ́ jẹ ní àìpẹ́ yìí tí o kò tíì dáhùn sí?**
2. **Níbo ni o ti dúró láìdádúró bó tilẹ̀ jẹ́ pé òye ti dé?**
3. **Kí ni o rò pé Ọlọ́run lè máa béèrè lọ́wọ́ rẹ kí o tó *jẹ́wọ́ rẹ̀* kí ó tó sọ pé kí o *ṣe nǹkan kan* ?**

Ìwà Àṣà Lónìí (Kékeré ṣùgbọ́n Èròǹgbà)
Ìdákẹ́jẹ́ẹ́ ni àṣà òde òní .
Ya **iṣẹju mẹwa kuro laisi idilọwọ** .
Ko si foonu. Ko si orin. Ko si iwe akọọlẹ.

Jókòó jẹ́ẹ́jẹ́ níwájú Ọlọ́run kí o sì sọ èyí nìkan—kí o sì sọ̀rọ̀ sókè tàbí kí o sọ ọ́ ní ìdákẹ́jẹ́ẹ́:

"Olúwa, mo ń gbọ́."

Má ṣe ṣàlàyé.

Má ṣe bá ara rẹ sọ̀rọ̀. Má ṣe gbèrò ṣáájú.

Jẹ́ kí òtítọ́ tẹ̀síwájú láìsí àtakò.

Àdúrà

Baba,

mo jẹ́wọ́ pé O kò jìnnà sí mi. Ọ̀rọ̀ Rẹ wà láàyè, ó sì ń wá mi kiri. Mo fi àìní mi sílẹ̀ láti dúró láìdádúró. Kọ́ mi láti fetísílẹ̀ kí n tó ṣe nǹkan àti láti gbà kí n tó dáhùn. Kọ òtítọ́ Rẹ sínú ìgbésí ayé mi títí ìgbọ́ràn mi yóò fi hàn gbangba. Àmín.

Ìkéde

Sọ èyí sókè lọ́ra:

Èmi jẹ́ lẹ́tà Kristi alàáyè.

Èmi kì í tako òtítọ́ nígbà tí ó bá súnmọ́. Mo yan òtítọ́ dípò ìdádúró àti fífetísílẹ̀ dípò àìdásí. Ẹmí Ọlọ́run ni ó ń kọ ìgbésí ayé mi.

Ìfẹ́ sí Ìgbọràn

Lónìí, mo pinnu láti má ṣe yára síwájú.

Mo pinnu láti **dúró níbẹ̀** .

Mo pinnu láti jẹ́ kí òtítọ́ sọ kí n tó gbìyànjú láti dáhùn.

Ìtọ́sọ́nà ìparí

Má ṣe tẹ̀síwájú síbẹ̀.

Jẹ́ kí ọjọ́ yìí dúró ṣinṣin.

Ìgbọràn bẹ̀rẹ̀ pẹ̀lú àfiyèsí.

Lọ́la, a ó ṣe àgbéyẹ̀wò **ìdí tí àtakò fi máa ń fara pamọ́ lábẹ́ èrò rere** .

ỌJỌ KEJÌ

Nígbà tí Àtakò bá mú ojú tó bójú mu

Báwo ni èrò rere ṣe ń fa ìgbọràn ṣéyìn

ÀWỌN ÌWÉ MÍMỌ́ TÍ A FI Ń PỌJÚ KÓKÓ

- **Mátíù 7:15-20** - *Ẹyin yóò fi èso wọn dá wọn mọ̀.*
- **Jákọ́bù 1:22** — *Ẹ jẹ́ olùṣe ọ̀rọ̀ náà, kì í ṣe olùgbọ́ nìkan, kí ẹ máa tan ara yín jẹ.*
- **Lúùkù 9:57-62** — *Kò sí ẹni tí ó bá fi ọwọ́ lé ohun èlò ìtúlẹ̀ tí ó sì bojú wo ẹ̀yìn tí ó yẹ fún ìjọba Ọlọ́run.*

Kíkà Ìwé Mímọ́ (Ka Díẹ̀díẹ̀)
"Èéṣe tí ẹ fi ń pè mí ní 'Olúwa, Olúwa,' tí ẹ kò sì ṣe ohun tí mo sọ fún yín?"
—Lúùkù 6:46
Ka lẹẹkansi.
Jẹ ki ibeere naa duro lai dahun rẹ sibẹsibẹ.

Àròjinlẹ̀ Ìfọkànsìn
Àwọn alátakò kìí sábà máa ń kéde ara wọn gẹ́gẹ́ bí ìṣọ̀tẹ̀. Lọ́pọ̀ ìgbà, ó máa ń fi ara rẹ̀ pamọ́ gẹ́gẹ́ bí *ẹni tó ń lo òye* .
Kí **CS Lewis** tó kọ̀ ẹ̀sìn Kristẹni sílẹ̀ ní gbangba, ó fi ọgbọ́n ìrònú, àkókò, àti òtítọ́ ọkàn dá a dúró. Kò sọ pé "rárá" ní tààràtà. Ó sọ pé, *"kò tíì rí bẹ́ẹ̀," "kò rí bẹ́ẹ̀,"* tàbí *"kì í ṣe lítí mo fi lóye rẹ̀ sí i."* Àwọn ìdáhùn wọ̀nyí jẹ́ òótọ́—wọ́n sì jẹ́—ṣùgbọ́n wọ́n tún ṣiṣẹ́ gẹ́gẹ́ bí ààbò.
Èyí jẹ́ ọ̀kan lára àwọn ọ̀nà tí kò ṣe kedere jùlọ ti ẹ̀tàn ara ẹni. A gbà pé nítorí pé àwọn ìdí wa jẹ́ èyí tó ronú jinlẹ̀, wọ́n gbọ́dọ̀ jẹ́ olóòótọ́. A máa ń da àlàyé pọ̀ mọ́ ìgbọràn. A máa ń fi ìrònújinlẹ̀ ṣe àgbéyẹ̀wò fún ìdáhùn. Ìwé Mímọ́ kìlọ̀ fún wa

pẹ̀lú pẹ̀lẹ́pẹ̀lẹ́ ṣùgbọ́n ní kedere: gbígbọ́ láìṣe lè di irú ẹ̀tàn—kì í ṣe àgàbàgebè tí a mọ̀ọ́mọ̀ ṣe, ṣùgbọ́n ìfàsẹ́yìn tí a kò tíì ṣe àyẹ̀wò.

Jesu kò bá àwọn ènìyàn wí fún bíbéèrè ìbéèrè.

Ó bá wọn wí fún yíyẹra fún ìbáṣepọ̀.

Ọjọ́ Kejì pè ọ́ láti kíyèsí ibi tí ìtakora ti lè jẹ́ ọgbọ́n nínú ìgbésí ayé rẹ. Níbi tí a ti fi ìgbọràn sílẹ̀ lábẹ́ àsíá òye. Níbi tí èrò rere ti gba ipò ìgbésẹ̀ tí a ti juwọ́ sílẹ̀.

Èso fi ìdúróṣinṣin hàn.

Àkókò ń fi òtítọ́ hàn.

Tí nǹkan kan bá ti ń rọ̀ ọ́ lọ́rùn fún ìgbà pípẹ́, ọ̀rọ̀ náà lè má ṣe kedere mọ́—ó lè jẹ́ ìfọwọ́sowọ́pọ̀.

Ìwádìí Ọkàn

Jókòó pẹ̀lú àwọn ìbéèrè wọ̀nyí.

Jẹ́ kí wọ́n fara hàn bí wọ́n ṣe rí, kì í ṣe ìdáhùn.

1. **Níbo ni o ti sọ "bẹ́ẹ̀ni" ní ìlànà ṣùgbọ́n "nígbà tó bá yá" ní ìṣe?**
2. **Àwọn ìdí wo lo sábà máa ń fúnni tí o fi ń fa ìgbọ́ràn sẹ́yìn?**
3. **Báwo lo ṣe lè fi ìyàtọ̀ hàn láàárín ìmòye àti ìyẹra fún ìgbésí ayé rẹ?**

Ìwà Àṣà Lónìí (Kékeré ṣùgbọ́n Òótọ́)

Àṣà òde òní ni **sísọ orúkọ** .

Mu ìwé tàbí àkọsílẹ̀ kan lórí fóònù rẹ.

Kọ **ibi kan** tí o rò pé Ọlọ́run ti sọ̀rọ̀ tẹ́lẹ̀ sílẹ̀—ṣùgbọ́n o ti pẹ́ tó láti dáhùn.

Má ṣe dá a láre.

Má ṣe ṣàlàyé rẹ̀. Kàn dárúkọ rẹ̀.

Lẹ́yìn náà sọ èyí ní ìkọ̀kọ̀:

"Olúwa, mo rí ibi tí mo ti pẹ́."

Iyẹn ni gbogbo rẹ̀.

Àdúrà
Olúwa Jésù,
mo jẹ́wọ́ pé àtakò kìí sábà dàbí ìṣọ̀tẹ̀. Nígbà mìíràn ó máa ń dàbí sùúrù, ìṣọ́ra, tàbí ọgbọ́n. Wá mi wò kí o sì ṣí ibi tí ìfàsẹ́yìn ti rọ́pò ìgbọràn. Kọ́ mi láti mọ èso dípò àwáwí àti ìbáṣepọ̀ dípò èrò. Mo yan òtítọ́ ju ààbò ara-ẹni lọ. Àmín.

Ìkéde
Sọ èyí sókè:
Mi ò da èrò àti ìgbọràn pọ̀. Mi ò fi àtakò pamọ́ sí ẹ̀yìn ìrònú. Mo ń kọ́ láti mọ ìdádúró àti láti yan ìbáṣepọ̀ pẹ̀lú òtítọ́. Ìgbésí ayé mi yóò so èso tí ó ń fi ìtẹríba hàn.

Ìfẹ́ sí Ìgbọràn
Lónìí, mo fi ara mi fún **ìdámọ̀ tòótọ́** .
Èmi kì yóò yí orúkọ ìdádúró padà sí òye. Èmi yóò jẹ́ kí Ọlọ́run tú ohun tí ó nílò ìbáṣepọ̀ hàn kí n tó béèrè fún ìtọ́sọ́nà tuntun.

Ìtọ́sọ́nà ìparí
Má ṣe ṣe ohun tí o dárúkọ síbẹ̀.
Lónìí jẹ́ nípa **rírí kedere** , kìí ṣe àtúnṣe kíákíá.
Lọ́la, a ó ṣe àgbéyẹ̀wò **ìdí tí ìgbọràn fi máa ń léwu kódà nígbà tí òtítọ́ bá ṣe kedere** .

ỌJỌ́ KẸTA

Nígbà tí Ìgbọràn bá dà bí ewu

Ìdí Tí Ìmọ́lẹ̀ Kì í Fi Ń Yí Payá Nígbà Gbogbo

ÀWỌN ÌWÉ MÍMÙ TÍ A FI Ń PỌJÚ KÓKÓ

- **Òwe 3:5-6** - *Gbẹ́kẹ̀lé Olúwa pẹ̀lú gbogbo ọkàn rẹ...*
- **Mátíù 14:28–31** — *Pétérù rìn lórí omi… ó sì bẹ̀rẹ̀ sí í rì.*
- **Heberu 11:8** - *Nípa ìgbàgbọ́ ni Abrahamu ṣe gbọ́... láì mọ ibi tí òun ń lọ.*

Kíkà Ìwé Mímọ́ (Ka Díẹ̀díẹ̀)
"Fi gbogbo ọkàn rẹ gbẹ́kẹ̀ lé Olúwa,
má sì gbẹ́kẹ̀lé òye ara rẹ."
—Òwe 3:5
Dúró díẹ̀.
Ṣàkíyèsí ibi tí a ti tẹnu mọ́ ìgbẹ́kẹ̀lé—kì í ṣe ìmọ̀.

Àròjinlẹ̀ Ìfọkànsìn
Ọkan lára àwọn apá ìgbọràn tí a kò lóye jùlọ ni èyí:
ìgbọràn kìí sábà ní *ààbò* ní àkókò tí a nílò rẹ̀.
Kí **CS Lewis** tó fi ara rẹ̀ fún ẹ̀sìn Kristẹni pátápátá, ó ti mọ ohun tí ìgbọràn yóò ní nínú. Àtakò rẹ̀ kò wá láti inú àìmọ̀kan.
Ó wá láti inú *ewu* . Ìgbọràn halẹ̀ mọ́ ìmọ̀lára ìṣàkóso rẹ̀, ìṣe àsọtẹ́lẹ̀ rẹ̀, àti jíjẹ́ olùkọ̀wé ara rẹ̀.
Èyí ṣì jẹ́ òótọ́ fún ọ̀pọ̀lọpọ̀ ènìyàn lónìí.
A sábà máa ń rò pé nígbà tí òtítọ́ bá yé kedere, ìgbésẹ̀ yẹ kí ó rọrùn. Ìwé Mímọ́ sọ ìtàn mìíràn. Ìmọ̀ kedere kò mú ìbẹ̀rù kúrò. Ní tòótọ́, ìmọ́lẹ̀ sábà máa ń mú un pọ̀ sí i—nítorí pé owó náà ti hàn gbangba báyìí.
Ìgbọràn nílò ìgbẹ́kẹ̀lé ní àkókò pàtó tí a kò mọ àbájáde rẹ̀.
Pétérù kò rì nítorí ó ṣiyèméjì pé Jésù wà.
Ó rì nítorí pé ẹ̀rù yí àfiyèsí rẹ̀ padà.
Ábúráhámù kò gbọ́ràn nítorí pé ó ní máàpù.
Ó gbọ́ràn nítorí pé ó gbẹ́kẹ̀lé Ẹni tí ó pè é.
Ọjọ́ kẹta pè yín láti rí i pé ìfòyà kìí ṣe ìṣọ̀tẹ̀ ní gbogbo ìgbà—ó sábà máa ń jẹ́ ìbẹ̀rù àdánù, ìfarahàn, tàbí ìyípadà. Ìgbọràn ń

béèrè pé kí a gbé ìgbésẹ̀ síwájú kí a tó rí ààbò. Ó nílò ìgbàgbọ́ kìí ṣe gẹ́gẹ́ bí ìgbẹ́kẹ̀lé nínú àbájáde, ṣùgbọ́n gẹ́gẹ́ bí ìgbẹ́kẹ̀lé nínú ìwà Ọlọ́run.
Ibí ni ọpọlọpọ eniyan ti duro ṣinṣin titilai.
A n duro de idaniloju nigbati Olorun ba beere fun igbẹkẹle.
A n duro de idaniloju nigbati Olorun ba beere fun isọdọkan.
A n duro de alaye nipa ojo iwaju nigbati Olorun ba beere fun igboran ni isinsinyi.
Ìgbọràn léwu nítorí ó mú kí àlá tí a lè máa ṣàkóso kúrò.
Síbẹ̀, Ìwé Mímọ́ fi hàn nígbà gbogbo pé ìgbàgbọ́ kìí ṣe àìní ìbẹ̀rù—ó jẹ́ ìrìnkiri *nípasẹ̀* rẹ̀.

Ìwádìí Ọkàn

Joko pẹlu awọn ibeere wọnyi laisi iyara.

1. **Apá ìgbọràn wo ló léwu jùlọ fún ọ lọ́wọ́lọ́wọ́?**
2. **Àbájáde wo lo ń gbìyànjú láti dáàbò bo ara rẹ kúrò lọ́wọ́?**
3. **Báwo lo ṣe sábà máa ń dáhùn nígbà tí Ọlọ́run bá béèrè fún ìṣípò ṣáájú ìdánilójú?**

Ìdánrawò Lónìí (Kékeré ṣùgbọ́n Onígboyà)

Àdúrà ìgbẹ́kẹ̀lé ni àṣà ìbílẹ̀ lónìí .
Wa ibi idakẹjẹẹ kan.
Sọ **ẹ̀rù kan pàtó** tó ní í ṣe pẹ̀lú ìgbọràn.
Lẹ́yìn náà, gbàdúrà gbólóhùn yìí lọ́ra, nígbà mẹ́ta:
"Olúwa, mo gbẹ́kẹ̀lé ọ ju àbájáde tí mo bẹ̀rù lọ."
Má ṣe bá ìbẹ̀rù jiyàn.
Má ṣe mú un kúrò. Kàn gbé ìgbẹ́kẹ̀lé sí ẹ̀gbẹ́ rẹ̀.

Àdúrà

Baba,
O mọ ibi tí ìgbọràn ti jẹ́ ohun iyebíye fún mi. O rí ìbẹ̀rù tí ó wà lábẹ́ ìjákulẹ̀ mi. Kọ́ mi láti gbẹ́kẹ̀lé ìwà rẹ nígbà tí mi ò lè sọ àsọtẹ́lẹ̀ àbájáde rẹ̀. Mo yan ìgbàgbọ́ tí ó ń lọ síwájú, kódà nígbà tí ẹ̀rù ṣì wà. Àmín.

Ìkéde

Sọ èyí sókè:
Mi ò dúró de ìgbà tí mo fi lè gbọ́ràn.
Mo gbẹ́kẹ̀lé Ẹni tí ó pè mí síwájú. Ìbẹ̀rù kì í ṣe olórí ìpinnu mi. Ìgbàgbọ́ ló ń darí mi ní ìgbésẹ̀-lẹ́sẹ̀. Ìgbọràn mi ń lágbára ju ìjákulẹ̀ mi lọ.

Ìfẹ́ sí Ìgbọràn
Lónìí, mo gbà láti **gbẹ́kẹ̀lé ìwà Ọlọ́run**
kódà nígbà tí àbájáde rẹ̀ kò bá ṣe kedere. Èmi kò ní da ìbẹ̀rù àti ọgbọ́n tàbí ìdádúró àti òye pọ̀ mọ́.

Ìtọ́sọ́nà ìparí
Má ṣe yára síwájú.
Lónìí ni a dá lórí **sísọ orúkọ fún ìbẹ̀rù** , kìí ṣe láti ṣẹ́gun rẹ̀.
Lọ́la, a ó ṣe àwárí **bí ìgbéraga ṣe ń tako ìgbọràn lọ́nà pẹ̀lẹ́pẹ̀lẹ́ nígbà tí ó ń farahàn gẹ́gẹ́ bí ẹni tí ó ní ẹ̀bi** .

ỌJỌ KẸRIN

Nígbà tí Ìgbéraga bá dún bí ohun tó yẹ kí ó jẹ́ ojúṣe rẹ̀

Bí Ìṣàkóso Ara-ẹni Ṣe Ń Pa Ara Rẹ̀ Mọ́ Bí Ọgbọ́n

ÀWỌN ÌWÉ MÍMÙ TÍ A FI Ń PỌJÚ KÓKÓ

- **Òwe 16:18** — *Ìgbéraga ní í ṣáájú ìparun…*
- **Lúùkù 18:9-14** — *Farisí àti agbowó-orí.*
- **Róòmù 12:3** - *Má ṣe ro ara rẹ ju bí ó ti yẹ lọ…*

Kíkà Ìwé Mímọ́ (Ka Díẹ̀díẹ̀)
"Ọlọ́run lòdì sí àwọn agbéraga ṣùgbọ́n ó fi oore-ọ̀fẹ́ fún àwọn onírẹ̀lẹ̀."
—Jákọ́bù 4:6
Ka lẹẹkansi.
Ṣàkíyèsí ọ̀rọ̀ náà *lòdì sí* .

Àròjinlẹ̀ Ìfọkànsìn
Kì í ṣe gbogbo ìgbéraga ló máa ń pariwo.
Àwọn ìgbéraga kan máa ń dún bí ẹni pé wọ́n ṣọ́ra.
Wọ́n wọ̀n. Wọ́n ní ẹ̀bi.
Kí **CS Lewis** tó fi ara rẹ̀ fún Kristi, ọ̀kan lára àwọn ọ̀nà ìtakora tó lágbára jùlọ tí ó dojú kọ kì í ṣe ìgbéraga—bí kò ṣe *ìgbẹ́kẹ̀lé ara ẹni* . Ó gbàgbọ́ pé òun jẹ́ olóye, onírònú, àti ẹni tí ó bá wí. Ó sì jẹ́ bẹ́ẹ̀. Ṣùgbọ́n lábẹ́ ipò yẹn ni èrò tó jinlẹ̀ wà: *Mo lè ṣàkóso ara mi.*
Èyí jẹ́ ọ̀kan lára àwọn ìbòjú tí ìgbéraga fi ń tànmọ́lẹ̀ jùlọ.
A sábà máa ń fojú inú wo ìgbéraga gẹ́gẹ́ bí ìgbéraga tàbí ìgbéraga ara ẹni. Ìwé Mímọ́ fi ohun kan tí ó túbọ̀ jẹ́ òótọ́ hàn: ìgbéraga ni ìtẹnumọ́ pé *mo mọ bí mo ṣe lè ṣàkóso ìgbésí ayé mi*

dáadáa. Ó jẹ́ ìṣàkóso ara ẹni tí a gbé kalẹ̀ gẹ́gẹ́ bí ìdàgbàsókè. Ìṣàkóso ni a gbé kalẹ̀ gẹ́gẹ́ bí ìṣọ́ra. Òmìnira ni a gbé kalẹ̀ gẹ́gẹ́ bí ọgbọ́n.

Lewis gbà pé níwọ̀n ìgbà tí òun bá ṣì wà ní ipò àṣẹ ìkẹyìn, ẹ̀sìn Kristẹni kò lè fìdí múlẹ̀ pátápátá. Ó lè gba ìtọ́sọ́nà ìwà rere, ó mọríri ẹ̀kọ́ Kristẹni, ó sì tún lè gbóríyìn fún Kristi—nígbà tí ó ṣì ń darí bí ìgbọràn yóò ṣe rí.

Ìgbéraga kì í sábà kọ Ọlọ́run sílẹ̀.

Ó sábà máa ń bá a ṣòwò.

Ó bá ìlànà mu nígbà tí ó ń tako ìtẹ́ríba ní ìṣe. Ó fẹ́ràn ìgbìmọ̀ràn ju ìtẹ́ríba lọ. Ó ń gba ìrànlọ́wọ́ láìjuwọ́sílẹ̀ àṣẹ. Àti nítorí pé ó dà bí ohun tó bójú mu, ó sábà máa ń lọ láìsí ìpèníjà.

Jésù sọ̀rọ̀ nípa èyí ní tààrà nínú àwọn òwe Rẹ̀. Farisí nínú Lúùkù 18 kò farahàn bí ẹni tí kò ní ìwà rere. Ó farahàn bí ẹni tí ó jẹ́ onígbèsè. Olódodo. Ẹ̀sìn. Síbẹ̀, ìdúró rẹ̀ kò fi àyè sílẹ̀ fún oore-ọ̀fẹ́, nítorí pé kò fi àyè sílẹ̀ fún àìní.

Oore-ọ̀fẹ́ kò lè dé ibi tí ìlera ara-ẹni bá wà láìsí ìṣòro.

Ọjọ́ kẹrin pè ọ́ láti kíyèsí ibi tí a ti lè dènà ìgbọràn kìí ṣe nípasẹ̀ ìtakora, ṣùgbọ́n nípasẹ̀ ìgbẹ́kẹ̀lé ara-ẹni. Níbi tí ìgbẹ́kẹ̀lé ara-ẹni ti ń díje pẹ̀lú ìgbẹ́kẹ̀lé nínú ìtọ́sọ́nà Ọlọ́run.

Èyí kì í ṣe nípa dídá ẹ̀bi fún agbára tàbí ẹrù iṣẹ́ lẹ́bi.

Ó jẹ́ nípa mímọ ìgbà tí wọ́n ti rọ́pò ìgbẹ́kẹ̀lé ara wọn.

Ìgbéraga kìí sábà máa ń kéde ara rẹ̀ gẹ́gẹ́ bí ìṣọ̀tẹ̀.

Ó máa ń sọ pé, *"Mo ní èyí."*

Ìwádìí Ọkàn

Joko ni idakẹjẹ pẹlu awọn ibeere wọnyi.

1. **Níbo ni o ti gbẹ́kẹ̀lé ìdájọ́ ara rẹ jùlọ dípò ìtọ́sọ́nà Ọlọ́run?**
2. **Báwo lo ṣe máa ń dáhùn nígbà tí ìgbọràn bá dà bíi pé kò gbéṣẹ́ tàbí pé kò gbéṣẹ́?**
3. **Báwo ni ìrẹ̀lẹ̀ ṣe rí ní àwọn agbègbè tí o rò pé ó tóótun jùlọ?**

Ìwà Lónìí (Kékeré ṣùgbọ́n ó ń fi hàn)

Ìdánrawò òde òní ni **ìtúsílẹ̀** .

Ṣe àfihàn **ìpinnu kan, ìwà, tàbí agbègbè ìgbésí ayé** tí o ń ṣe fúnra rẹ.
Gbadura gbolohun yii laiyara:
"Olúwa, mo tú àìní mi sílẹ̀ láti ṣàkóso èyí."
Má ṣe tún un ṣe.
Má ṣe mú un sunwọ̀n sí i. Kàn fi sílẹ̀ fún ìtọ́jú Ọlọ́run.

Àdúrà
Baba,
mo jẹ́wọ́ pé ìgbéraga kìí sábà máa ń jẹ́ ẹlẹ́ṣẹ̀. Nígbà mìíràn ó máa ń jẹ́ ọgbọ́n, ìṣọ́ra, àti alágbára. Fi ibi tí ìṣàkóso ara-ẹni ti rọ́pò ìgbẹ́kẹ̀lé hàn mí. Kọ́ mi ní ìrẹ̀lẹ̀ tí ó gba oore-ọ̀fẹ́ àti ìgbọràn tí ó ń ṣàn láti inú ìgbẹ́kẹ̀lé. Mo fi ipò sílẹ̀ kí ìwọ lè ṣe amọ̀nà. Àmín.

Ìkéde
Sọ èyí sókè:
Mi ò gbẹ́kẹ̀lé òye ara mi.
Mo fi agbára mi fún ọgbọ́n Ọlọ́run. Ìgbéraga kò darí ìpinnu mi. Oore-ọ̀fẹ́ ló ń ṣe ìgbọràn mi. Mo yan ìrẹ̀lẹ̀ ju ìṣàkóso lọ.

Ìfẹ́ sí Ìgbọràn
Lónìí, mo pinnu láti **tú ìjọba ara-ẹni sílẹ̀** .
Èmi kò ní da ojuse pọ̀ mọ́ òmìnira tàbí ọgbọ́n àti ìṣàkóso. Mo yan ìgbẹ́kẹ̀lé ju ìfojúsùn ara-ẹni lọ.

Ìtọ́sọ́nà ìparí
Má ṣe yára láti ṣe àtúnṣe ohunkóhun lónìí.
Lónìí jẹ́ nípa **mímọ ìdúró** , kìí ṣe mímú ìyípadà wá.
Lọ́la, a ó dojúkọ **bí ìgbọràn díẹ̀ ṣe ń dá ìforígbárí inú sílẹ̀**

ỌJỌ KÁRÚN

Nígbà Tí Ìgbọràn Bá Jẹ́ Apá Kan

Ìdí Tí Ìfọkànsìn Pínyà Fi Ń Dá Ìjà Inú Lẹ́sẹ̀

ÀWỌN ÌWÉ MÍMỌ́ TÍ A FI Ń PỌJÚ KÓKÓ

- **1 Ọba 18:21** — *Yóò ti pẹ́ tó tí ẹ̀yin yóò fi máa ṣiyèméjì láàárín èrò méjì?*
- **Luku 9:23** - *Ẹnikẹ́ni tí ó bá fẹ́ jẹ́ ọmọ-ẹ̀yìn mi gbọ́dọ̀ sẹ́ ara rẹ̀...*
- **Róòmù 7:22–25** — *Mo ní inú dídùn sí òfin Ọlọ́run… ṣùgbọ́n mo rí òfin mìíràn tó ń ṣiṣẹ́ nínú mi.*

Kíkà Ìwé Mímọ́ (Ka Díẹ̀díẹ̀)
"Kò sí ẹni tí ó lè sin ọ̀gá méjì."
—Mátíù 6:24
Dúró.
Má ṣe ṣàlàyé ẹsẹ náà. Jẹ́ kí ó dúró.

Àròjinlẹ̀ Ìfọkànsìn
Ìgbọràn díẹ̀ kan dà bí ohun tó bójú mu.
Ó jẹ́ kí a lè sọ bẹ́ẹ̀ni láìfi ohun gbogbo sílẹ̀. Ó jẹ́ kí a tẹ̀lé Kristi ní ọ̀nà tí a lè rí, nígbà tí a ń fi àwọn ibi kan pamọ́ fún ara wa ní ìdákẹ́jẹ́ẹ́. Àti nítorí pé ìgbọràn díẹ̀ sábà máa ń dàbí òótọ́, ó lè dúró fún ọ̀pọ̀ ọdún láìsí pé a dojúkọ ọ́.
Kí **CS Lewis** tó fi ara rẹ̀ fún Kristi pátápátá, ó gbé nínú wàhálà yìí. Ó fẹ́ràn òtítọ́ Kristẹni, ó gba ìmọ̀ tó péye nípa ìwà rere rẹ̀, ó sì tún gbà pé ó ní àṣẹ—síbẹ̀ ó fi ara rẹ̀ sílẹ̀ pátápátá. Ìgbésí ayé rẹ̀ kò ní ìṣọ̀tẹ̀, bí kò ṣe ìṣọ̀tẹ̀ tó pínyà.
Ìpínyà yìí ń fa ìdàámú.

Ìwé Mímọ́ kò ṣàpèjúwe ìjà inú gẹ́gẹ́ bí ohun ìjìnlẹ̀. Ó pe orúkọ rẹ̀ ní àbájáde àwọn aláṣẹ tí ń bá ara wọn dìje. Nígbà tí Kristi bá ń ṣàkóso àwọn agbègbè kan tí ara rẹ̀ sì ń ṣàkóso àwọn mìíràn, àlàáfià kò lè ṣòro. Kì í ṣe nítorí pé Ọlọ́run kò gbà á lọ́wọ́—ṣùgbọ́n nítorí pé òfin tí ó pínyà kò lè mú kí gbogbo nǹkan pé.

Ìgbọràn díẹ̀ ló máa ń mú wa rẹ̀wẹ̀sì.

A ní ẹrù ìpinnu nígbà tí a ń gbìyànjú láti tẹ̀lé Kristi. A ń ṣàkóso ìgbàgbọ́ dípò gbígba ìtọ́sọ́nà. A máa ń yípo láàrín ìgbẹ́kẹ̀lé àti ìṣàkóso, ìgbọ́ràn àti ìpamọ́ra. Àti pé àbájáde rẹ̀ sábà máa ń jẹ́ àárẹ̀, ìjákulẹ̀, àti ìmọ̀lára ìdákẹ́jẹ́ẹ́ pé ohun kan ti yípadà.

Ọlọ́run kò fi ìdààmú yìí hàn láti dójútì wá.

Ó fi hàn láti pè wá sí ìsinmi.

Kì í ṣe pé a lè rí ìsinmi nínú ṣíṣe díẹ̀ fún Ọlọ́run, bí kò ṣe nínú jíjọ̀wọ́ ara wa sí i fún Un.

Lewis wá mọ̀ nígbẹ̀yìn-gbẹ́yín pé ẹ̀sìn Kristẹni kò ṣiṣẹ́ lábẹ́ ìṣàkóso àpapọ̀. Kristi kì í ṣe àdéhùn lórí àṣẹ; Ó gbà bẹ́ẹ̀.

Àlàáfià tí Lewis ń wá kò dé nípasẹ̀ àtúnṣe díẹ̀díẹ̀, bí kò ṣe nípasẹ̀ ìdarí tí a fi sílẹ̀.

Ọjọ́ karùn-ún pè ọ́ láti kíyèsí ibi tí ìgbọràn lè jẹ́ òtítọ́ ṣùgbọ́n tí kò pé. Níbi tí a ti gba Kristi gẹ́gẹ́ bí Olùgbàlà ṣùgbọ́n tí a tako gẹ́gẹ́ bí Olúwa. Níbi tí a ti pín ìgbàgbọ́ sí láti pa ìtùnú, ìṣàkóso, tàbí ìbáṣepọ̀ mọ́ra mọ́.

Ìmọ̀ yìí kì í ṣe ìkùnà.

Ìlọsíwájú ni.

Ìforígbárí inú sábà máa ń fi hàn pé ìtọ̀lẹ́sẹẹsẹ ti sún mọ́lé.

Ìwádìí Ọkàn

Joko pẹlu awọn ibeere wọnyi ni idakẹjẹ.

1. **Níbo ni o ti ṣe ìgbọràn pẹ̀lú àwọn àdéhùn tí a so mọ́ ọn?**
2. **Agbègbè ìgbésí ayé wo ló dà bíi pé ó ṣòro fún àwọn ènìyàn láti juwọ́ sílẹ̀ pátápátá?**
3. **Báwo ni ìgbọràn díẹ̀ ṣe máa ń fara hàn ní ti ìmọ̀lára—nínú àárẹ̀, ìjákulẹ̀, tàbí àìnísinmi?**

Ìwà Àṣà Lónìí (Kékeré ṣùgbọ́n Ó Ṣe Àlàyé)
Àṣà òde òní jẹ́ **àkójọpọ̀ òtítọ́** .
àwọn apá mẹ́ta nínú ìgbésí ayé rẹ sílẹ̀ :

- Ibi tí ìgbọràn ti dà bí ohun àdánidá
- Èyí tí ìgbọràn ti dà bí àṣàyàn tí a yàn láti ṣe
- Ibi tí ìgbọràn ti dà bí ohun tí a ti tako

Má ṣe dá ohun tí o kọ sílẹ̀
lẹ́jọ́. Ṣàkíyèsí àpẹẹrẹ náà.
Lẹ́yìn náà sọ ní ìdákẹ́jẹ́ẹ́:
"Olúwa, fi ibi tí ìdúróṣinṣin mi ti pín sí hàn mí."

Àdúrà
Olúwa Jésù,
mo jẹ́wọ́ pé mo ti máa ń gbọ́ràn sí ọ ní ìgbà gbogbo. Mo ti tẹ̀lé ọ níbi tí ó ti ní ààbò mo sì ti tako ọ níbi tí ó ti jẹ́ owó púpọ̀. Fi ibi tí ìpínyà ti rọ́pò ìfọkànsìn hàn mí. Kọ́ mi ní àlàáfíà tí ó wá láti inú ìpéye, kìí ṣe láti inú ìṣàkóso. Mo yan ìbáṣepọ̀ ju ìfọ̀rọ̀wérọ̀ lọ. Àmín.

Ìkéde
Sọ èyí sókè:
Èmi kì í sin àwọn ọ̀gá tí wọ́n pínyà.
Mo yan ìpéye ju ìṣàkóso lọ. Ìgbọràn mi kì í ṣe ojúsàájú tàbí àdéhùn. Kristi ni Olúwa lórí gbogbo apá ìgbésí ayé mi. Mo gba àlàáfíà nípasẹ̀ ìfarajìn.

Ìfẹ́ sí Ìgbọràn
Lónìí, mo fi ara mi fún **ìmọ̀ tòótọ́** .
Èmi kò ní fojú fo àwọn agbègbè ìdúróṣinṣin tí ó pín sí méjì mọ́. Mo yan ìṣọ̀kan gẹ́gẹ́ bí ọ̀nà láti sinmi.

Ìtọ́sọ́nà ìparí
Jẹ́ kí òní yanjú.
Má ṣe yára láti ṣe àtúnṣe ohun gbogbo lẹ́ẹ̀kan náà.

Lọ́la, a ó ṣe àwárí **ìdí tí a fi gbọ́dọ̀ máa ṣe ìgbọràn lójoojúmọ́—kì í ṣe lẹ́ẹ̀kan ṣoṣo.**

ỌJỌ KẸFÀ

A ń kọ́ ìgbọràn lójoojúmọ́

Idi ti a fi n ṣe adaṣe isọdọkan, ti a ko pinnu lẹẹkan

ÀWỌN ÌWÉ MÍMÙ TÍ A FI Ń PỌJÚ KÓKÓ

- **Luku 9:23** — *Gbé àgbélébùú rẹ lojoojúmọ́ kí o sì máa tẹ̀lé mi.*
- **Ẹkún 3:22–23** — *Àánú rẹ̀ máa ń jẹ́ tuntun ní gbogbo òwúrọ̀.*
- **Fílípì 2:12-13** - *Ẹ máa ṣiṣẹ́ ìgbàlà yín… nítorí Ọlọ́run ni ó ń ṣiṣẹ́ nínú yín.*

Kíkà Ìwé Mímọ́ (Ka Díẹ̀díẹ̀)
"Ẹnikẹ́ni tí ó bá fẹ́ di ọmọ ẹ̀yìn mi gbọ́dọ̀ sẹ́ ara rẹ̀, kí ó gbé àgbélébùú rẹ̀ lójoojúmọ́, kí ó sì máa tọ̀ mí lẹ́yìn."
—Lúùkù 9:23.
Ṣàkíyèsí ọ̀rọ̀ náà **lójoojúmọ́** .
Má ṣe fi ẹ̀mí rẹ̀ sílẹ̀.

Àròjinlẹ̀ Ìfọkànsìn
Ọkan lára àwọn èrò òdì tí kò dákẹ́jẹ́ẹ́ nípa ìgbọràn ni ìgbàgbọ́ pé a lè yanjú rẹ̀ lẹ́ẹ̀kan ṣoṣo.
A máa ń fojú inú wo àkókò pàtàkì kan—àdúrà, ìfaramọ́, àti àṣeyọrí—lẹ́yìn èyí tí ìgbọràn yóò di ohun tí a kò lè ṣe láìdáwọ́dúró. Ṣùgbọ́n Ìwé Mímọ́ máa ń gbé ìgbọràn kalẹ̀ nígbà gbogbo kì í ṣe gẹ́gẹ́ bí ìṣẹ̀lẹ̀ kan ṣoṣo, ṣùgbọ́n gẹ́gẹ́ bí **ìdúró ojoojúmọ́** .
Kí **CS Lewis** tó di ohùn àwọn Kristẹni ní gbangba, ìfarabalẹ̀ rẹ̀ bẹ̀rẹ̀ sí í hàn díẹ̀díẹ̀. Àtakò rẹ̀ kò wó lulẹ̀ nínú ìṣe àrà kan

ṣoṣo; ó túká nípasẹ̀ àwọn àṣàyàn tí a ń ṣe leralera láti bá òtítọ́ mu bí ó ṣe ń gbé ara rẹ̀ kalẹ̀. Ìgbọràn di ẹ̀kọ́ nípasẹ̀ ìlù, kì í ṣe ìpinnu.
Èyí jẹ́ òmìnira gidigidi.
Tí ìgbọràn bá dúró pẹ̀lú agbára, ọ̀pọ̀lọpọ̀ wọn yóò kùnà kíákíá. Dípò bẹ́ẹ̀, Ọlọ́run ń ṣe ìgbọràn nípasẹ̀ àtúnsọ—nípasẹ̀ pípadà sí ìpinnu kan náà lójoojúmọ́: *Ta ló wà ní ipò àkóso lónìí?*
Ìgbọràn ojoojúmọ́ máa ń jẹ́rìí ohun kan tó jẹ́ òótọ́ nípa wa: a máa ń jí ní òwúrọ̀ kọ̀ọ̀kan pẹ̀lú ara wa tí ó ṣì ń fẹ́ láti ṣàkóso.
Èyí kì í ṣe ìkùnà.
Ó jẹ́ òótọ́.
Ìwé Mímọ́ kò sọ pé kí a kàn ara wa mọ́ àgbélébùú lẹ́ẹ̀kan ṣoṣo.
Ó ní kí a gbé àgbélébùú **lójoojúmọ́** .
Ọjọ́ kẹfà pè yín láti tú ìfúngunmọ́ pípé sílẹ̀ kí ẹ sì gba ìbáwí wíwà nìbẹ̀. Ìgbọràn kò dàgbà nípasẹ̀ ìsapá akọni, ṣùgbọ́n nípasẹ̀ ìfọwọ́sowọ́pọ̀ léraléra. Ọjọ́ kọ̀ọ̀kan di àǹfààní tuntun láti tún ara rẹ̀ ṣe—kì í ṣe nítorí pé àná kò tó, ṣùgbọ́n nítorí pé òní ló mú àwọn àṣàyàn tirẹ̀ wá.
Àánú Ọlọ́run yóò pàdé wa níbẹ̀.
Ìgbọràn ojoojúmọ́ kò béèrè pé kí a nímọ̀lára pé a ti pinnu láti ṣe bẹ́ẹ̀.
Ó ń béèrè pé kí a wà nílẹ̀.
Kò nílò òye tẹ́lẹ̀.
Ó nílò ìṣòtítọ́ ní àkókò yìí.
Báyìí ni ìyípadà ṣe di ohun tí ó ṣeé gbé.

Ìwádìí Ọkàn

Joko pẹlu awọn ibeere wọnyi ni idakẹjẹ.

1. **Níbo ni o ti retí pé kí a yanjú ìgbọràn lẹ́ẹ̀kan dípò kí a máa ṣe é lójoojúmọ́?**
2. **Báwo lo ṣe sábà máa ń dáhùn nígbà tí òye àná bá jinna lónìí?**
3. **Báwo ni yóò ṣe rí láti wo ìgbọràn gẹ́gẹ́ bí ìpadàbọ̀ ojoojúmọ́ dípò ipò tí ó wà títí láé?**

Ìwà Àṣà Lónìí (Rọrùn àti Tí A Lè Tún Ṣe)
Ìdánilẹ́kọ̀ọ́ òde òní jẹ́ **ìfọwọ́sowọ́pọ̀ ojoojúmọ́** .
Ní ìbẹ̀rẹ̀ ọjọ́ rẹ—tàbí nísinsìnyí—sọ èyí lọ́ra:
"Olúwa, mo yan ìbáṣepọ̀ lónìí."
Má ṣe fi àwọn ìlànà kún un.
Má ṣe ṣe àgbéyẹ̀wò sí ọla.
Jẹ́ kí ìgbọràn máa wà ní àkókò yìí.

Àdúrà
Baba,
o ṣeun pe igboran ni a ṣe ni akoko. Gba mi silẹ kuro ninu titẹ lati yanju ohun gbogbo ni ẹẹkan. Kọ mi ni iṣootọ ninu awọn yiyan oni ati igbẹkẹle ninu aanu Rẹ fun ọla. Mo fun ọ ni ọjọ yii—kii ṣe ni pipe, ṣugbọn tinutinu. Amin.

Ìkéde
Sọ èyí sókè:
Ìgbọràn ni a ń ṣe lójoojúmọ́ ní ìgbésí ayé mi.
Mi ò gbẹ́kẹ̀lé ìpinnu àná. Mo yan ìbáṣepọ̀ lónìí. Oore-ọ̀fẹ́ Ọlọ́run máa ń pàdé mi nígbà tí mo bá ń tún un ṣe. Ìgbàgbọ́ mi máa ń dàgbà nípasẹ̀ ìṣe òdodo.

Ìfẹ́ sí Ìgbọràn
Lónìí, mo pinnu láti **máa gbọ́ràn** .
Èmi kì yóò béèrè fún ìdánilójú fún ọla kí n tó máa tẹ̀síwájú lónìí. Mo yan ìbáṣepọ̀ ojoojúmọ́ ju pípé tí ó pẹ́ lọ.

Ìtọ́sọ́nà ìparí
Jẹ́ kí òní jẹ́ ìmọ́lẹ̀.
O n kọ́ ìṣọ̀kan, kì í ṣe pé o ń fi ìfọkànsìn hàn.
Lọ́la, a ó ṣe àwárí **ìdí tí ìgbọràn fi jinlẹ̀ síi nípasẹ̀ àwọn àṣàyàn kéékèèké tí ó farasin dípò àwọn tí a lè rí** .

ỌJỌ KEJE

Iṣootọ ni Awọn Ibi Ti o Farasin

Ìdí Tí Ìgbọràn Fi Ń Dàgbà Níbi Tí Ẹnikẹ́ni Kò Ti Rí

ÀWỌN ÌWÉ MÍMỌ́ TÍ A FI Ń PỌJÚ KÓKÓ

- **Mátíù 6:1-6** - *Baba rẹ tí ó ríran ní ìkọ̀kọ̀ yóò san án fún ọ.*
- **Lúùkù 16:10** - *Ẹnikẹ́ni tí ó bá ṣe olóòótọ́ ní ohun kékeré jẹ́ olóòótọ́ nínú ohun púpọ̀ pẹ̀lú.*
- **Kólósè 3:23-24** - *Ohunkóhun tí ẹ bá ń ṣe, ẹ fi gbogbo ọkàn yín ṣe é bí ẹni pé ẹ ń ṣiṣẹ́ fún Olúwa.*

Kíkà Ìwé Mímọ́ (Ka Díẹ̀díẹ̀)
"Baba rẹ, ẹni tí ó rí ohun tí a ń ṣe ní ìkọ̀kọ̀, yóò san án fún ọ."
—Mátíù 6:4
Dákẹ́.
Ṣàkíyèsí ẹni tí àwùjọ náà jẹ́.

Àròjinlẹ̀ Ìfọkànsìn
Ọpọ̀lọpọ̀ ìgbọràn ló máa ń ṣẹlẹ̀ níbi tí a kò ti lè wọn.
Kí **CS Lewis** tó sọ̀rọ̀ ní gbangba nípa ẹ̀sìn Kristẹni, ìgbọràn rẹ̀ ni a ń ṣe ní ọ̀nà tí a kò rí. Ìfarabalẹ̀ rẹ̀ kò bẹ̀rẹ̀ lórí pèpéle tàbí nínú ìwé. Ó farahàn ní ìkọ̀kọ̀—àwọn yíyàn tí ẹnikẹ́ni kò yìn, àwọn àtúnṣe tí ẹnikẹ́ni kò kíyè sí, ìṣòtítọ́ tí kò mú kí a mọ̀ ọ́n lẹ́sẹ̀kẹsẹ̀.
Ibí ni ìgbọràn ti ń pọ̀ sí i gidigidi.
A sábà máa ń so ìgbọràn pọ̀ mọ́ àwọn ìṣe tí a lè rí—ìgbàgbọ́ gbogbogbòò, ìdúró ìwà rere, àti ìpinnu onígboyà. Ìwé Mímọ́ ṣí ohun kan tí ó dákẹ́ jẹ́ẹ́ hàn: Ọlọ́run ń ṣe ìwà ní àwọn ibi ìkọ̀kọ̀. Ohun tí a ń ṣe nígbà tí ẹnikẹ́ni kò bá ń wo bí a ṣe ń ṣe nígbà tí gbogbo ènìyàn bá wà.
Ìgbọràn tí a fi pamọ́ ń dán ìṣírò ọkàn wò.

Ó béèrè bóyá a tẹ̀lé Kristi fún ìdámọ̀ tàbí fún ìbáṣepọ̀. Yálà a gbọ́ràn fún èrè tàbí fún ìṣòtítọ́. Yálà ìdúróṣinṣin wa sinmi lórí ìjẹ́rìí tàbí ó dúró ṣinṣin ní òkùnkùn.
Lewis lóye èyí dáadáa. Ìgbọràn rẹ̀ ní ìbẹ̀rẹ̀ kò mú kí ó lókìkí. Ó mú kí ó jẹ́ olóòótọ́. Kí àwọn ìwé rẹ̀ tó nípa lórí àràádọ́ta ọ̀kẹ́ ènìyàn, àwọn àṣàyàn rẹ̀ yí ìgbésí ayé tí ó wà ní ìbámu pẹ̀lú òtítọ́ padà. Èso náà wá lẹ́yìn náà. Ìṣẹ̀dá ni ó kọ́kọ́ wáyé.
Èyí jẹ́ ìpèníjà pàtàkì ní àṣà tí ó ń san èrè fún wíwòran.
A n wa ni idanwo lati wiwọn ilọsiwaju nipasẹ akiyesi. A fi idagbasoke ṣe afiwe pẹlu idaniloju. Sibẹsibẹ Jesu nigbagbogbo n yi akiyesi pada kuro lọdọ awọn eniyan ati si Baba ti o rii ni ikọkọ.
Ọjọ́ keje ń pè yín láti tún ìgbọràn ṣe kìí ṣe gẹ́gẹ́ bí ìṣe, ṣùgbọ́n gẹ́gẹ́ bí wíwà.
Ìgbọràn tí a fi pamọ́ kì í ṣe ohun tí a fi ṣòfò.
Ó jẹ́ ohun tí a wúwo.
Ó ń mú wa gbára dì láti gbé ẹrù iṣẹ́ láìsí ìbàjẹ́, láti ní agbára láìsí ìgbéraga, àti láti mú èso wá láìsí ẹ̀tọ́. Ìṣòtítọ́ ní ìkọ̀kọ̀ ni ó ń jẹ́ ìtìlẹ́yìn ìwà títọ́ gbogbo ènìyàn.
Tí o bá nímọ̀lára pé o kò rí i nínú ìgbọràn rẹ, o kò sí lẹ́yìn. Wọ́n ń dá ọ.

Ìwádìí Ọkàn

Joko pẹlu awọn ibeere wọnyi ni idakẹjẹ.

1. **Àwọn iṣẹ́ ìgbọràn wo ló wà ní ìgbésí ayé rẹ tí àwọn ẹlòmíràn kò rí?**
2. **Báwo lo ṣe ń hùwà padà ní ti ìmọ̀lára nígbà tí a kò bá kíyè sí ìṣòtítọ́?**
3. **Kí ló ń mú kí ìgbọràn rẹ pọ̀ jù—ìbáṣepọ̀ tàbí ìjẹ́rìí?**

Ìdánrawò Lónìí (Ìdákẹ́jẹ́ẹ́ àti Ìmòye)

Ìgbọràn ìkọ̀kọ̀ ni ìṣe òní .

Yan **iṣẹ́ ìṣòtítọ́ kékeré kan** tí ẹnikẹ́ni kò ní mọ̀ nípa rẹ̀:

- Àdúrà kan
- Ìṣe ìdènà
- Ìṣẹ́jú kan ti ìwà ọ̀làwọ́

- Ìpinnu láti sọ̀rọ̀ dáadáa tàbí láti dákẹ́

Ṣe é ní ìdákẹ́jẹ́ẹ́.
Má ṣe gbà á sílẹ̀. Má ṣe mẹ́nu kàn án.
Jẹ́ kí ó wà láàrín ìwọ àti Ọlọ́run.

Àdúrà
Baba,
O rí ohun tí a ń ṣe ní ìkọ̀kọ̀. Kọ́ mi láti mọríri ojú rẹ ju ìjẹ́wọ́ lọ. Jẹ́ kí ìgbọràn mi wà níbi tí ìyìn kò sí, tí òtítọ́ sì gbọ́dọ̀ dúró fúnra rẹ̀. Mo fún ọ ní ohun tí ẹnikẹ́ni kò ní rí. Àmín.

Ìkéde
Sọ èyí sókè:
Ìgbọràn mi kì í ṣe ohun tó ń múni ṣe àṣeyọrí.
Mo jẹ́ olóòótọ́ níbi tí ẹnikẹ́ni kò ti rí mi. Ọlọ́run ń dá ìwà mi ní àwọn ibi ìkọ̀kọ̀. Mo ń gbé fún ìbáṣepọ̀, kì í ṣe fún ìyìn.
Òtítọ́ mi ń so èso ní àsìkò tó yẹ.

Ìfẹ́ sí Ìgbọràn
Lónìí, mo fi ara mi fún **ìdúróṣinṣin tí ó farasin** .
Mo yan ìgbọràn láìsí ìdámọ̀ àti ìbáṣepọ̀ láìsí ìfidí múlẹ̀.

Ìtọ́sọ́nà ìparí
Èyí parí **Ọsẹ̀ Kìíní** .
Wọn kò ti ní kí o ṣe púpọ̀—
ṣùgbọ́n ọ̀pọ̀lọpọ̀ nǹkan ti ń ṣẹlẹ̀ láìsí ìkọ̀kọ̀.
Ní ọ̀sẹ̀ tó ń bọ̀, a ó ṣe àwárí **bí ìgbọràn ṣe ń yí ìfẹ́kúfẹ̀ẹ́ padà, kìí ṣe ìwà nìkan** .

ỌJỌ KẸJỌ

Nígbà tí ìfẹ́ ọkàn bá bẹ̀rẹ̀ sí yípadà

Bí Ìgbọràn Ṣe Ń Tún Ohun Tí A Fẹ́ràn Ṣe

ÀWỌN ÌWÉ MÍMÙ TÍ A FI Ń PỌJÚ KÓKÓ

- **Sáàmù 37:4** - *Jẹ́ kí inú rẹ dùn sí Olúwa, yóò sì fún ọ ní ìfẹ́ ọkàn rẹ.*
- **Esekiẹli 36:26** — *Èmi yóò fún yín ní ọkàn tuntun, èmi yóò sì fi ẹ̀mí tuntun sínú yín.*
- **Galatia 5:16-17** — *Ẹ máa rìn nípa Ẹmí, ẹ̀yin kì yóò sì mú ìfẹ́kúfẹ̀ẹ́ ara ṣẹ.*

Kíkà Ìwé Mímọ́ (Ka Díẹ̀díẹ̀)
"Èmi yóò fún yín ní ọkàn tuntun,
èmi yóò sì fi ẹ̀mí tuntun sínú yín."
—Ìsíkíẹ́lì 36:26
Ṣàkíyèsí pé Ọlọ́run kì í bẹ̀rẹ̀ pẹ̀lú ìwà.
Ó bẹ̀rẹ̀ pẹ̀lú **ọkàn** .

Àròjinlẹ̀ Ìfọkànsìn
Ọpọ̀ ènìyàn rò pé ìgbọràn máa ń mú ìfẹ́kúfẹ̀ẹ́ kúrò.
Wọ́n fojú inú wo ìgbàgbọ́ gẹ́gẹ́ bí ìdènà—ṣíṣe ohun tí ó tọ́ nígbà tí wọ́n ń fẹ́ nǹkan mìíràn. Àìlóye yìí mú kí ìgbọràn rí bí ohun tí ó wúwo àti ìgbà díẹ̀. Síbẹ̀, Ìwé Mímọ́ fi òtítọ́ jíjinlẹ̀ kan hàn: ìgbọràn kò kàn dí ìfẹ́ ọkàn lọ́wọ́ nìkan; ó **tún un ṣe àtúnṣe** .
Kí **CS Lewis** tó ní òmìnira pípé nínú Kristi, ó kọ́ pé ìyípadà Kristẹni kì í ṣe nípa agbára ìfẹ́kúfẹ̀ẹ́ láti borí ìfẹ́kúfẹ̀ẹ́. Ó jẹ́

nípa jíjẹ́ kí ìfẹ́kúfẹ̀ẹ́ fúnra rẹ̀ tún bẹ̀rẹ̀ sí í yípadà. Ohun tó fà á kúrò lọ́dọ̀ Ọlọ́run nígbà kan rí bẹ̀rẹ̀ sí í pàdánù àṣẹ rẹ̀ díẹ̀díẹ̀.
Èyí kì í ṣẹlẹ̀ lẹ́sẹ̀kẹsẹ̀.
Ìfẹ́ ọkàn máa ń yípadà díẹ̀díẹ̀—nípasẹ̀ ìbáṣepọ̀ leralera, nípa yíyan ìgbọràn kódà nígbà tí ìfẹ́ ọkàn bá ti lọ sílẹ̀. Bí àkókò ti ń lọ, ohun tí ó ti jẹ́ pé ó náni lówó tẹ́lẹ̀ bẹ̀rẹ̀ sí í dà bí ohun àdánidá. Ohun tí ó ti nílò ìsapá tẹ́lẹ̀ bẹ̀rẹ̀ sí í mú àlàáfíà wá.
Èyí kì í ṣe ìfiyàjẹni.
Ó jẹ́ ìtúnsọ.
Ọlọ́run kò ní kí a ṣe bíi pé ìfẹ́ ọkàn wa yàtọ̀ sí tiwọn. Ó ṣèlérí láti *mú wọn yàtọ̀* . Ṣùgbọ́n ìlérí náà ń wáyé nípasẹ̀ ìṣe, kì í ṣe nípasẹ̀ ìfúngunmọ́. Bí a ṣe ń rìn ní ìgbọràn, Ẹmí ń tún ìfẹ́ wa ṣe láti inú dé òde.
Ọjọ́ kejọ ń pè ọ́ láti kíyèsí àwọn ìyípadà díẹ̀díẹ̀.
O le ma tii fe gbogbo ohun ti Olorun beere.
Sugbon o le bere si ni fe *eto ara re* .
Ati pe nibe ni iyipada ti bere.
Ìdàgbàsókè Kristẹni kì í ṣe àìní ìfẹ́ ọkàn, bí kò ṣe ìyípadà rẹ̀.

Ìwádìí Ọkàn

Joko pẹlu awọn ibeere wọnyi ni idakẹjẹ.

1. **Àwọn ìfẹ́ ọkàn wo ló ń díje pẹ̀lú ìgbọràn lọ́wọ́lọ́wọ́ nínú ìgbésí ayé rẹ?**
2. **Ǹjẹ́ o ti kíyèsí pé àwọn ìfẹ́ ọkàn kan ti ń pàdánù ìfẹ́ wọn láti ìgbà tí o ti bẹ̀rẹ̀ ìrìn àjò yìí?**
3. **Kí ni yóò túmọ̀ sí láti gbẹ́kẹ̀lé Ọlọ́run pẹ̀lú àtúnṣe ìfẹ́ ọkàn rẹ, kìí ṣe ìṣe rẹ nìkan?**

Ìṣe Lónìí (Tẹ́lẹ̀ àti Àkíyèsí)

Àṣà òde òní ni **kí a kíyèsí ìfẹ́ ọkàn** .
Jálẹ̀ ọjọ́ náà, sinmi lẹ́ẹ̀kan tàbí lẹ́ẹ̀meji kí o sì bi ara rẹ pé:
"Kí ni mo fẹ́ ní báyìí?"
Má ṣe dájọ́ ìfẹ́ ọkàn náà.
Má ṣe tún un ṣe. Má ṣe kíyèsí i.
Lẹ́yìn náà gbàdúrà ní ìdákẹ́jẹ́ẹ́:
"Olúwa, ṣe àgbékalẹ̀ ohun tí mo fẹ́ràn."

Àdúrà

Baba,

O mọ ìfẹ́ ọkàn mi ju èmi lọ. Mo mú wọn wá sọ́dọ̀ rẹ láìsí ṣíṣe àṣehàn tàbí fi ara pamọ́. Ṣe àtúnṣe ọkàn mi láti inú dé òde. Jẹ́ kí ìgbọràn di ohun tí mo fẹ́, kì í ṣe ohun tí mo kàn ń ṣe. Mo gbẹ́kẹ̀lé ọ pẹ̀lú ìfẹ́ mi.

Àmín.

Ìkéde

Sọ èyí sókè:

Ọlọ́run ń tún ìfẹ́ ọkàn mi ṣe.

Ìgbọràn ń di ayọ̀ mi. Mo ń rìn nípa Ẹmí, kì í ṣe nípa ìfẹ́ ọkàn.

Ọkàn mi ń di tuntun lójoojúmọ́. Ohun tí mo fẹ́ràn ni pé mo ń bá òtítọ́ mu.

Ìfẹ́ sí Ìgbọràn

Lónìí, mo fi ara mi fún **ìmọ̀ òtítọ́ nípa ìfẹ́ ọkàn** .

Èmi kì yóò bẹ̀rù ìfẹ́ ọkàn mi tàbí kí n ṣe bíi pé wọn kò sí. Mo gbẹ́kẹ̀lé Ọlọ́run láti tún wọn ṣe bí àkókò ti ń lọ.

Ìtọ́sọ́nà ìparí

Má ṣe fi ìmọ̀lára wọn lónìí.

Wíwọ̀n rẹ̀ pẹ̀lú **àfiyèsí** .

Ìfẹ́ ọkàn yípadà láìsí ìkọ̀kọ̀.

Lọ́la, a ó ṣe àwárí **ìdí tí ìgbọràn fi ń dàgbà nípasẹ̀ sùúrù, kìí ṣe nípasẹ̀ ìkánjú** .

ỌJỌ KẸSÀN

Iṣẹ́ Ìdákẹ́jẹ́ẹ́ ti Sùúrù

Ìdí Tí Ìgbọràn Fi Ń Dàgbà Dé Àkókò

ÀWỌN ÌWÉ MÍMÙ TÍ A FI Ń PỌJÚ KÓKÓ

- **Jákọ́bù 1:2-4** - *Ẹ jẹ́ kí ìfaradà parí iṣẹ́ rẹ̀ kí ẹ lè dàgbà kí ẹ sì pé.*
- **Galatia 6:9** - *Ẹ má ṣe jẹ́ kí a rẹ̀wẹ̀sì ní ṣíṣe rere...*
- **Sáàmù 40:1 BMY** - *Mo fi sùúrù dúró de Olúwa;Ó yípadà sí mi, ó sì gbọ́ igbe mi.*

Kíkà Ìwé Mímọ́ (Ka Díẹ̀díẹ̀)
"Ẹ jẹ́ kí ìfaradà parí iṣẹ́ rẹ̀,
kí ẹ lè dàgbà dénú, kí ẹ sì pé, láìsí àìní ohunkóhun."
—Jákọ́bù 1:4
Ṣàkíyèsí pé ìdàgbàsókè jẹ́ ohun tí **a gbà láàyè** , kì í ṣe tipátipá.

Àròjinlẹ̀ Ìfọkànsìn
Ìgbọràn kì í sábà máa ń bàjẹ́ nítorí pé a kọ̀ ọ́ sílẹ̀—ṣùgbọ́n nítorí pé a fi ìkánjú ṣe é.
A fẹ́ kí òye wa yé kíákíá. Yípadà kíákíá. Ìpinnu kíákíá. Nígbà tí ìlọsíwájú bá ń lọ́ra, a máa ń rò pé ohun kan kò tọ́. Síbẹ̀, Ìwé Mímọ́ fi hàn nígbà gbogbo pé Ọlọ́run ń **mọ̀ọ́mọ̀ ṣiṣẹ́** , kì í ṣe kíákíá. Ó ń dàgbàsókè lórí àkókò, kì í ṣe nípasẹ̀ ìyára.
Kí **CS Lewis** tó di ohùn Kristẹni tí a lè gbẹ́kẹ̀lé, ọ̀pọ̀lọpọ̀ ìṣẹ̀dá rẹ̀ wáyé láìsí àwọn àmì tí a lè rí. Ìgbọràn rẹ̀ farahàn nípasẹ̀ sùúrù—nípa jíjẹ́ kí òtítọ́ ṣiṣẹ́ dípò kí ó béèrè fún àbájáde lẹ́sẹ̀kẹsẹ̀.
Èyí ṣòro fún àwọn òǹkàwé òde òní.
A ń gbé nínú àṣà ìṣiṣẹ́ lẹ́sẹ̀kẹsẹ̀. A retí pé kí ìyípadà jẹ́ èyí tí a lè wọ̀n, kíákíá, àti èyí tí ó lè múni gbẹ́kẹ̀lé ní ti ìmọ̀lára. Ṣùgbọ́n

ìṣẹ̀dá ẹ̀mí lòdì sí ìṣiṣẹ́. Ọlọ́run kò yára láti mú àwọn àbájáde wá; Ó ti pinnu láti mú kí *gbogbo nǹkan pé* .

Sùúrù ń dáàbò bo ìgbọràn.

Nígbà tí a bá yára gbọ́ràn, a sábà máa ń fi ìgbòkègbodò rọ́pò ìṣọ̀kan. A máa ń ṣe púpọ̀ dípò kí a juwọ́ sílẹ̀. A máa ń lépa agbára dípò ìdàgbàsókè. Bí àkókò ti ń lọ, èyí máa ń yọrí sí àárẹ̀ dípò èso.

Ìwé Mímọ́ pe ìdúró mìíràn: ìfaradà tí ó jẹ́ kí iṣẹ́ Ọlọ́run parí.

Èyí kò túmọ̀ sí àìṣeéṣe.

Ó túmọ̀ sí wíwà *ní ipò olóòótọ́* .

Sùúrù nínú ìgbọràn kọ́ wa láti dúró ní ìbámu kódà nígbà tí a kò bá rí àbájáde. Ó ń kọ́ wa láti gbẹ́kẹ̀lé àkókò Ọlọ́run dípò ṣíṣe àtúnṣe àbájáde. Ó ń mú gbòǹgbò jinlẹ̀ kí a lè máa mú èso ọjọ́ iwájú dúró.

Ọjọ́ kẹsàn-án pè ọ́ láti tú ìkìmọ́lẹ̀ náà sílẹ̀ láti "tẹ̀síwájú."

Ìdàgbàsókè ń ṣẹlẹ̀ kódà nígbà tí ó bá dà bíi pé a kò lè rí i.

Ìgbọràn kì í ṣe nípa agbára, bí kò ṣe nípa ìdúróṣinṣin.

Dídúró kì í ṣe ohun tí a fi ṣòfò nígbà tí Ọlọ́run bá wà ní ibi iṣẹ́.

Ìwádìí Ọkàn

Joko pẹlu awọn ibeere wọnyi ni idakẹjẹ.

1. **Ibo ni o ti lero titẹ lati tẹsiwaju ni iyara ju ti o wa lọ?**
2. **Báwo lo ṣe máa ń dáhùn nígbà tí ìgbọràn bá ń dà bíi pé ó ń tún ara rẹ̀ ṣe tàbí ó ń lọ́ra?**
3. **Kí ni sùúrù lè máa dáàbò bò nínú ìdàgbàsókè rẹ nípa tẹ̀mí nísinsìnyí?**

Ìdánrawò Lónìí (Lọ́ra àti Ní Èrò)

Ìwà òde òní jẹ́ **ìṣòtítọ́ láìsí ìkánjú** .

Yan **ìṣe ìgbọràn kan** tí o ti ń ṣe tẹ́lẹ̀—àdúrà, inú rere, ìkóra-ẹni-níjàánu, àti òótọ́.

Ṣe é lónìí **láì gbìyànjú láti mú un sunwọ̀n sí i** .

Kìkì ṣe é ní òtítọ́.

Lẹ́yìn náà gbàdúrà:

"Olúwa, mo gbẹ́kẹ̀lé àkókò rẹ."

Àdúrà
Baba,
kọ mi lati ṣe akiyesi otitọ ju iyara lọ. Tú mi silẹ kuro ninu titẹ lati yara iṣẹ rẹ. Ran mi lọwọ lati duro ṣinṣin nigbati idagbasoke ba lọra ati suuru nigbati a ko ba ri awọn abajade. Mo gbẹkẹle ọ lati pari ohun ti O ti bẹrẹ.
Amin.

Ìkéde
Sọ èyí sókè:
Mi ò fi ìkánjú ṣe iṣẹ́ Ọlọ́run ní ayé mi.
Ìgbọràn máa ń dàgbà nípasẹ̀ sùúrù. Mo dúró ṣinṣin ní gbogbo ìgbà. Ọlọ́run máa ń parí iṣẹ́ Rẹ̀ ní àkókò Rẹ̀. Mo máa ń dàgbàsókè, mo máa ń fidí múlẹ̀, mo sì máa ń wà ní pípé.

Ìfẹ́ sí Ìgbọràn
Lónìí, mo fi ara mi fún **ìfaradà aláìsàn** .
Èmi kì yóò fi ìyára wọn ìlọsíwájú tàbí ṣe ìdájọ́ ìdàgbàsókè nípa rírí. Mo gbẹ́kẹ̀lé Ọlọ́run láti parí iṣẹ́ Rẹ̀ nínú mi.

Ìtọ́sọ́nà ìparí
Jẹ́ kí òní jẹ́ kí ó lọ́ra.
Ìdàgbàsókè máa ń dàgbà láìsí ariwo.
Lọ́la, a ó ṣe àyẹ̀wò **bí ìgbọràn ṣe ń tún ìhùwàsí wa sí ìdẹwò ṣe—kì í ṣe nípa yíyẹra fún un, ṣùgbọ́n nípa ìṣẹ̀dá** .

.

ỌJỌ KẸWÀÁ

Nígbà tí Ìdẹwò bá fi Ìṣẹ̀dá hàn

Ìdí Tí Ìgbọràn Fi Ń Yí Padà Bá A Ṣe Ń Dáhùn, Kìí Ṣe Ohun Tí A Ń Dínà Sí nìkan

ÀWỌN ÌWÉ MÍMỌ́ TÍ A FI Ń PỌJÚ KÓKÓ

- **1 Kọ́ríńtì 10:13** BMY - *Ọlọ́run jẹ́ olóòótọ́; kì yóò jẹ́ kí a dán yín wò ju bí ẹ ti lè fara dà lọ.*
- **Jákọ́bù 1:13-15** - *Olúkúlùkù ni a ń dán wò nígbà tí ìfẹ́kúfẹ̀ẹ́ ara rẹ̀ bá fà á lọ.*
- **Galatia 5:24-25** — *Àwọn tí í ṣe ti Kristi Jesu ti kan ara…*

Kíkà Ìwé Mímọ́ (Ka Díẹ̀díẹ̀)
"Olúkúlùkù ni a ń dán wò nígbà tí a bá fi ìfẹ́kúfẹ̀ẹ́ ara rẹ̀ fà á lọ tí a sì tàn án jẹ."
—Jákọ́bù 1:14
Ṣàkíyèsí ibi tí ìdẹwò ti bẹ̀rẹ̀.
Kì í ṣe lóde—ṣùgbọ́n nínú.

Àròjinlẹ̀ Ìfọkànsìn
Àwọn ènìyàn sábà máa ń ṣi ìdẹwò lóye.
A kà á sí ewu láti òde—ohun kan tí a gbọ́dọ̀ yẹra fún, tí a lè pa mọ́, tàbí tí a lè sá fún. Ìwé Mímọ́ gbé òtítọ́ jíjinlẹ̀ kalẹ̀: ìdẹwò ń ṣí ohun tí a ṣì ń ṣe nínú wa payá. Ó ń tú àwọn ìfẹ́ ọkàn, ìwà, àti àwọn ìṣesí tí ìgbọràn ń yí padà díẹ̀díẹ̀.
Kí **CS Lewis** tó kọ́ bí a ṣe ń sọ̀rọ̀ nípa ìyípadà Kristẹni ní kedere, ó kọ́ èyí fúnra rẹ̀. Ìdẹwò kò parẹ́ lẹ́yìn ìgbàgbọ́; ó yí ìwà padà bí ìgbọràn ṣe ń jinlẹ̀ sí i. Ohun tí ó ti ń dà bí ẹni pé ó ń borí tẹ́lẹ̀ pàdánù àṣẹ rẹ̀ díẹ̀díẹ̀—kì í ṣe nípasẹ̀ yíyẹra fún ara rẹ̀ nìkan, ṣùgbọ́n nípasẹ̀ ìfẹ́ ọkàn tí a tún ṣe.

Èyí ṣe pàtàkì.
Ìṣẹ́gun lórí ìdẹwò kìí ṣe nípa agbára ìgbìyànjú tó lágbára jù. Ó jẹ́ nípa ìfẹ́ ọkàn tó yípadà. Bí ìgbọràn bá ṣe ń dàgbà, ìdẹwò kìí ṣe pẹ̀lú ìbẹ̀rù, ṣùgbọ́n pẹ̀lú òye tó yéni. Ìfà náà máa ń rẹ̀wẹ̀sì nítorí pé ọkàn ni a ń darí sí.
Ìdánwò kò túmọ̀ sí ìkùnà.
Ó túmọ̀ sí wípé ìṣẹ̀dá ṣì ń lọ lọ́wọ́.
Ìwé Mímọ́ kò tì wá lójú fún ìdánwò. Ó pè wá láti ṣàyẹ̀wò ohun tí ìdánwò fi hàn. Níbi tí ìfẹ́kúfẹ̀ẹ́ kò bá ti wà, ìdánwò náà máa ń jẹ́ kíákíá. Níbi tí ìfẹ́kúfẹ̀ẹ́ bá ti ń di ohun tí a ń tún ṣe, ìdánwò náà máa ń hàn gbangba.
Ọjọ́ kẹwàá ń pè ọ́ láti dẹ́kun lílo ìdẹwò gẹ́gẹ́ bí pàjáwìrì kí o sì bẹ̀rẹ̀ sí í rí i gẹ́gẹ́ bí ìsọfúnni.
Ohun tí ó ń dẹ ọ́ wò fi ohun tí ó ṣì ń díje fún ìdúróṣinṣin hàn. Ìmọ̀ yẹn kì í sì í ṣe ìdálẹ́bi—ìtọ́sọ́nà ni. Ọlọ́run tilẹ̀ lo ìdẹwò láti fi ibi tí ìgbọràn ṣì ń gbilẹ̀ hàn wá.
Àtúnṣe yìí yí ohun gbogbo padà.
Dípò kí a bẹ̀rù ìdẹwò, a kọ́ ẹ̀kọ́ láti inú rẹ̀.
Dípò kí a fi pamọ́, a máa ń yẹ̀ ẹ́ wò. Dípò kí a máa jà láìronú, a máa ń ṣe ara wa ní ìbámu pẹ̀lú ara wa.
Ìgbọràn kò ní jẹ́ kí a ní àbòsí.
Ó ń mú wa ní àkíyèsí.

Ìwádìí Ọkàn

Joko pẹlu awọn ibeere wọnyi ni idakẹjẹ.

1. **Àwọn àpẹẹrẹ ìdẹwò wo ló máa ń wáyé nígbà gbogbo nínú ìgbésí ayé rẹ?**
2. **Àwọn ìfẹ́ ọkàn wo ni àwọn ìdẹwò wọ̀nyẹn ń fi hàn?**
3. **Báwo ni ìdáhùn rẹ sí ìdẹwò ṣe yípadà—bí ó bá tilẹ̀ jẹ́ pé ó ti yípadà rárá—láti ìgbà tí o ti bẹ̀rẹ̀ ìrìn àjò yìí?**

Ìdánrawò Lónìí (Àtúnṣe àti Ìpìlẹ̀)

A ṣe àyẹ̀wò ìṣe ti òde òní **nípa ìdáhùn** .

Tí o bá kíyèsí ìdẹwò lónìí—kékeré tàbí ńlá—dákẹ́ kí o sì béèrè pé:

"Kí ni èyí ń fi ohun tí mo ṣì ń fẹ́ hàn?"

Lẹ́yìn náà, gbàdúrà ní ìdákẹ́jẹ́ẹ́:

"Olúwa, máa ṣe àtúnṣe ọkàn mi."

Má ṣe dójútì ara rẹ.

Má ṣe yára lọ. Kọ́ ẹ̀kọ́ nìkan.

Àdúrà

Baba,

o ṣeun pe idanwo ko sọ mi di alainigba. Kọ mi lati ri i bi digi, kii ṣe idajọ. Fi ohun ti o tun n dije fun iṣootọ mi han, ki o si tẹsiwaju lati tun awọn ifẹ mi ṣe nipasẹ igbọran. Mo gbẹkẹle iṣootọ rẹ ninu gbogbo idanwo. Amin.

Ìkéde

Sọ èyí sókè:

Ìdánwò kò ṣe àfihàn mi.

Ọlọ́run ń dá ọkàn mi nípasẹ̀ ìgbọràn. Mo ń rìn nípa Ẹmí, kì í ṣe nípa ìfẹ́ ọkàn. Òtítọ́ ni a ń tún àwọn ìfẹ́ ọkàn mi ṣe. Mo ń dàgbàsókè ní òye àti òmìnira lójoojúmọ́.

Ìfẹ́ sí Ìgbọràn

Lónìí, mo fi ara mi fún **ìgbọ́ràn tí ó wà ní ọkàn mi** .

Èmi kì yóò bẹ̀rù ìdẹwò tàbí kí n fi ara pamọ́ kúrò nínú ohun tí ó ń ṣí payá. Mo jẹ́ kí Ọlọ́run lo gbogbo àkókò láti máa ṣẹ̀dá ọkàn mi.

Ìtọ́sọ́nà ìparí

O kò sí lẹ́yìn.

A n ṣe apẹrẹ rẹ.

Lọ́la, a ó ṣe àwárí **bí ìgbọràn ṣe lágbára síi nípasẹ̀ àwùjọ dípò ìyàsọ́tọ̀.**

ỌJỌ KỌKỌLỌWỌLỌ

Ìgbọràn ń pọ̀ sí i ní Àwùjọ

Ìdí Tí A Kò Fi Ṣe Ìdásílẹ̀ Láti Jẹ́ Àdáni

ÀWỌN ÌWÉ MÍMÙ TÍ A FI Ń PỌJÚ KÓKÓ

- **Heberu 10:24-25** — *Ẹ jẹ́ kí a ronú nípa bí a ṣe lè ru ara wa sókè sí ìfẹ́ àti sí iṣẹ́ rere.*
- **Oníwàásù 4:9–12** — *Méjì sàn ju ọ̀kan lọ... okùn okùn mẹ́ta kì í yára já.*
- **Òwe 27:17** — *Bí irin ṣe ń pọ́n irin, bẹ́ẹ̀ náà ni ẹnìkan ṣe ń pọ́n ẹlòmíràn.*

Kíkà Ìwé Mímọ́ (Ka Díẹ̀díẹ̀)
"Ẹ jẹ́ kí a ronú nípa bí a ṣe lè ru ara wa sókè sí ìfẹ́ àti sí iṣẹ́ rere."
—HÉBÉRÙ 10:24
Ṣàkíyèsí ọ̀rọ̀ náà **"ronú** ."
Àwùjọ nílò èrò ọkàn.

Àròjinlẹ̀ Ìfọkànsìn
Ọkan lára àwọn ìtàn àròsọ aláìlábàwọ́n nípa ìgbàgbọ́ òde òní ni èrò náà pé ìgbọràn nìkan ni a lè dúró.
A mọyì ìpamọ́. Òmìnira. Ẹmí ẹ̀mí ara ẹni. Bó tilẹ̀ jẹ́ pé àwọn wọ̀nyí lè jẹ́ ẹ̀bùn, wọ́n máa ń di ẹrù-ìní nígbà tí wọ́n bá yà wá sọ́tọ̀ kúrò nínú ìbáwí, ìṣírí, àti ìmòye tí a pín. Ìwé Mímọ́ kò fi ìgbọràn hàn gẹ́gẹ́ bí iṣẹ́ àdáni. Ìdásílẹ̀, nípa ìṣètò, jẹ́ ti gbogbo ènìyàn.
Kí **CS Lewis** tó di ẹni tí a mọ̀ fún àwọn ìwé rẹ̀ ní gbangba, ìgbọràn rẹ̀ di ohun tí ó mú kí ọ̀rẹ́ rẹ̀ dára síi. Àwọn ìjíròrò, àìgbọ́dọ̀máṣe, ìjíhìn, àti wíwá òtítọ́ papọ̀ ló ń darí ìgbàgbọ́ rẹ̀.

Lewis kò dé ìgbà tí ó dàgbà nìkan; ó wà láàárín àwọn mìíràn tí wọ́n ń tako, tí wọ́n ń béèrè ìbéèrè, tí wọ́n sì ń bá a rìn.
Àwùjọ ń tú àwọn ibi tí kò ṣe kedere sí.
Tí a bá fi sílẹ̀ nìkan, a máa ń dá ìdádúró láre. A máa ń ṣe ìgbọràn díẹ̀díẹ̀. A máa ń da òtítọ́ àti ìbáṣepọ̀ rú. Àwùjọ máa ń dá àwọn ìlànà wọ̀nyí dúró—kì í ṣe nípasẹ̀ ìdájọ́, ṣùgbọ́n nípasẹ̀ wíwà níbẹ̀. Àwọn mìíràn máa ń rí ohun tí a kò lè ṣe. Wọ́n máa ń sọ orúkọ ohun tí a kò gbọ́dọ̀ ṣe. Wọ́n máa ń rán wa létí òtítọ́ nígbà tí ìpinnu wa bá ń bàjẹ́.
Èyí kò túmọ̀ sí pípín ní gbogbo ìgbà tàbí fífi agbára múni ṣe àìlera. Ó túmọ̀ sí *ìtọ́sọ́nà àpapọ̀* . Rírìn lọ sí ààrín kan náà. Jíjẹ́ kí ìgbésí ayé wa di mímọ̀ tó láti lè ṣe àtúnṣe.
Ọjọ́ kọkànlá ń pè ọ́ láti tún ronú nípa bí ìgbọràn ṣe ń ṣiṣẹ́ nínú ìgbésí ayé rẹ.
Níbi tí ìgbàgbọ́ bá wà ní ìyàsọ́tọ̀, ó sábà máa ń di aláìlera.
Níbi tí a bá ti ń ṣe ìgbọràn, ó máa ń di aláìlera.
Àwùjọ kì í rọ́pò ẹrù iṣẹ́ ara ẹni.
Ó ń fún un lágbára sí i.
Ọlọ́run ń lo àwọn ẹlòmíràn láti mú ìgbésẹ̀ wa dúró ṣinṣin, láti tún ìṣísẹ̀ wa ṣe, àti láti rán wa létí pé ìgbọràn kì í ṣe àṣeyọrí ẹnìkọ̀ọ̀kan lásán—ó jẹ́ ẹ̀rí tí a jọ ń rí.

Ìwádìí Ọkàn

Joko pẹlu awọn ibeere wọnyi ni idakẹjẹ.

1. **Ibo lo ti n ya igbagbọ rẹ sọtọ kuro lọdọ awọn ẹlomiran?**
2. **Báwo ni o ṣe sábà máa ń dáhùn sí ìbáwí tàbí ìpèníjà?**
3. **Ta ló mọ nípa ìgbésí ayé rẹ tó láti fún ọ níṣìírí láti máa gbọ́ràn sí Ọlọ́run?**

Ìwà Lónìí (Ìbátan àti Ìmòye)

Ìdánrawò òde òní jẹ́ **ìsopọ̀mọ́ra** .
Tọ́ka sí **ẹnìkan tí o fọkàn tán** —ọ̀rẹ́, olùdámọ̀ràn, tàbí onígbàgbọ́ ẹlẹgbẹ́ rẹ.
O ko nilo lati ṣalaye ohun gbogbo.
Kan sọ nkan bi:

"Mo n fi gbogbo ara mi ṣe àtúnṣe sí bí mo ṣe lè ṣe nǹkan kan. Ẹ jọ̀wọ́ ẹ gbàdúrà fún mi."
Jẹ́ kí a *rí ìgbọràn* , kódà fún ìgbà díẹ̀.

Àdúrà
Baba,
Iwọ ko ṣe apẹrẹ mi lati rin nikan. Kọ mi lati gba agbara nipasẹ agbegbe ati irẹlẹ nipasẹ wiwa otitọ apapọ. Ran mi lọwọ lati gba iwuri ati atunse gẹgẹbi awọn ẹbun ti o daabobo igboran mi. Mo yan isopọ ju iyasọtọ lọ. Amin.

Ìkéde
Sọ èyí sókè:
Èmi nìkan kọ́ ni a dá.
Ọlọ́run ń fún ìgbọràn mi lágbára nípasẹ̀ àwùjọ. Mo gba ìṣírí àti àtúnṣe. Ìgbàgbọ́ mi ń lágbára sí i nípasẹ̀ wíwá òtítọ́ papọ̀. Mo ń rìn ní ìbáṣepọ̀ pẹ̀lú àwọn ẹlòmíràn.

Ìfẹ́ sí Ìgbọràn
Lónìí, mo gbà láti **gbọ́ràn sí gbogbo ènìyàn** .
Èmi kò ní ya ohun tí Ọlọ́run ń dá sọ́tọ̀. Mo yan ìsopọ̀ gẹ́gẹ́ bí ààbò fún ìbáṣepọ̀.

Ìtọ́sọ́nà ìparí
Jẹ́ kí lónìí rán ọ létí pé:
ìgbọràn kì í ṣe àṣeyọrí ìkọ̀kọ̀.
Lọ́la, a ó ṣe àwárí **bí ìgbọràn ṣe ń tún ọ̀nà tí a gbà ń kojú ìkùnà àti àìlera ṣe** .

ỌJỌ́ KEJÌLÁ

Nígbà tí Ìgbọràn bá dojúkọ àìlera

Báwo ni ìkùnà ṣe di ibi ìṣẹ̀dá

ÀWỌN ÌWÉ MÍMÙ TÍ A FI Ń PỌJÚ KÓKÓ

- **2 Kọ́ríńtì 12:9-10** — *Oore-ọ̀fẹ́ mi tó fún ọ, nítorí agbára mi pé nínú àìlera.*
- **Sáàmù 51:16-17** - *Ọkàn tí ó bàjẹ́ tí ó sì ní ìròbìnújẹ́, Ọlọ́run, ìwọ kì yóò gàn.*
- **Òwe 24:16** - *Bí olódodo tilẹ̀ ṣubú ní ìgbà méje, wọ́n tún dìde.*

Kíkà Ìwé Mímọ́ (Ka Díẹ̀díẹ̀)

"Oore-ọ̀fẹ́ mi tó fún ọ,
nítorí agbára mi ni a sọ di pípé nínú àìlera."
—2 Kọ́ríńtì 12:9
Dúró díẹ̀.
Ṣàkíyèsí pé oore-ọ̀fẹ́ ń pàdé àìlera—kì í ṣe agbára.

Àròjinlẹ̀ Ìfọkànsìn

Ọkan lára àwọn àìlóye tó léwu jùlọ nípa ìgbọràn ni ìgbàgbọ́ pé àìpé ń sọ wá di aláìtóótun.
Ọpọ̀ àwọn onígbàgbọ́ gbà pé ìgbọràn gbọ́dọ̀ jẹ́ aláìdáwọ́dúró kí ó tó lè jẹ́ òótọ́. Nígbà tí àìlera bá yọjú—nígbà tí ìpinnu bá bàjẹ́, nígbà tí ìdánwò bá borí, nígbà tí ìbáṣepọ̀ bá yọ́—a máa ń sá padà pẹ̀lú ìtìjú. A túmọ̀ ìkùnà sí ẹ̀rí pé ìṣẹ̀dá ti dúró.
Ìwé Mímọ́ sọ ìtàn mìíràn.
Kí ó tó di ohùn Kristẹni tí a lè gbẹ́kẹ̀lé, **CS Lewis** kọ́ pé àìlera kò fi òpin sí ìgbọràn—ó fi ibi tí oore-ọ̀fẹ́ ṣì ń dá a sílẹ̀ hàn.
Ìsìn Kristẹni, gẹ́gẹ́ bí Lewis ṣe lóye rẹ̀, kò sinmi lórí ìdúróṣinṣin wa ṣùgbọ́n lórí ìṣòtítọ́ Ọlọ́run. Ìgbọràn kì í ṣe agbára nìkan ló ń mú dúró; a ń mú dúró nípa *pípadà* .
Àìlera máa ń fi ohun tí kò tíì sàn hàn.
Ó fi ibi tí ìgbẹ́kẹ̀lé ara-ẹni ṣì ń ṣiṣẹ́ hàn wá, níbi tí a ṣì nílò ìrẹ̀lẹ̀, níbi tí a kò tí ì gba oore-ọ̀fẹ́ ní kíkún. Ọlọ́run kò lo àìkùnà láti dá wa lẹ́bi. Ó ń lò ó láti pe ìgbẹ́kẹ̀lé ara-ẹni sí i.

Ìdí nìyí tí Ìwé Mímọ́ fi sọ̀rọ̀ nípa ìṣubú.
Àwọn olódodo ṣubú—kì í ṣe lẹ́ẹ̀kan, ṣùgbọ́n léraléra. Ohun tí ó yà wọ́n sọ́tọ̀ kì í ṣe pípé, bí kò ṣe ìdáhùn. Wọ́n tún dìde nítorí oore-ọ̀fẹ́ máa ń mú ohun tí ìgbéraga yóò fi sílẹ̀ padà.
Ọjọ́ kejìlá pè ọ́ láti tún àìlera ṣe.
Àìlera kìí ṣe ẹ̀rí pé ìgbọràn kò ṣeéṣe.
Ó jẹ́ ẹ̀rí pé ìgbọràn gbọ́dọ̀ dúró nípasẹ̀ oore-ọ̀fẹ́.
Nígbà tí a bá fi ìkùnà pamọ́, ìgbọràn a máa ṣe àṣeyọrí.
Nígbà tí a bá mú ìkùnà wá sí ìmọ́lẹ̀, ìgbọràn a máa di òótọ́.
Lewis lóye pé ẹ̀sìn Kristẹni kì í mú àwọn ènìyàn tí kò ní àbùkù jáde. Ó máa ń mú àwọn tí wọ́n ronú pìwà dà jáde.
Àwọn ènìyàn tí kì í gbèjà àìlera wọn, ṣùgbọ́n tí wọ́n fi í sílẹ̀.
Àwọn ènìyàn tí kì í ṣe pé wọ́n lágbára, ṣùgbọ́n tí wọ́n ń kọ́ láti gbẹ́kẹ̀lé oore-ọ̀fẹ́.
Báyìí ni ìgbọràn ṣe jinlẹ̀ sí i.
Kì í ṣe nípa yíyẹra fún àìlera,
ṣùgbọ́n nípa fífi ìrẹ̀lẹ̀ bá a pàdé.

Ìwádìí Ọkàn

Joko pẹlu awọn ibeere wọnyi ni idakẹjẹ.

1. **Báwo lo ṣe sábà máa ń dáhùn padà nígbà tí o bá kùnà?**
   Pẹ̀lú ìtìjú, ìkọ̀sílẹ̀, ìpinnu—tàbí ìpadàbọ̀?
2. **Àìlera wo ló ń kó ìrẹ̀wẹ̀sì bá ọ jùlọ ní báyìí?**
3. **Báwo ni Ọlọ́run ṣe lè pè ọ́ láti gbẹ́kẹ̀lé oore-ọ̀fẹ́ ju ìsapá lọ?**

Ìṣe Lónìí (Àtúnṣe àti Olóòótọ́)

lóde òní ni .
Ṣàfihàn **àṣìṣe kan tàbí ibi àìlera kan tí ó ṣẹ̀ṣẹ̀ ṣẹlẹ̀** —kékeré tàbí pàtàkì.
Mú un wá sí ọ̀dọ̀ Ọlọ́run ní kedere.
Kò sí àlàyé kankan. Kò sí ààbò.
Gbàdúrà nìkan:
"Oluwa, mo pada si ọdọ rẹ nihin."
Lẹ́yìn náà sinmi.

Àdúrà

Baba,

mo mú àìlera mi wá fún ọ láìfi ara pamọ́. Mo tú àìní láti farahàn bí alágbára àti láti gba oore-ọ̀fẹ́ rẹ tó. Kọ́ mi láti padà kíákíá kí o sì gbẹ́kẹ̀lé pé ìwọ ń dá mi sílẹ̀ kódà níbi tí mo ti nímọ̀lára pé ó jẹ́ aláìlera jùlọ. Mo gbẹ́kẹ̀lé ọ. Àmín.

Ìkéde

Sọ èyí sókè:

Oore-ọ̀fẹ́ Ọlọ́run pàdé mi nínú àìlera.

Àìkùnà kò sọ mí di aláìlera kúrò nínú ìgbọràn. Mo padà sí Ọlọ́run kíákíá àti ní òtítọ́. A ń ṣe ìgbésí ayé mi nípasẹ̀ oore-ọ̀fẹ́, kì í ṣe pípé. Agbára Ọlọ́run ni mo fi jí dìde lẹ́ẹ̀kan síi.

Ìfẹ́ sí Ìgbọràn

Lónìí, mo fi ara mi fún **ìgbọràn tí ó kún fún oore-ọ̀fẹ́** .

Èmi kì yóò fi àìlera mi pamọ́ tàbí kí n kọ ìbáṣepọ̀ mi sílẹ̀ nígbà tí mo bá ṣubú. Mo yan ìrẹ̀lẹ̀, padà, àti ìgbẹ́kẹ̀lé.

Ìtọ́sọ́nà ìparí

O ko ti parí.

A n ṣe agbekalẹ rẹ.

Lọ́la, a ó ṣe àwárí **bí ìgbọràn ṣe ń tún ìdámọ̀ wa ṣe—kì í ṣe gẹ́gẹ́ bí àwọn olùṣe àṣeyọrí, ṣùgbọ́n gẹ́gẹ́ bí ọmọkùnrin àti ọmọbìnrin** .

ỌJỌ KẸTÀLÁNÍNLÓGÚN

Láti Àṣeyọrí sí Ìdámọ̀

Ìdí Tí Ìgbọràn Fi Ń Wá Láti Ẹni Tí O Jẹ́

ÀWỌN ÌWÉ MÍMỌ́ TÍ A FI Ń PỌJÚ KÓKÓ

- **Róòmù 8:15-16** — *Ẹyin gba Ẹmí ìṣọdọmọ…*
- **Jòhánù 1:12–13** — *Fún gbogbo àwọn tí ó gbà á… Ó fún ni ní ẹ̀tọ́ láti di ọmọ Ọlọ́run.*
- **Galatia 4:6-7** Nítorí *pé ọmọ ni yín, Ọlọ́run rán Ẹmí Ọmọ rẹ̀ sínú ọkàn wa…*

Kíkà Ìwé Mímọ́ (Ka Díẹ̀díẹ̀)
"Ẹyin kò gba ẹ̀mí tí ó tún sọ yín di ẹrú fún ìbẹ̀rù, ṣùgbọ́n ẹ̀yin gba Ẹmí ọmọ."
—Róòmù 8:15
Ṣàkíyèsí ohun tí ìgbọràn *kò* fidí múlẹ̀: ìbẹ̀rù.

Àròjinlẹ̀ Ìfọkànsìn
Ọkan lára àwọn ìyípadà tó ń múni gbọ̀n rìrì jùlọ nínú ìgbọràn ni nígbà tí àṣeyọrí bá ń darí rẹ̀ dípò ìdámọ̀.
Nígbà tí àṣeyọrí bá ń mú kí ìgbọràn lágbára, a máa ń gbìyànjú láti rí ìtẹ́wọ́gbà gbà. A máa ń gbọ́ràn láti fi òtítọ́ hàn, láti fi ìgbàgbọ́ hàn, tàbí láti fi àìní ìdákẹ́jẹ́ẹ́ hàn. Irú ìgbọ́ràn yìí jẹ́ aláìlera. Ó sinmi lórí iṣẹ́ rẹ̀, ó sì máa ń wó lulẹ̀ lábẹ́ ìkùnà.
Ìwé Mímọ́ gbé ìpìlẹ̀ mìíràn kalẹ̀.
Ìgbọràn sábà máa ń wá láti **inú jíjẹ́ ẹni tí a fẹ́ràn jù** .
Kí **CS Lewis** tó sọ ẹ̀kọ́ Kristẹni ní kedere, ó ní láti kọ́ èrò tó jinlẹ̀: pé ìgbàgbọ́ jẹ́ ohun tí a lè rí gbà nípasẹ̀ òtítọ́ tàbí ìsapá. Ó ṣàwárí pé ẹ̀sìn Kristẹni kì í gba àwọn tó ṣe àṣeyọrí—ó ń gba àwọn ọmọdé.

Èyí yí ohun gbogbo padà.
Àwọn ọmọ kì í gbọ́ràn láti di ìdílé.
Wọ́n ń gbọ́ràn nítorí pé wọ́n ti wà ní ipò àkọ́kọ́.
Nígbà tí ìdámọ̀ bá ṣáájú ìgbọ́ràn, ìdúró náà yóò yípadà. A kò gbọ́ràn mọ́ láti rí ìtẹ́wọ́gbà Ọlọ́run; a gbọ́ràn nítorí pé a ń gbé inú rẹ̀. Ìbẹ̀rù máa ń tú agbára rẹ̀ sílẹ̀. Ìṣiṣẹ́ máa ń pàdánù agbára rẹ̀. Ìgbọ́ràn di ìdáhùn dípò ohun tí a béèrè fún.
Èyí kò sọ ìgbọràn di àṣàyàn.
Ó sọ ọ́ di ìbáṣepọ̀.
Ọjọ́ kẹtàlá pè ọ́ láti ṣe àyẹ̀wò ohun tó ti ń mú kí o gbọ́ràn sí Ọlọ́run.
Tí ìgbọràn bá ti wúwo, ó lè jẹ́ nítorí pé ìsapá ara ẹni ló ń mú un ṣiṣẹ́ dípò jíjẹ́ ọmọ. Tí ìkùnà bá ti mú ìtìjú wá dípò kí ó padà wá, ìdámọ̀ lè wà nínú iṣẹ́.
Ọlọ́run kì í fi ìhalẹ̀mọ́ ṣe ìgbọràn.
Ó ń ṣẹ̀dá rẹ̀ nípasẹ̀ ìfẹ́.
Nígbà tí ìdámọ̀ bá ti yanjú, ìgbọràn yóò di òmìnira sí i. A kò ní gbìyànjú láti rí àyè gbà mọ́—a ń kọ́ bí a ṣe ń gbé ìgbésí ayé láti ọ̀dọ̀ ẹni kan.

Ìwádìí Ọkàn

Joko pẹlu awọn ibeere wọnyi ni idakẹjẹ.

1. **Kí ni ó ti sábà máa ń mú kí o gbọ́ràn sí Ọlọ́run—ìbẹ̀rù, ojúṣe, ọpẹ́, tàbí jíjẹ́ ẹni tí ó wà nínú ìjọ?**
2. **Báwo ni o ṣe máa ń dáhùn padà ní ti ara rẹ nígbà tí o bá kùnà—ṣé o máa ń béèrè nípa ìníyelórí rẹ tàbí èrè rẹ nígbà tí o wà ní ọmọdé?**
3. **Kí ni yóò yípadà tí ìgbọràn bá ń jáde láti inú ìdánimọ̀ dípò ìṣe?**

Ìwà Lónìí (Ìdámọ̀)

Àṣà lónìí ni **gbígbà** .
Wa akoko idakẹjẹ ki o sọ eyi ni kiakia:
"Èmi jẹ́ ti Ọlọ́run."
Tún un ṣe nígbà mẹ́ta.
Jẹ́ kí ó rọ̀ sí i ní gbogbo ìgbà.

Má ṣe fi àlàyé kún un.
Kàn gbà á.

Àdúrà
Baba,
o ṣeun fun ọ pe o ko pe mi lati jo'gun ifẹ rẹ. O ṣeun fun ọ pe ti iwọ ni mi. Wo awọn ibi ti mo ti gbọ nitori iberu tabi iṣẹ. Kọ mi ni igboran ti o nṣàn lati idanimọ—ti o ni aabo, ti a nifẹ, ati ti o ni ọfẹ. Mo gba ipo mi gẹgẹbi ọmọ rẹ. Amin.

Ìkéde
Sọ èyí sókè:
Ọmọ Ọlọ́run ni mí.
Ìgbọràn máa ń wá láti inú jíjẹ́ ẹni, kì í ṣe ìbẹ̀rù. Èmi kò gbìyànjú láti rí ìtẹ́wọ́gbà—mo ń gbé láti inú rẹ̀. Ìdámọ̀ mi dájú nínú Kristi. Mo ń gbọ́ràn gẹ́gẹ́ bí ẹni tí a fẹ́ràn.

Ìfẹ́ sí Ìgbọràn
Lónìí, mo fi ara mi fún **ìgbọràn tí ó ní ìpìlẹ̀ láti ọ̀dọ̀ ẹni** .
Mo tú ìgbàgbọ́ tí ó ní ìṣiṣẹ́ sílẹ̀, mo sì gba ipò mi gẹ́gẹ́ bí ọmọ Ọlọ́run. Mo yàn láti gbé àti láti gbọ́ràn láti inú jíjẹ́ ọmọ.

Ìtọ́sọ́nà ìparí
Jẹ́ kí òní jẹ́ onírẹ̀lẹ̀.
Ìdámọ̀ máa ń fidí múlẹ̀ díẹ̀díẹ̀,
ṣùgbọ́n nígbà tí ó bá ti yanjú, ó máa ń gbé ìgbọràn ró.
Lọ́la, a ó ṣe àwárí **bí ìgbọràn ṣe ń tún òye wa nípa òmìnira ṣe—kì í ṣe gẹ́gẹ́ bí òmìnira, ṣùgbọ́n gẹ́gẹ́ bí ìbáṣepọ̀** .

ỌJỌ KẸRÀNLÓGÚN

Ominira Nipasẹ Itoju

Ìdí Tí Ìgbọràn Kò Fi Ní Kán Ọ Lọ́wọ́

ÀWỌN ÌWÉ MÍMÙ TÍ A FI Ń PỌJÚ KÓKÓ

- **Jòhánù 8:31–36** — *Òtítọ́ yóò dá yín sílẹ̀.*
- **Róòmù 6:16-18** —*A ti dá yín sílẹ̀ kúrò nínú ẹ̀ṣẹ̀, ẹ sì ti di ẹrú òdodo.*
- **Sáàmù 119:45** - *Èmi yóò máa rìn kiri ní òmìnira, nítorí mo ti wá àwọn ìlànà rẹ.*

Kíkà Ìwé Mímọ́ (Ka Díẹ̀díẹ̀)
"Bí Ọmọ bá dá yín sílẹ̀, ẹ ó di òmìnira ní tòótọ́."
—Jòhánù 8:36
Dúró díẹ̀.
Ṣàkíyèsí **ẹni tí** ó túmọ̀ òmìnira.

Àròjinlẹ̀ Ìfọkànsìn
Àṣà ìgbàlódé sábà máa ń túmọ̀ òmìnira sí **ìdarí ara ẹni** .
A sọ fún wa pé láti jẹ́ òmìnira ni láti má ṣe dáhùn sí ẹnikẹ́ni, láti tẹ̀lé ìfẹ́ ọkàn wa láìsí ìdènà, láti wà láìsí ìdènà nípasẹ̀ àṣẹ.
Síbẹ̀, Ìwé Mímọ́ fúnni ní ìran tí ó yàtọ̀ pátápátá. A kò rí òmìnira nínú òmìnira—a rí i ní **ìbámu pẹ̀lú rẹ̀** .
Kí **CS Lewis** tó gba ẹ̀sìn Kristẹni pátápátá, ọ̀kan lára àwọn ìbẹ̀rù rẹ̀ tóbi jùlọ ni pé ìgbọràn yóò dín ìgbádùn rẹ̀ kù. Ó rò pé ìfọkànsìn yóò dín ìgbésí ayé rẹ̀ kù, yóò dín ayọ̀ rẹ̀ kù, yóò sì dín ìdámọ̀ ara rẹ̀ kù. Ohun tí ó ṣàwárí dípò bẹ́ẹ̀ ni òdìkejì: ìṣàkóso ara ẹni kò tú u sílẹ̀—ó ti pín in níyà.
Àìtọ́sọ́nà nígbà gbogbo ló máa ń fa ìṣòro.
Ìgbésí ayé tí ó ti yapa kúrò ní àárín rẹ̀ gidi gbọ́dọ̀ ṣiṣẹ́ kára láti lè gbé ara rẹ̀ ró. Àwọn ìfẹ́ ọkàn máa ń fa ara wọn sí ọ̀nà tí ó

bá ara wọn mu. Àwọn yíyàn máa ń dá ìjà sílẹ̀. Òmìnira máa ń ṣèlérí òmìnira ṣùgbọ́n ó máa ń mú àìbalẹ̀ ọkàn wá.
Jesu fi àṣírí yìí hàn ní tààrà. Ó kọ́ni pé òmìnira kò wá láti inú yíyọ àṣẹ kúrò, ṣùgbọ́n láti inú ìtẹríba sí èyí tí ó tọ́. Òtítọ́ kò dá wa dúró—ó dá wa sílẹ̀ kúrò nínú ohun tí ó ń sọ wá di ẹrú.
Ọjọ́ kẹrìnlá ń pè ọ́ láti ṣe àyẹ̀wò ohun tí òmìnira ti túmọ̀ sí nínú ìgbésí ayé rẹ.
Níbi tí ìgbọràn ti rí i pé ó ṣòro, ó lè jẹ́ nítorí pé a kò tíì gbẹ́kẹ̀lé ìṣọ̀kan. Níbi tí òmìnira ti rí bí òmìnira, ó lè jẹ́ nítorí pé a kò tíì ka iye owó rẹ̀.
Òmìnira kì í ṣe àìsí ààlà,
wíwà ète ni.
Nígbà tí ìgbọràn bá so wá pọ̀ mọ́ ètò Ọlọ́run, àtakò a máa pòórá. Àwọn àṣàyàn á túbọ̀ ṣe kedere. Ìfẹ́ ọkàn a máa dúró ṣinṣin. Àlàáfíà a máa yọjú—kì í ṣe nítorí pé ìsapá ti dáwọ́ dúró, ṣùgbọ́n nítorí pé ìgbésí ayé ti wà ní ìtòlẹ́sẹẹsẹ nígbẹ̀yìngbẹ́yín nípa ohun tí ó jẹ́ òótọ́.
Èyí ni ìlérí òmìnira tí Ìwé Mímọ́ ṣe.
Kì í ṣe òmìnira láti ṣe ohunkóhun,
ṣùgbọ́n òmìnira láti di ẹni tí a dá ọ láti jẹ́.

Ìwádìí Ọkàn

Joko pẹlu awọn ibeere wọnyi ni idakẹjẹ.

1. **Báwo lo ṣe sábà máa ń túmọ̀ òmìnira nínú ìgbésí ayé rẹ?**
2. **Níbo ni òmìnira ti mú àìnísinmi wá dípò àlàáfíà?**
3. **Kí ni ó lè bá òtítọ́ Ọlọ́run mu kí ìdarí ara-ẹni má ṣe ṣeé ṣe?**

Ìwà Lónìí (Àtúnṣe Òmìnira)

ni àṣà òde òní .
Yan **agbegbe kan** nibiti igbọràn ti ni idiwọ.
Gbadura èyí lọ́ra:
"Olúwa, fi hàn mí bí ìbáṣepọ̀ níbí ṣe ń mú òmìnira wá."
Má ṣe bá àtakò náà jiyàn.
Kàn béèrè fún ojú ríran.

Àdúrà
Baba,
mo jẹ́wọ́ pé mo ti fi òmìnira wé ìṣàkóso nígbà gbogbo. Kọ́ mi láti mọ òmìnira gẹ́gẹ́ bí ìbáṣepọ̀ pẹ̀lú òtítọ́. Tú mi sílẹ̀ kúrò nínú ìnira ìṣàkóso ara-ẹni kí o sì tọ́ mi sí àlàáfíà ìgbọràn. Mo gbẹ́kẹ̀lé ètò rẹ fún ìgbésí ayé mi. Àmín.

Ìkéde
Sọ èyí sókè:
A rí òmìnira ní ìbámu pẹ̀lú Ọlọ́run.
Ìgbọràn kò ní ìdíwọ̀ fún mi—ó ń mú mi padà bọ̀ sípò. Mo ń rìn nínú òtítọ́, kì í ṣe òmìnira. Ìgbésí ayé mi wà ní ìtòlẹ́sẹẹsẹ lórí ohun tí ó jẹ́ òótọ́. Mo ní òmìnira ní tòótọ́.

Ìfẹ́ sí Ìgbọràn
Lónìí, mo gbà láti **gbẹ́kẹ̀lé ìtumọ̀ òmìnira tí Ọlọ́run fún mi**
.
Mo tú àṣírí pé òmìnira ló ń mú ìyè wá, mo sì yan ìbáṣepọ̀ gẹ́gẹ́ bí ọ̀nà sí àlàáfíà.

Ìtọ́sọ́nà ìparí
Jẹ́ kí ọjọ́ yìí tún àwọn àbájáde ṣe.
A kì í sọ òmìnira nù nípa ìgbọràn.
A máa ń rí i níbẹ̀.
Lọ́la, a ó ṣe àwárí **bí ìgbọràn ṣe ń tún àjọṣepọ̀ wa ṣe pẹ̀lú àkókò, sùúrù, àti ìdúró** .

ỌJỌ KẸDÁNLÓGÚN

Kíkọ́ Ìrìn Àjò Ọlọ́run

Ìdí Tí Ìgbọràn Fi Ń Tún Ṣe Àtúnṣe Bí A Ṣe Ń Dúró

ÀWỌN ÌWÉ MÍMÙ TÍ A FI Ń PỌJÚ KÓKÓ

- **Ìwé Oníwàásù 3:1** - *Ohun gbogbo ni àkókò wà fún...*
- **Isaiah 40:31** — *Àwọn tí ó dúró de Olúwa yóò tún agbára wọn ṣe.*
- **Sáàmù 27:14** - *Dúró de Olúwa; jẹ́ alágbára, kí ọkàn rẹ sì le.*

Kíkà Ìwé Mímọ́ (Ka Díẹ̀díẹ̀)
"Àwọn tí ó bá dúró de Olúwa yóò tún agbára wọn ṣe."
—Isaiah 40:31
Dúró díẹ̀.
Ṣàkíyèsí pé dídúró kì í ṣe ohun tí a kò lè ṣe láìṣe nǹkan kan—ó jẹ́ ìbáṣepọ̀.

Àròjinlẹ̀ Ìfọkànsìn
Ọkan lára àwọn àtúnṣe tó ṣòro jùlọ tí ìgbọràn nílò ni ìyípadà nínú **iyàrá** .
A ti mọ bí a ṣe ń ṣe ìkánjú. A máa ń fi ìṣòtítọ́ wéra pẹ̀lú ìyára, a sì máa ń rò pé ìgbọràn yẹ kí ó mú àwọn àbájáde tí ó hàn gbangba jáde kíákíá. Nígbà tí ìlọsíwájú bá ń lọ́ra, a máa ń di aláìbalẹ̀. Nígbà tí ìdáhùn bá ń lọ́ra, a máa ń béèrè ìbéèrè nípa ìbáṣepọ̀.
Ìwé Mímọ́ gbé ìró orin mìíràn kalẹ̀.
Kí **CS Lewis** tó lè so èso tó pẹ́ títí nípasẹ̀ ìkọ̀wé àti ẹ̀rí rẹ̀, ọ̀pọ̀lọpọ̀ ìgbọràn rẹ̀ ń farahàn lọ́ra—nípasẹ̀ ìdúró, sùúrù, àti ìmúrasílẹ̀ tí a kò rí. Ìṣẹ̀dá rẹ̀ kò tẹ̀lé ìkánjú; ó tẹ̀lé *àkókò* .

Dídúró nínú Ìwé Mímọ́ kì í ṣe àìṣiṣẹ́.
Ìgbẹ́kẹ̀lé tí a fi tọkàntọkàn ṣe ni .
Láti dúró de Olúwa kìí ṣe láti dá ìgbésí ayé dúró—ó jẹ́ láti wà ní ìṣọ̀kan nígbà tí Ọlọ́run bá ń ṣiṣẹ́ ju bí a ṣe lè rí i lọ. Ìdúró ń kọ́ wa láti tú àkóso sílẹ̀ lórí àwọn àbájáde àti láti gbẹ́kẹ̀lé àwọn ète Ọlọ́run kódà nígbà tí òye bá ń hàn díẹ̀díẹ̀.
Èyí ń kó wa nínjà gidigidi.
A fẹ́ kí ìgbọràn mú kí ìlọsíwájú yára sí i.
Ọlọ́run ń lo ìgbọràn láti mú wa **dúró ṣinṣin** .
Ọjọ́ kẹẹ̀ẹ́dógún pè yín láti ronú nípa àìnísùúrù—kì í ṣe gẹ́gẹ́ bí ìwà ẹni, bí kò ṣe gẹ́gẹ́ bí ìdúró ẹ̀mí. Níbi tí àìnísùúrù bá ti ń jọba, ìgbẹ́kẹ̀lé sábà máa ń dínkù. Níbi tí sùúrù bá ti ń pọ̀ sí i, ìgbọràn máa ń dàgbàsókè.
Dídúró ń fi ohun tí a gbẹ́kẹ̀lé jùlọ hàn.
Tí a bá gbẹ́kẹ̀lé àbájáde, dídúró yóò mú wa bínú.
Tí a bá gbẹ́kẹ̀lé Ọlọ́run, dídúró yóò fún wa lókun.
Ìgbọràn máa ń yí àkókò padà nípa kíkọ́ wa láti dúró ṣinṣin láìsí pé a béèrè fún ìṣẹ́jú kan. Ó máa ń ní ìfaradà—ìgbẹ́kẹ̀lé ìdákẹ́jẹ́ẹ́ pé iṣẹ́ Ọlọ́run kò nílò ìfúngun wa láti ṣiṣẹ́ dáadáa.
Ibí ni a ti n sọ agbara di tuntun.
Kì í ṣe nípasẹ̀ iyàrá,
ṣùgbọ́n nípasẹ̀ ìtòlẹ́sẹẹsẹ tí ó dúró ṣinṣin.

Ìwádìí Ọkàn

Joko pẹlu awọn ibeere wọnyi ni idakẹjẹ.

1. **Nibo ni o ti n ni suuru julọ ninu igbesi aye ẹmi rẹ ni bayi?**
2. **Báwo lo ṣe sábà máa ń dáhùn nígbà tí àkókò Ọlọ́run bá yàtọ̀ sí ohun tí o ń retí?**
3. **Kí ni Ọlọ́run lè dá sínú rẹ nípa dídúró tí iyàrá kò lè mú jáde?**

Ìṣètò Lónìí (Ìtòlẹ́sẹẹsẹ Àìsàn)

Ìgbẹ́kẹ̀lé tí kò ní ìkánjú ni ìṣe òní .
Yan **agbegbe kan** nibiti o ti n wa lati yara lati tẹsiwaju.
Gbadura èyí lọ́ra:
"Olúwa, mo gbẹ́kẹ̀lé àkókò rẹ níbí."
Má ṣe tún wo ọ̀rọ̀ náà lónìí.
Jẹ́ kí ó sinmi.

Àdúrà
Baba,
kọ́ mi láti dúró láìsí ìfàsẹ́yìn àti láti gbẹ́kẹ̀lé láìsí ìdarí. Tún agbára mi ṣe bí mo ṣe ń bá ọ dọ́gba. Tú mi sílẹ̀ kúrò nínú ìkánjú tó ń mú ìgbàgbọ́ mi bàjẹ́, kí o sì ní sùúrù tó ń mú kí ìgbọ́ràn jinlẹ̀ sí i. Mo sinmi nínú àkókò rẹ. Àmín.

Ìkéde
Sọ èyí sókè:
Mo gbẹ́kẹ̀lé àkókò tí Ọlọ́run yóò lò ní ìgbésí ayé mi.
Dídúró kì í sọ ìgbọràn mi di aláìlera—ó ń fún un lágbára sí i.
Mo dúró ní ìbámu láìsí àbájáde kíákíá. Ọlọ́run ń ṣiṣẹ́ ju ohun tí mo lè rí lọ. Agbára mi ń di tuntun bí mo ṣe ń dúró de Olúwa.

Ìfẹ́ sí Ìgbọràn
Lónìí, mo fi ara mi fún **ìgbọ́ràn pẹ̀lú sùúrù** .
Mo tú àìní láti mú kí iṣẹ́ Ọlọ́run yára sí i, kí n sì yan ìbáṣepọ̀ tí ó dúró ṣinṣin dípò ìkánjú.

Ìtọ́sọ́nà ìparí
Jẹ́ kí lónìí mú kí o dẹra sílẹ̀.
Dídúró kì í ṣe ìdádúró.
Ó jẹ́ ìṣẹ̀dá.
Lọ́la, a ó ṣe àwárí **bí ìgbọràn ṣe ń tún ọ̀nà tí a gbà ń lo agbára, agbára, àti ẹrù iṣẹ́ ṣe** .

ỌJỌ KẸRÍNÍNLÓGÚN

A ti tun ṣe Agbára nipasẹ Igbọran

Ìdí Tí A Fi Ń Gbé Ìdarí Kalẹ̀ Kí A Tó Fi Sílẹ̀ Fún Un

ÀWỌN ÌWÉ MÍMÙ TÍ A FI Ń PỌJÚ KÓKÓ

- **Luku 22:25-27** — *Ẹni tí ó tóbi jùlọ nínú yín yẹ kí ó dàbí ẹni tí ó kéré jùlọ…*
- **Mátíù 20:26-28** - *Ẹnikẹ́ni tí ó bá fẹ́ di ẹni ńlá láàrín yín gbọdọ̀ jẹ́ ìránṣẹ́ yín.*
- **1 Pétérù 5:2-3** - *Kì í ṣe láti jẹ olúwa lórí àwọn tí a fi lé yín lọ́wọ́, ṣùgbọ́n láti jẹ́ àpẹẹrẹ...*

Kíkà Ìwé Mímọ́ (Ka Díẹ̀díẹ̀)
"Èmi wà láàárín yín gẹ́gẹ́ bí ẹni tí ń ṣe ìránṣẹ́."
—Lúùkù 22:27
Ṣàkíyèsí bí Jésù ṣe ṣàlàyé àṣẹ.

Àròjinlẹ̀ Ìfọkànsìn
Àwọn nǹkan díẹ̀ ló ń dán ìgbọràn wò bíi **agbára ìdarí** . Agbára a máa mú kí ohun tó wà nínú ọkàn pọ̀ sí i. Tí ìgbọràn kò bá yí ète wa padà, agbára ìdarí yóò tú wọn sílẹ̀. Ìwé Mímọ́ fi hàn nígbà gbogbo pé Ọlọ́run kì í kọ́kọ́ béèrè *ohun tí* a lè ṣe—Ó ń dá *ẹni tí* a jẹ́ sílẹ̀ kí ó tó fi ẹrù iṣẹ́ lé wa lọ́wọ́.
Kí **CS Lewis** tó ní agbára lórí gbogbo ènìyàn, ìgbọràn rẹ̀ ti yí ìwà ìrẹ̀lẹ̀ padà. Nígbà tí ìjẹ́wọ́ dé, kò túmọ̀ rẹ̀ nítorí ìgbọràn ti mú un dúró. Agbára rẹ̀ ń wá láti iṣẹ́ ìsìn, kì í ṣe láti ara ẹni pàtàkì.
Èyí lòdì sí àṣà.
A sábà máa ń lépa agbára gẹ́gẹ́ bí ìfidí múlẹ̀. A gbà pé ẹrù iṣẹ́ ni ó ń fi ìdàgbàsókè hàn. Síbẹ̀, Ìwé Mímọ́ yí ìtòlẹ́sẹẹsẹ padà: ìdàgbàsókè ṣáájú ẹrù iṣẹ́. Ìgbọràn tún ṣe àtúnṣe òye wa nípa agbára nípa kíkọ́ wa láti fi ọwọ́ yẹpẹrẹ mú un kí a sì ṣàkóso rẹ̀ pẹ̀lú ìṣòtítọ́.

Agbára láìsí ìgbọràn di ìṣàkóso.
Agbára tí a fi ìgbọràn ṣe di ìtọ́jú.
Ọjọ́ kẹrìndínlógún pè ọ́ láti ṣàyẹ̀wò bí o ṣe ń bá àwọn ènìyàn ní ipa lórí ara rẹ—yálà ó tóbi tàbí ó kéré. Ìdarí nínú Ìwé Mímọ́ kì í ṣe nípa ipò; ó jẹ́ nípa ipò. Aláṣẹ kì í ṣe nípa jíjẹ́ ẹni tí a ń kíyèsí; ó jẹ́ nípa jíjẹ́ ẹni tí a lè gbẹ́kẹ̀lé.
Ìgbọràn ń kọ́ wa láti ṣe amọ̀nà láìsí gbígbà, láti ṣiṣẹ́ láìṣe, àti láti gbé ẹrù iṣẹ́ láìsí ẹ̀tọ́. Ó mú àìní láti ríran kúrò, ó sì fi ìfẹ́ láti jẹ́ olóòótọ́ rọ́pò rẹ̀.
Báyìí ni Ọlọ́run ṣe ń dáàbò bo àwa àti àwọn tí a ń sìn.

Ìwádìí Ọkàn
Joko pẹlu awọn ibeere wọnyi ni idakẹjẹ.

1. **Báwo ni o ṣe sábà máa ń dáhùn sí ẹrù iṣẹ́ tàbí agbára ìdarí?**
2. **Àwọn ète wo ló máa ń yọjú nígbà tí wọ́n bá fún ọ ní àṣẹ—ìṣàkóso, ìbẹ̀rù, iṣẹ́ ìsìn, tàbí ìrẹ̀lẹ̀?**
3. **Níbo ni Ọlọ́run lè ti ń dá ìwà rẹ sílẹ̀ kí ó tó di pé ó ń fẹ̀ sí i?**

Ìdánrawò Lónìí (Ìtòlẹ́sẹẹsẹ Àwọn Ọmọ-ọ̀dọ̀)
Iṣẹ́ ìsìn aláìláàánú ni ìṣe òní .
Yan **ojuse kan** ti o ni—ni ibi iṣẹ, ni ile, ni ile ijọsin, tabi ni agbegbe.
Ṣe é lónìí **láìjẹ́ kí a fi agbára mú un tàbí kí a wá ìdámọ̀** .
Fi tọkàntọkàn sìn ín.
Tú àìní láti kíyèsí rẹ̀ sílẹ̀.

Àdúrà
Baba,
kọ́ mi láti gbé ẹrù iṣẹ́ pẹ̀lú ìrẹ̀lẹ̀. Dá ọkàn mi sílẹ̀ kí o tó mú kí agbára mi gbòòrò sí i. Dáàbò bò mí kí n má baà lo agbára láti ṣàkóso mi kí n sì ṣe iṣẹ́ ìsìn pẹ̀lú òtítọ́. Mo gbẹ́kẹ̀lé ọ láti fi ohun tí mo ti ṣetán láti ṣàkóso lé mi lọ́wọ́.
Àmín.

Ìkéde
Sọ èyí sókè:
Ọlọ́run ló ń darí ìwà mi kí n tó lè ní ipa lórí mi.
Mo ń darí nípasẹ̀ iṣẹ́ ìsìn, kì í ṣe ìṣàkóso. Ìgbọràn tún ń ṣe àtúnṣe bí mo ṣe ń gbé ẹrù iṣẹ́. Mo ń ṣe àkóso àṣẹ pẹ̀lú ìrẹ̀lẹ̀ àti ìtọ́jú. Mo ń ṣiṣẹ́ gẹ́gẹ́ bí Kristi ti ń ṣe ìránṣẹ́ fún mi.

Ìfẹ́ sí Ìgbọràn
Lónìí, mo fi ara mi fún **iṣẹ́ ìtọ́jú onígbọràn** .
Mo tú àìní fún ìdámọ̀ sílẹ̀, mo sì yan ìṣòtítọ́ nínú ẹrù iṣẹ́.

Ìtọ́sọ́nà ìparí
Jẹ́ kí lónìí dúró tì ọ́.
Ìpalára máa ń lágbára sí i
nígbà tí ìgbọràn bá ń darí ọ̀nà.
Lọ́la, a ó ṣe àwárí **bí ìgbọràn ṣe ń tún àjọṣepọ̀ wa pẹ̀lú òtítọ́ ṣe—kì í ṣe gẹ́gẹ́ bí ìwífún, ṣùgbọ́n gẹ́gẹ́ bí ìṣẹ̀dá** .

ỌJỌ KẸTÀNLÓGÚN

Nígbà tí Òtítọ́ bá béèrè fún ìgbọràn

Ìdí tí ìmọ̀ kò fi rí bẹ́ẹ̀ gẹ́gẹ́ bí dídá.

ÀWỌN ÌWÉ MÍMÙ TÍ A FI Ń PỌJÚ KÓKÓ

- **Jòhánù 17:17** - *Sọ wọ́n di mímọ́ nípa òtítọ́; òtítọ́ ni ọ̀rọ̀ rẹ.*
- **Jákọ́bù 1:22-25** — *Ẹ má ṣe gbọ́ ọ̀rọ̀ náà nìkan, kí ẹ sì máa tàn ara yín jẹ.*
- **2 Tímótì 3:16-17** —Gbogbo *Ìwé Mímọ́ ni a mí sí láti ọ̀dọ̀ Ọlọ́run, ó sì wúlò…*

Kíkà Ìwé Mímọ́ (Ka Díẹ̀díẹ̀)
"Ẹ má ṣe gbọ́ ọ̀rọ̀ náà nìkan, kí ẹ sì máa tàn ara yín jẹ.
Ẹ ṣe ohun tí ó wí."
—Jákọ́bù 1:22
Dákẹ́.
Ṣàkíyèsí pé ẹ̀tàn ara ẹni kò wá láti inú àìmọ̀kan—ṣùgbọ́n láti inú àlàfo láàárín mímọ̀ àti ṣíṣe.

Àròjinlẹ̀ Ìfọkànsìn
Ọkan lára àwọn ìdènà tó rọrùn jùlọ sí ìgbọràn ni **mímọ òtítọ**
.
A ń gbé ní àkókò tí ó kún fún ìsọfúnni. Àwọn ìwàásù wà ní àyè. Ìwé Mímọ́ ṣeé wá kiri. Ìmọ̀ye pọ̀. Síbẹ̀, Ìwé Mímọ́ kìlọ̀ pé mímọ òtítọ́ láìsí ìgbọràn lè tàn wá jẹ kí a máa ronú nígbà tí kò bá rí bẹ́ẹ̀.
Òtítọ́, nínú Ìwé Mímọ́, kì í ṣe aláìdádúró.
Ó lè ṣe àgbékalẹ̀ wa—tàbí ó lè fi wá hàn.
Kí **CS Lewis** tó di ẹni tí a mọ̀ fún ṣíṣàlàyé ẹ̀sìn Kristẹni ní kedere, ó ti jà pẹ̀lú ìdẹwò eléwu kan: láti wo òtítọ́ gẹ́gẹ́ bí

ohun tí a lè ṣàyẹ̀wò dípò ohun tí a gbọ́dọ̀ gbọ́ràn. Ìgboyà ọgbọ́n rẹ̀ ìbá ti di ibi ààbò kúrò lọ́wọ́ ìjuwọ́sílẹ̀. Dípò bẹ́ẹ̀, òtítọ́ dojú kọ ọ́.
Ìdí nìyí tí ẹ̀sìn Kristẹni fi ń dààmú.
Kò jẹ́ kí àwọn òǹkàwé máa wà ní ojú ìwòye. Ó tẹnumọ́ pé òtítọ́ ń sọ èrò ọkàn, kì í ṣe èrò ọkàn nìkan. Lewis lóye pé ẹ̀sìn Kristẹni kì í béèrè pé kí a *gbà* —ó ń béèrè pé kí a *gbà* .
A sábà máa ń rò pé òtítọ́ yóò yí wa padà láìròtẹ́lẹ̀ nígbà tí a bá lóye rẹ̀. Ìwé Mímọ́ kò fara mọ́ ọn. Ìyípadà nílò ìdáhùn. A gbọ́dọ̀ gbà òtítọ́ tọwọ́tẹsẹ̀, kí a máa ṣe é, kí a sì fi ara hàn láti ṣe iṣẹ́ rẹ̀.
Ọjọ́ kẹtàdínlógún ń pè ọ́ láti ṣàyẹ̀wò bí òtítọ́ ṣe ń ṣiṣẹ́ nínú ìgbésí ayé rẹ.
Níbi tí a bá ti ń gbayì òtítọ́ ṣùgbọ́n tí a kò fi ṣe é, ìṣẹ̀dá máa ń dúró.
Níbi tí a bá ti ń tẹ̀lé òtítọ́, kódà níbi tí a kò ti ṣe é, ìṣẹ̀dá máa ń jinlẹ̀ sí i.
Ìgbọràn kì í ṣe àfikún sí òtítọ́.
Ó jẹ́ ibi tí òtítọ́ fẹ́ dé.
Ọlọ́run kò ṣí òtítọ́ payá láti fi wú wa lórí.
Ó ṣí i payá láti tún wa ṣe.

Ìwádìí Ọkàn
Joko pẹlu awọn ibeere wọnyi ni idakẹjẹ.

1. **Níbo ni òtítọ́ ti di ohun tí a mọ̀ dáadáa, ṣùgbọ́n tí kò tíì di ohun tí a ń ṣẹ̀dá ní ìgbésí ayé rẹ?**
2. **Àwọn òtítọ́ wo ni o lóye dáadáa ṣùgbọ́n tí o ń ṣòro láti gbọ́ràn nígbà gbogbo?**
3. **Báwo ni ìgbọràn ṣe lè mú kí ìbátan rẹ pẹ̀lú òtítọ́ jinlẹ̀ sí i dípò kí ó dín in kù?**

Ìwà Lónìí (Òtítọ́ nínú Ìṣe)
Àṣà òde òní jẹ́ **òtítọ́** .
Sọ **òtítọ́ kan** tí o ti mọ̀ dáadáa—nípa ìdáríjì, ìrẹ̀lẹ̀, sùúrù, òótọ́, tàbí ìfẹ́.
Ṣe àṣàrò rẹ̀ **lẹ́ẹ̀kan lónìí ní ọ̀nà tó ṣe kedere** .
Jẹ́ kí òtítọ́ yí padà láti èrò kan sí òmíràn.

Àdúrà
Baba,
gbà mí lọ́wọ́ mímọ òtítọ́ láìgbé ayé mi. Jẹ́ kí Ọrọ̀ Rẹ ṣe àgbékalẹ̀ àwọn àṣàyàn mi, kìí ṣe èrò mi nìkan. Kọ́ mi láti gba òtítọ́ gẹ́gẹ́ bí agbára ìṣẹ̀dá, kìí ṣe èrò láti gbóríyìn fún nìkan. Mo fi ara mi fún ohun tí O ń fihàn. Àmín.

Ìkéde
Sọ èyí sókè:
Òtítọ́ Ọlọ́run ló ń ṣe ìgbésí ayé mi.
Èmi kì í ṣe gbọ́ lásán—mo ń gbọ́ràn. Òtítọ́ a máa tún ìwà àti ìfẹ́ ọkàn mi ṣe. Mo fi ìfẹ́ ọkàn mi sílẹ̀ fún ohun tí a fihàn. Òtítọ́ a máa sọ mí di mímọ́.

Ìfẹ́ sí Ìgbọràn
Lónìí, mo fi ara mi fún **ìgbọràn tí ó jẹ́ ti òtítọ́** .
Èmi kò ní ya òye sọ́tọ̀ kúrò nínú ìṣe. Mo yàn láti gbé ìgbésí ayé ohun tí mo mọ̀.

Ìtọ́sọ́nà ìparí
Òtítọ́ kò pé títí tí a ó fi gbé ayé.
Lọ́la, a ó ṣe àwárí **bí ìgbọràn ṣe ń tún àjọṣepọ̀ wa pẹ̀lú ìjìyà ṣe—kì í ṣe gẹ́gẹ́ bí ìyà, ṣùgbọ́n gẹ́gẹ́ bí ìkópa** .

ỌJỌ KẸJỌ ẸJỌ KEJÌ

Nígbà tí Ìgbọràn bá pàdé Ìjìyà

Kí ló dé tí ìrora fi lè di ibi tí a ti lè kópa?

ÀWỌN ÌWÉ MÍMÙ TÍ A FI Ń PỌJÚ KÓKÓ

- **1 Peteru 4:12-13** - *Ẹ máa yọ̀ níwọ̀n ìgbà tí ẹ bá ń pín ìyà Kristi…*
- **Róòmù 8:17–18** — *Àwa náà ní ìpín nínú ìjìyà Rẹ̀ kí àwa náà lè jẹ́ alábápín nínú ògo Rẹ̀.*
- **2 Kọ́ríǹtì 4:16–17** — *Àwọn ìpọ́njú díẹ̀ àti ìṣẹ́jú díẹ̀ wọ̀nyí ń yọrí sí ògo ayérayé fún wa…*

Kíkà Ìwé Mímọ́ (Ka Díẹ̀díẹ̀)
"Ẹ má ṣe jẹ́ kí ìdánwò gbígbóná tí ó dé bá yín láti dán yín wò yà yín lẹ́nu."
—1 Pétérù 4:12
Ṣàkíyèsí ọ̀rọ̀ náà **kíkópa** , kìí ṣe ìyà.

Àròjinlẹ̀ Ìfọkànsìn
Àwọn nǹkan díẹ̀ ló máa ń da ìgbọràn rú bí ìjìyà.
Nígbà tí ìrora bá wọ inú ìgbésí ayé wa, a máa ń béèrè *ìdí rẹ̀* . A máa ń wá àlàyé, okùnfà, tàbí àṣìṣe. A máa ń rò pé ìjìyà gbọ́dọ̀ túmọ̀ sí ohun kan tí ó ti ṣẹlẹ̀—yálà pẹ̀lú wa tàbí pẹ̀lú Ọlọ́run.
Ìwé Mímọ́ fúnni ní òtítọ́ kan tí ó ń múni ronú jinlẹ̀ àti ìrètí: ìjìyà kì í ṣe ìgbà gbogbo ni a máa ń yà kúrò nínú ìgbọràn; nígbà mìíràn, ó jẹ́ **ilẹ̀ tí** ìgbọràn gbọ́dọ̀ rìn.
Kí **CS Lewis** tó sọ̀rọ̀ nípa ìjìyà Kristẹni ní gbangba, ó gbé e. Kò fi ìrora ṣe ìfẹ́ tàbí kí ó dín iye owó rẹ̀ kù. Lewis jẹ́wọ́ pé ìjìyà jẹ́ ọ̀kan lára àwọn ìpèníjà tó jinlẹ̀ jùlọ sí ìgbàgbọ́—síbẹ̀, ó wá rí i gẹ́gẹ́ bí ibi tí ìgbọràn ti di òótọ́ gidi.

Ìjìyà ń fi ohun tí ìgbọràn dúró lé hàn.
Tí ìgbọràn bá jẹ́ ti ìṣòwò, ìjìyà máa ń dàbí àìtọ́.
Tí ìgbọràn bá jẹ́ ti ìbátan, ìjìyà di ibi ìgbẹ́kẹ̀lé.
Ìwé Mímọ́ kò ṣèlérí ìdásílẹ̀ kúrò nínú ìrora. Ó ṣèlérí wíwà nínú rẹ̀. Láti nípìn nínú ìjìyà Kristi kì í ṣe láti wá ìrora, ṣùgbọ́n láti dúró ní ìbámu pẹ̀lú Ọlọ́run kódà nígbà tí ìgbọràn bá yọrí sí àdánù, àìlóye, tàbí ìfaradà.
Èyí tún mú kí ìyà náà padà sípò pátápátá.
Ìjìyà kì í ṣe ẹ̀rí pé a ti fi ẹni sílẹ̀.
Ó sábà máa ń jẹ́ ẹ̀rí pé a sún mọ́ ara wa.
Ọjọ́ kejìdínlógún ń pè ọ́ láti ronú nípa bí o ṣe ń dáhùn nígbà tí ìgbọràn bá di ohun tí ó gbówó lórí. Ṣé o máa ń fà sẹ́yìn? Ṣé o máa ń bá ara rẹ sọ̀rọ̀? Tàbí o máa ń wà níbẹ̀, o ní ìgbẹ́kẹ̀lé pé Ọlọ́run wà ní ibi iṣẹ́ kódà níbi tí òye kò bá sí?
Ìjìyà mú kí àlá tí kò tọ́ kúrò. Ó mú kí iṣẹ́ rẹ̀ yọrí sí rere, ó sì fi ìdí rẹ̀ hàn. Ohun tó kù ni ìbínú tàbí ìjuwọ́sílẹ̀.
Kristi yan ìgbọràn títí dé ìjìyà, kìí ṣe nítorí pé ìrora dára, ṣùgbọ́n nítorí pé ìfẹ́ pọ̀ sí i. Àti ní títẹ̀lé Rẹ̀, a pè wá sí irú ipò kan náà—kì í ṣe gẹ́gẹ́ bí ẹni tí a ń jìyà, ṣùgbọ́n gẹ́gẹ́ bí olùkópa.

Ìwádìí Ọkàn

Joko pẹlu awọn ibeere wọnyi ni idakẹjẹ.

1. **Báwo ni o ṣe sábà máa ń túmọ̀ ìjìyà nínú ìgbésí ayé ẹ̀mí rẹ?**
2. **Níbo ni ìrora ti ko ìgbẹ́kẹ̀lé tàbí ìgbọràn rẹ níjà láìpẹ́ yìí?**
3. **Kí ni ó lè túmọ̀ sí láti wà ní ìṣọ̀kan pẹ̀lú Ọlọ́run kódà láìsí ìdáhùn?**

Ìdánrawò Lónìí (Wíwà nínú Ìrora)

Àṣà òde òní ni **a ń ṣe** .

Sọ **ibi kan ti o ni ibanujẹ, ibanujẹ, tabi iṣoro** ti o maa n yẹra fun tabi ti o ma n sare kọja.

Má ṣe yanjú rẹ̀ lónìí.
Má ṣe fi ẹ̀mí rẹ̀ sí i.
Gbàdúrà nìkan:
"Oluwa, mo wa pelu re nihin."
Dúró níbẹ̀ fún ìgbà díẹ̀ tí ó dákẹ́ jẹ́ẹ́.

Àdúrà
Baba,
mi ò lóye gbogbo ìjìyà mi, ṣùgbọ́n mo gbẹ́kẹ̀lé pé ìwọ wà nínú rẹ̀. Kọ́ mi ní ìgbọ́ràn tí kì í fà sẹ́yìn nígbà tí ìrora bá dé. Ràn mí lọ́wọ́ láti wà ní ìbámu pẹ̀lú Rẹ kódà nígbà tí òye bá pẹ́. Mo ń pín àìlera mi pẹ̀lú Rẹ. Àmín.

Ìkéde
Sọ èyí sókè:
Ìjìyà kò yà mí kúrò lọ́dọ̀ Ọlọ́run.
Mo dúró ní ìṣọ̀kan kódà nínú ìṣòro. Ìgbọràn dúró ṣinṣin nígbà ìrora. Mo kópa nínú ìgbésí ayé Kristi mo sì gbẹ́kẹ̀lé iṣẹ́ Rẹ̀. Ọlọ́run wà pẹ̀lú mi níbí.

Ìfẹ́ sí Ìgbọràn
Lónìí, mo fi ara mi fún **ìgbọ́ràn tí ó wà níbẹ̀** .
Èmi kì yóò fi ìbáṣepọ̀ sílẹ̀ nígbà tí ìjìyà bá dojúkọ òye mi. Mo gbẹ́kẹ̀lé wíwà Ọlọ́run ní gbogbo àkókò.

Ìtọ́sọ́nà ìparí
Má ṣe yára kọjá lónìí.
Ìjìyà máa ń jẹ́ kí
ìtùnú jinlẹ̀ dé ibi tí kò ṣeé ṣe.
Lọ́la, a ó ṣe àwárí **bí ìgbọràn ṣe ń tún òye wa nípa ìrètí ṣe—kì í ṣe gẹ́gẹ́ bí ìrètí, ṣùgbọ́n gẹ́gẹ́ bí ìfaradà** .

ỌJỌ KỌKỌNÍNÍNÍ

Ìrètí Tó Lè Dáradára

Ìdí Tí Ìrètí Kristẹni Fi Lágbára Ju Ìrètí Lọ

ÀWỌN ÌWÉ MÍMÙ TÍ A FI Ń PỌJÚ KÓKÓ

- **Róòmù 5:3–5** — *Ìjìyà máa ń mú ìfaradà wá; ìfaradà, ìwà; àti ìwà, ìrètí.*
- **Heberu 6:19** - *A ni ireti yii gege bi idakọ fun okan, ti o lagbara ati ailewu.*
- **Ẹkún Jeremiah 3:31–33** — *Bó tilẹ̀ jẹ́ pé ó mú ìbànújẹ́ wá, yóò fi àánú hàn…*

Kíkà Ìwé Mímọ́ (Ka Díẹ̀díẹ̀)
"A ní ìrètí yìí gẹ́gẹ́ bí ìdákọ̀ró fún ọkàn, ó dúró ṣinṣin, ó sì ní ààbò."
—Hébérù 6:19
Ṣàkíyèsí ohun tí ìrètí ń ṣe.
Ó ń darí—kò léfòó.

Àròjinlẹ̀ Ìfọkànsìn
Àwọn ènìyàn sábà máa ń ṣi ìrètí lóye.
A máa ń da ìrètí pọ̀ mọ́ ohun rere, pẹ̀lú ríretí pé nǹkan yóò sunwọ̀n sí i, àti gbígbàgbọ́ pé àwọn ipò nǹkan yóò yanjú lọ́nà rere. Ìwé Mímọ́ fúnni ní ìran tó lágbára jù. Ìrètí Kristẹni kò ní í ṣe pẹ̀lú àbájáde—ó dúró lórí **ìdúróṣinṣin Ọlọ́run** , láìka àbájáde sí.
Iyatọ yii ṣe pataki gidigidi.
Ìrètí máa ń dìde, ó sì máa ń bàjẹ́ pẹ̀lú àwọn ipò.
Ìrètí máa ń wà nígbà tí ipò kò bá yípadà.

Kí **CS Lewis** tó kọ nípa ìrètí pẹ̀lú òye tó ṣe kedere, ó kọ́ nípa iye owó rẹ̀. Lewis kò sẹ́ ìjìyà tàbí kí ó dín ìbànújẹ́ kù. Ó kọ láti fi ìdánilójú tó jinlẹ̀ sílẹ̀. Ohun tó gbẹ́kẹ̀lé dípò bẹ́ẹ̀ ni ìrètí tí kò fìdí múlẹ̀ nínú ìtùnú, bí kò ṣe nínú òtítọ́—ìrètí tí ó lè fara da ìjákulẹ̀ láìwó lulẹ̀.

Ìrètí, nínú Ìwé Mímọ́, ni a fi hàn.

A ń dá a nípasẹ̀ ìfaradà.

A ń fún un lágbára nípasẹ̀ ìfaradà. A ń dàgbà nípa dídúró.

Ọjọ́ kọkàndínlógún ń pè ọ́ láti ṣàyẹ̀wò ohun tí ìrètí rẹ ti ń dúró lé lórí.

Tí ìrètí bá sinmi lórí ìtura, yóò máa mì tìtì.

Tí ìrètí bá sinmi lórí ìwà Ọlọ́run, yóò dúró pé.

Èyí kò túmọ̀ sí pé ó ń ṣe bíi pé ìrora kò sí. Ìrètí Bíbélì máa ń wo ìjìyà lójú, ó sì kọ láti jẹ́ kí ó ṣàlàyé òtítọ́. Ó máa ń gbé ọkàn ró sínú ohun tó jinlẹ̀ ju ìrírí lọ—ohun kan tí kò lè yípadà.

Ìgbọràn àti ìrètí máa ń dàgbà papọ̀.

Bí ìgbọràn ṣe ń kọ́ wa láti wà ní ìṣọ̀kan láìsí èrè lẹ́sẹ̀kẹsẹ̀, ìrètí ń kọ́ láti sinmi láìsí ìpinnu lẹ́sẹ̀kẹsẹ̀. Papọ̀, wọ́n ń ṣe àgbékalẹ̀ ìfaradà—agbára ìdákẹ́jẹ́ẹ́ láti tẹ̀síwájú pẹ̀lú ìṣòtítọ́ kódà nígbà tí òye bá ń pẹ́.

Èyí kì í ṣe ìrètí aláìlágbára.

Ìgbẹ́kẹ̀lé tí ó lágbára ni.

Ìwádìí Ọkàn

Joko pẹlu awọn ibeere wọnyi ni idakẹjẹ.

1. **Kí ni ìrètí rẹ ní ìsopọ̀ pẹ̀lú èyí tó lágbára jùlọ—àbájáde tàbí ìwà Ọlọ́run?**
2. **Báwo lo ṣe ń dáhùn padà ní inú nígbà tí nǹkan kò bá dára sí i bí a ṣe retí?**
3. **Kí ni ó lè túmọ̀ sí láti gbé ìrètí rẹ kalẹ̀ ní ibì kan tí ó jinlẹ̀ ju àwọn ipò lọ?**

Ìdánrawò Lónìí (Ìdádúró Ìrètí)

Ìdánrawò òde òní jẹ́ **ìrántí tí a gbé kalẹ̀** .

Kọ tàbí kí o rántí **òtítọ́ kan nípa Ọlọ́run** tí kò yí padà láìka ipò rẹ sí (òtítọ́ Rẹ̀, wíwà níbẹ̀, àánú Rẹ̀, ipò ọba aláṣẹ Rẹ̀).
Tún ṣe é lọ́ra ní gbogbo ọjọ́ náà.
Jẹ́ kí ìrètí sinmi níbẹ̀.

Àdúrà

Baba,
kọ́ mi ní ìrètí tó máa wà títí, kì í ṣe ìrètí tó sinmi lórí ìtura. Fi ọkàn mi sí ìwà rẹ nígbà tí àwọn nǹkan bá ń lọ láìsí ìyípadà.
Ràn mí lọ́wọ́ láti gbẹ́kẹ̀lé ọ láìsí ìṣòro,
kódà nígbà tí àbájáde kò bá yé mi. Ìwọ ni ìpìlẹ̀ mi tó dájú.
Àmín.

Ìkéde

Sọ èyí sókè:
Ìrètí mi dúró lórí Ọlọ́run.
Àwọn ipò kò ṣe pàtàkì ìgbàgbọ́ mi. Mo fara dà á pẹ̀lú ìgbẹ́kẹ̀lé nínú òtítọ́. Ìṣòtítọ́ Ọlọ́run dúró láìsí ìgbọ̀nsẹ̀. Ọkàn mi dúró ṣinṣin ó sì ní ààbò.

Ìfẹ́ sí Ìgbọràn

Lónìí, mo fi ara mi fún **ìrètí tí a gbé kalẹ̀** .
Èmi kì yóò wọn òtítọ́ Ọlọ́run nípa àwọn àbájáde lẹ́sẹ̀kẹsẹ̀. Mo gbẹ́kẹ̀lé ìwà Rẹ̀ mo sì ń bá ara mi mu.

Ìtọ́sọ́nà ìparí

Ìrètí máa ń dàgbà láìsí ariwo.
Kò yára yanjú ìṣòro—
ó ń mú ọkàn dúró ṣinṣin.
Lọ́la, a ó ṣe àwárí **bí ìgbọràn ṣe ń tún òye wa nípa ìfẹ́ ṣe—kì í ṣe gẹ́gẹ́ bí ìmọ̀lára, ṣùgbọ́n gẹ́gẹ́ bí ìfarajìn tí a fi ìlànà hàn** .

ỌJỌ́ OGÚN

Ìfẹ́ Tí Ó Kọ́ Láti Dúró

Ìdí Tí Ìgbọràn Fi Ń Kọ́ Ọkàn Láti Nífẹ̀ẹ́ Dáadáa

ÀWỌN ÌWÉ MÍMÚ TÍ A FI Ń PỌJÚ KÓKÓ

- **Jòhánù 14:15** - *Tí ẹ bá fẹ́ràn mi, ẹ ó pa òfin mi mọ́.*
- **1 Kọ́ríńtì 13:4-7** - *Ìfẹ́ a máa mú sùúrù, ìfẹ́ a máa ṣe rere...*
- **1 Jòhánù 5:3** — *Èyí ni ìfẹ́ fún Ọlọ́run: láti pa àwọn àṣẹ Rẹ̀ mọ́.*

Kíkà Ìwé Mímọ́ (Ka Díẹ̀díẹ̀)
"Èyí ni ìfẹ́ fún Ọlọ́run: láti pa àwọn àṣẹ Rẹ̀ mọ́.
Àti àwọn àṣẹ Rẹ̀ kò wúwo."
— 1 Jòhánù 5:3
Dúró díẹ̀.
Ṣàkíyèsí bí Ìwé Mímọ́ ṣe túmọ̀ ìfẹ́.

Àròjinlẹ̀ Ìfọkànsìn
Àṣà òde òní máa ń wo ìfẹ́ gẹ́gẹ́ bí ìmọ̀lára—ohun kan tí a máa ń rí, tí a máa ń tẹ̀lé, tí a sì máa ń fà sẹ́yìn nígbà tí ó bá pòórá. Ìwé Mímọ́ ka ìfẹ́ sí **ìdúróṣinṣin** —ohun kan tí a fi ṣe é, tí a gbé kalẹ̀, tí a sì fi hàn nípasẹ̀ ìṣòtítọ́. Ìyàtọ̀ yìí ṣe pàtàkì gidigidi. Nígbà tí ìfẹ́ bá dínkù sí ìmọ̀lára, ó di aláìdúróṣinṣin. Nígbà tí a bá dá ìfẹ́ sílẹ̀ nípasẹ̀ ìgbọràn, ó di aláìlera.
Kí **CS Lewis** tó kọ̀wé nípa ìfẹ́ Kristẹni pẹ̀lú òye tó ṣe kedere, ó kọ́ pé a gbọ́dọ̀ kọ́ ìfẹ́. Ìfẹ́ máa ń yípadà. Ìfẹ́ ọkàn máa ń yípadà. Ìmọ̀lára máa ń dìde ó sì máa ń wó lulẹ̀. Ìgbọràn kọ́ni láti dúró nígbà tí ìmọ̀lára pé òun nìkan kò lè gbé e.
Ìdí nìyí tí Ìwé Mímọ́ fi so ìfẹ́ pọ̀ mọ́ ìgbọràn.

A kì í ṣe pé a kàn fi ìfẹ́ hàn nìkan—a máa ń fi ìfẹ́ hàn.
Ó ní sùúrù nígbà tí a bá bínú. Ó jẹ́ onínúure nígbà tí kò bá rọrùn. Ó jẹ́ olóòótọ́ nígbà tí a kò bá rí i.
Ọjọ́ ogún ń pè ọ́ láti ṣe àyẹ̀wò bí o ṣe lóye ìfẹ́.
Tí ìfẹ́ bá sinmi lórí ìmọ̀lára, ìgbọràn yóò dàbí ohun tí a kò gbọdọ̀ ṣe.
Tí ìfẹ́ bá jẹ́ ìfaraji, ìgbọràn yóò di ohun àdánidá.
Ìfẹ́ Kristẹni kì í ṣe tútù tàbí ìrísí tí a fi ń ṣe nǹkan. Ó jẹ́ ìfẹ́ tí a fi ìlànà kọ́—tí a ń ṣe nípasẹ̀ àwọn yíyàn tí a ń ṣe leralera láti dúró ní ìbámu pẹ̀lú Ọlọ́run àti olóòótọ́ sí àwọn ẹlòmíràn, kódà nígbà tí ìmọ̀lára bá ti lọ sílẹ̀ lẹ́yìn èrò.
Irú ìfẹ́ yìí máa ń dàgbà díẹ̀díẹ̀.
Ìgbọràn máa ń kọ́ wa láti hùwà ìfẹ́ kí a tó nímọ̀lára ìfẹ́. Bí àkókò ti ń lọ, ìmọ̀lára máa ń tẹ̀lé ìṣẹ̀dá. Ọkàn máa ń kọ́ láti nífẹ̀ẹ́ ohun tí ìfẹ́ bá yàn nígbà gbogbo.
Báyìí ni ìfẹ́ ọe ń dàgbà.
Kì í ṣe nípa agbára,
ṣùgbọ́n nípa ìfaradà.

Ìwádìí Ọkàn

Joko pẹlu awọn ibeere wọnyi ni idakẹjẹ.

1. **Báwo lo ṣe sábà máa ń túmọ̀ ìfẹ́—ìmọ̀lára tàbí ìfẹ́?**
2. **Níbo ni ìgbọràn ti pe òye rẹ nípa ìfẹ́ níjà?**
3. **Ìbátan tàbí ẹrù-iṣẹ́ wo ló nílò ìfẹ́ tí a bá wí nísinsìnyí?**

Ìwà Àṣà Lónìí (Ìfẹ́ Ìfẹ́)

Ìwà òde òní jẹ́ **ìdúróṣinṣin àmọ̀ọ́mọ̀** .
Yan **ibatan kan tabi ojuse** nibiti ifẹ ba dabi ohun ti ko wọpọ, ti o nira, tabi ti a ko fiyesi.
Fi ìfẹ́ hàn lónìí nípasẹ̀ **ìṣe** , kìí ṣe nípa ìmọ̀lára:

- Ọ̀rọ̀ rere kan
- Ìdáhùn aláìsàn kan
- Àtẹ̀lé tí ó dájú

Má ṣe dúró kí o tó ní ìfẹ́.
Yan láti jẹ́ olùfẹ́.

Àdúrà
Baba,
kọ́ mi ní ìfẹ́ tí ó dúró pẹ́, kìí ṣe ìfẹ́ tí ó sinmi lórí ìmọ̀lára. Dá ọkàn mi sílẹ̀ nípasẹ̀ ìgbọràn kí ìfẹ́ lè dúró ṣinṣin kí ó sì jẹ́ òótọ́. Ràn mí lọ́wọ́ láti dúró ṣinṣin nígbà tí ìmọ̀lára bá ń yípadà. Mo yan ìfẹ́ tí a ṣe nípasẹ̀ ìgbọràn. Àmín.

Ìkéde
Sọ èyí sókè:
Ìgbọràn ni a fi ń ṣe ìfẹ́.
Mo nífẹ̀ẹ́ pẹ̀lú ìfarajìn, kìí ṣe pẹ̀lú ìfẹ́ ọkàn. Àwọn àṣẹ Ọlọ́run ń kọ́ ọkàn mi láti nífẹ̀ẹ́ dáadáa. Mo dúró ṣinṣin kódà nígbà tí ìmọ̀lára bá pòórá. Ìfẹ́ mi ń lágbára sí i nípasẹ̀ ìbáṣepọ̀.

Ìfẹ́ sí Ìgbọràn
Lónìí, mo fi ara mi fún **ìfẹ́ oníwà-bí-ẹ̀tọ́** .
Mo yan ìṣòtítọ́ ju ìyípadà lọ àti ìgbọràn ju ìmọ̀lára lọ.

Ìtọ́sọ́nà ìparí
O ti dé ibi tí ó yẹ kí o dé nínú ìrìn àjò náà.
Láti ibi lọ, ìgbọràn ń lọ
láti ìṣẹ̀dá sí **iṣẹ́ ìránṣẹ́** .
Lọ́la, a ó ṣe àwárí **bí ìgbọràn ṣe ń tún èrò wa ṣe—kì í ṣe gẹ́gẹ́ bí ìtẹ́lọ́rùn ara-ẹni, ṣùgbọ́n gẹ́gẹ́ bí ìpè olóòótọ́** .

ỌJỌ KỌKỌKANLỌGỌNÀ

Ète tí a gbé kalẹ̀ nípasẹ̀ ìgbọràn

Ìdí Tí A Fi Ń Rí Ìpè Nípasẹ̀ Ìṣòtítọ́

ÀWỌN ÌWÉ MÍMÙ TÍ A FI Ń PỌJÚ KÓKÓ

- **Efesu 2:10** — *A dá wa ninu Kristi Jesu fun iṣẹ rere…*
- **Luku 16:10-12** — *Olóòótọ́ nínú àwọn kékeré, olóòtítọ́ nínú ọ̀pọ̀lọpọ̀.*
- **1 Kọ́ríńtì 7:17** - *Olúkúlùkù gbọ́dọ̀ máa gbé ìgbé ayé gẹ́gẹ́ bí Olúwa ti yàn fún un...*

Kíkà Ìwé Mímọ́ (Ka Díẹ̀díẹ̀)
"Àwa ni iṣẹ́ ọwọ́ Ọlọ́run,
a dá wa nínú Kristi Jésù láti ṣe iṣẹ́ rere, èyí tí Ọlọ́run ti pèsè sílẹ̀ tẹ́lẹ̀ fún wa láti ṣe."
—Éfésù 2:10
Dúró díẹ̀.
Ṣàkíyèsí pé **a ti ṣètò ète náà** , kì í ṣe ohun tí a ṣe láìṣe àṣeyọrí.

Àròjinlẹ̀ Ìfọkànsìn
A sábà máa ń wo ète gẹ́gẹ́ bí ohun tí a lè ṣàwárí lójijì—nípasẹ̀ òye, ìfẹ́ ọkàn, tàbí àǹfààní.
Ìwé Mímọ́ gbé òtítọ́ kan tí ó dákẹ́ jẹ́ẹ́ kalẹ̀: ète ni a ń fi hàn **nípasẹ̀ ìṣòtítọ́** . Ìpè kì í sábà dé gẹ́gẹ́ bí ìkéde ìyanu. Ó ń ṣẹlẹ̀ bí a ṣe ń ṣe ìgbọràn nígbà gbogbo ní àwọn ibi tí a sábà máa ń gbé.
Kí **CS Lewis** tó mọ bí iṣẹ́ rẹ̀ yóò ṣe gbòòrò tó, ìgbọràn rẹ̀ dá lórí ohun tó wà níwájú rẹ̀—kíkọ́ni, kíkọ ìwé láìsí àní-àní, kíkọ òtítọ́ pẹ̀lú ìṣọ́ra. Ète tẹ̀lé ìṣòtítọ́. Kò ṣáájú rẹ̀.
Èyí ṣe pàtàkì .
Nígbà tí a bá ń lépa ète láìsí ìgbọràn, a sábà máa ń lépa rírán.
A máa ń wá àwọn ipa dípò ìmúrasílẹ̀, àwọn ìpele dípò ìdúró.

Ìwé Mímọ́ darí wa sí ọ̀nà: Ọlọ́run fi ẹrù iṣẹ́ tó pọ̀ sí i fún àwọn tó jẹ́ olóòótọ́ níbi tí wọ́n bá wà.
Kì í ṣe pé a lè rí ète nípa bíbéèrè pé, *"Kí ni mo fẹ́ ṣe?"*
A lè rí ète nípa bíbéèrè pé, *"Báwo ni mo ṣe lè jẹ́ olóòótọ́ níbí?"*
Ọjọ́ kọkànlélógún (21) pè yín láti tú ìfúnpá sílẹ̀.
O kò nílò òye pípéye kí o tó lè gbọ́ràn.
O nílò ìfẹ́ ọkàn níbi tí o dúró sí.
Ìpè kì í ṣe ọ̀nà àyípadà kúrò nínú ìgbọràn; ìgbọràn ni a ń gbà láti ìgbà dé ìgbà. Ìṣòtítọ́ nínú àwọn nǹkan kékeré ń kọ́ ọkàn láti gbé àwọn nǹkan ńlá láìsí ìyípadà.
Àwọn ète Ọlọ́run kì í ṣe èyí tó le koko.
Wọn kò ní kí o yára ṣáájú ìṣẹ̀dá.
Wọ́n máa ń farahàn nípa ti ara níbi tí ìgbọràn bá dúró ṣinṣin.

Ìwádìí Ọkàn

Joko pẹlu awọn ibeere wọnyi ni idakẹjẹ.

1. **Níbo ni a ti dán ọ wò láti lépa ète dípò kí o máa ṣe ìṣòtítọ́?**
2. **Àwọn ẹrù iṣẹ́ wo ló wà níwájú rẹ nísinsìnyí?**
3. **Báwo ni ìgbọràn níbí ṣe lè máa darí ìpè ọjọ́ iwájú?**

Ìṣe Lónìí (Wíwà ní Olóòótọ́)

Àṣà òde òní ni **ìdúróṣinṣin pẹ̀lú ìṣọ́ra** .
Sọ **ojúṣe tàbí àǹfààní kan** tí a ti fi lé ọ lọ́wọ́ tẹ́lẹ̀—iṣẹ́, ìdílé, iṣẹ́ ìsìn, ìkẹ́kọ̀ọ́, tàbí ìtọ́jú.
Fi **gbogbo àfiyèsí rẹ sí i lónìí** .
Má ṣe yára kánkán.
Má ṣe dín in kù.
Ṣe é gẹ́gẹ́ bí ète nínú ìṣẹ̀dá.

Àdúrà

Baba,
kọ́ mi láti gbẹ́kẹ̀lé pé ìwọ yóò fi ète hàn nípasẹ̀ ìgbọràn. Tú mi sílẹ̀ kúrò nínú àníyàn nípa ọjọ́ iwájú kí o sì mú mi dúró nínú

òtítọ́ lónìí. Ràn mí lọ́wọ́ láti ṣiṣẹ́ dáadáa níbi tí mo bá gbé e kalẹ̀ kí o sì gbẹ́kẹ̀lé ọ pẹ̀lú ohun tí ó ń bọ̀. Mo fún ọ ní ìbáṣepọ̀ mi lọ́wọ́lọ́wọ́. Àmín.

Ìkéde

Sọ èyí sókè:

Ète Ọlọ́run máa ń yorí sí rere nípasẹ̀ ìgbọràn mi.

Mo jẹ́ olóòótọ́ níbi tí mo wà. Àwọn ìṣe ìgbọràn kékeré máa ń ṣe ìpè pípẹ́ títí. Mo gbẹ́kẹ̀lé Ọlọ́run pẹ̀lú ọjọ́ iwájú mi, mo sì máa ń ṣe déédéé lónìí. A ń ṣe ìgbésí ayé mi fún iṣẹ́ rere.

Ìfẹ́ sí Ìgbọràn

Lónìí, mo fi ara mi fún wíwà ní **ipò olóòótọ́** .

Mo tú àìní fún ìmọ́lẹ̀ tí kò tó àkókò sílẹ̀, mo sì yan ìgbọràn nínú ohun tí a ti fi lé mi lọ́wọ́ tẹ́lẹ̀.

Ìtọ́sọ́nà ìparí

Ète ń dàgbàsókè láìsí ariwo.

Iṣootọ ni o n pese ọna silẹ.

Lọ́la, a ó ṣe àwárí **bí ìgbọràn ṣe ń tún ìfẹ́ ọkàn ṣe—kì í ṣe nípa yíyọ ọ́ kúrò, ṣùgbọ́n nípa mímú un mọ́** .

ỌJỌ KEJÌLÚ ỌDÚN 22

A ti ṣe àtúntò ìfẹ́ ọkàn

Nígbà tí ìgbọràn bá sọ ohun tí ó ń darí rẹ di mímọ́

ÀWỌN ÌWÉ MÍMÜ TÍ A FI Ń PỌJÚ KÓKÓ

- **Mátíù 6:33** — *Ẹ kọ́kọ́ wá ìjọba Ọlọ́run…*
- **Jákọ́bù 3:13-17** - *Ọgbọ́n láti òkè wá jẹ́ mímọ́, ó ní àlàáfíà, ó sì jẹ́ onírẹ̀lẹ̀.*
- **Fílípì 2:3-5** - *Má ṣe ohunkóhun láti inú ìfẹ́kúfẹ̀ẹ́ ara ẹni...*

Kíkà Ìwé Mímọ́ (Ka Díẹ̀díẹ̀)
"Ẹ má ṣe ohunkóhun láti inú ìfẹ́kúfẹ̀ẹ́ ara ẹni tàbí ìgbéraga asán. Ṣùgbọ́n ní ìrẹ̀lẹ̀, ẹ kà àwọn ẹlòmíràn sí ẹni tí ó ga ju ara yín lọ."
— Fílípì 2:3
Dúró díẹ̀.
Ṣàkíyèsí pé Ìwé Mímọ́ kò pa ìfẹ́ ọkàn rẹ́—ó mú kí ó **yẹ** .

Àròjinlẹ̀ Ìfọkànsìn
Ìfẹ́ ọkàn kì í ṣe ọ̀tá ìgbọràn.
Ifẹ-ọkan ti a ko ti ṣe ayẹwo ni.
Ọpọ̀lọpọ̀ àwọn onígbàgbọ́ gbà pé títẹ̀lé Kristi nílò kí a má fi ìfẹ́kúfẹ̀ẹ́, ìfẹ́kúfẹ̀ẹ́, tàbí ìfẹ́kúfẹ̀ẹ́ sílẹ̀. Ìwé Mímọ́ fúnni ní ipa ọ̀nà tí ó túbọ̀ ṣe kedere. Ọlọ́run kò mú ìfẹ́kúfẹ̀ẹ́ kúrò—Ó **tún ṣe àtúnṣe rẹ̀** .
Kí **CS Lewis** tó kọ́ bí a ṣe ń fi òtítọ́ darí iṣẹ́ àbójútó, ìfẹ́ ọkàn gbọ́dọ̀ di mímọ́. Ìfẹ́ ọkàn láti jẹ́ ẹni tó tọ́, láti gbọ́, láti dá a mọ̀—ìgbàgbọ́ kò pa àwọn ìfẹ́ ọkàn wọ̀nyí rẹ́. Wọ́n ti tún wọn ṣe. Ìgbọràn yí ohun tí ìfẹ́ ọkàn jẹ́ *fún padà* .
Ambition dáhùn ìbéèrè náà: *Kí ni mo ń lọ sí?*

Tí ìfẹ́ ọkàn bá jẹ́ ti ara ẹni, ìgbọràn máa ń nímọ̀lára pé ó ní ààlà.
Tí ìfẹ́ ọkàn bá jẹ́ ti Ọlọ́run, ìgbọràn máa ń di ohun tó yéni.
Ìwé Mímọ́ fi ìyàtọ̀ hàn láàárín ìfẹ́ ọkàn-àyà àti ìfẹ́ ọkàn mímọ́.
Ọkan ń wá ìjẹ́wọ́; èkejì ń wá òtítọ́. Ọkan ń lépa rírí; èkejì ń lépa ìbáṣepọ̀. Ọkan ń gbé ara rẹ̀ ga; èkejì ń gbé ète Ọlọ́run ga.
Ọjọ́ kejìlélógún (22) pè ọ́ láti ṣe àyẹ̀wò ohun tó ń darí rẹ sí ìsàlẹ̀ ojú.
Ìfẹ́ ọkàn tí a kò bá ṣe àyẹ̀wò rẹ̀ di àfiwé.
Ìfẹ́ ọkàn tí a ti sọ di mímọ́ di iṣẹ́ ìránṣẹ́.
Ìgbọràn kì í mú ìfẹ́ ọkàn yípadà. Ó fún ìfẹ́ ọkàn ní ojúkòkòrò tuntun. Ó kọ́ wa láti wá Ìjọba náà ní àkọ́kọ́—kì í ṣe gẹ́gẹ́ bí èrò lásán, ṣùgbọ́n gẹ́gẹ́ bí ohun pàtàkì tí ó ń yí àwọn góńgó, àwọn àṣàyàn, àti àwọn ohun tí a ń retí padà.
Tí ìfẹ́ ọkàn bá dọ́gba, ìsapá máa ń yí padà sí ìdúróṣinṣin.
Àníyàn kì í ṣe ohun tó ń mú wa ṣe àṣeyọrí mọ́. Ìgbẹ́kẹ̀lé ni ó ń sún wa láti ṣiṣẹ́ sìn pẹ̀lú ìṣòtítọ́.
Èyí ni a ti wosan ìfẹ́ ọkàn.

Ìwádìí Ọkàn

Joko pẹlu awọn ibeere wọnyi ni idakẹjẹ.

1. **Àwọn àfojúsùn wo ló ń mú kí o ṣe ìpinnu lọ́wọ́lọ́wọ́?**
2. **Ibo ni ìfẹ́ ọkàn fún ìkàsí tàbí àṣeyọrí ti lè máa darí ìgbọràn rẹ?**
3. **Báwo ni yóò ṣe rí láti wá Ìjọba Ọlọ́run ní àkọ́kọ́ nínú àwọn ohun tí o ń lépa?**

Ìwà Lónìí (Èrò Mímọ́)

Ìgbésẹ̀ òde òní jẹ́ **ìṣètò àmọ̀ọ́mọ̀** .
Yan **ibi-afẹde kan tabi ifẹ ọkan** ti o n lepa ni itara.
Gbadura èyí pẹ̀lú òótọ́:
"Olúwa, tún ètò ìfẹ́ ọkàn yìí ṣe sí àwọn ète rẹ."
Lẹ́yìn náà, gbé **ìgbésẹ̀ kékeré kan** lónìí tí ó ń fi ìrẹ̀lẹ̀, iṣẹ́ ìsìn, tàbí ìṣòtítọ́ hàn dípò kí ó hàn gbangba.
Àdúrà

Baba,
O mọ àwọn ìfẹ́kúfẹ̀ẹ́ tó ń darí mi. Sọ ìfẹ́kúfẹ̀ẹ́ mi di mímọ́ kí o sì bá ìjọba Rẹ mu. Yọ ohun tó gbòòrò nínú ìbẹ̀rù tàbí ìgbéraga kúrò kí o sì fún ohun tó ń ṣiṣẹ́ fún ète Rẹ lágbára. Kọ́ mi láti wá ọ ní àkọ́kọ́ nínú gbogbo ohun tí mo bá ń lépa. Àmín.

Ìkéde
Sọ èyí sókè:
Ifẹ mi ni ibamu pẹlu Ijọba Ọlọrun.
Igbọran ni o n sọ ohun ti n mu mi di mimọ. Mo n wa iṣootọ ju idanimọ lọ. Otitọ ni a tun n ṣeto awọn ifẹ mi. Mo n tẹsiwaju lati tẹle awọn ete Ọlọrun ni imurasilẹ.

Ìfẹ́ sí Ìgbọràn
Lónìí, mo fi ara mi fún **ìfẹ́ ọkàn tí ó dá lórí Ìjọba** .
Mo tú ìsapá ara-ẹni sílẹ̀, mo sì yan ìgbọràn tí ó bá ìfẹ́ ọkàn mi mu.

Ìtọ́sọ́nà ìparí
Ìfẹ́ ọkàn kì í parẹ́.
A ti **darí rẹ̀** .
Lọ́la, a ó ṣe àwárí **bí ìgbọràn ṣe ń tún àṣeyọrí ṣe—kì í ṣe nípa títún àṣeyọrí ṣe, ṣùgbọ́n nípa wíwọ̀n èso** .

ỌJỌ ỌTỌDÚN ẸTÀLẸGỌNÀ

Àṣeyọrí tí a wọ̀n nípasẹ̀ èso

Ìdí Tí Ìgbọràn Fi Ń Tún Ṣe Àtúnṣe Ohun Tí Ó Túmọ̀ Sí Láti Ṣàṣeyọrí

ÀWỌN ÌWÉ MÍMÙ TÍ A FI Ń PỌJÚ KÓKÓ

- **Jòhánù 15:4-8** — *Ẹ dúró nínú mi, ẹ ó sì so èso púpọ̀.*
- **Mátíù 7:16-20** — *Nípa èso wọn ni ẹ̀yin yóò fi dá wọn mọ̀.*
- **Galatia 5:22–23** — *Èso Ẹmí ni…*

Kíkà Ìwé Mímọ́ (Ka Díẹ̀díẹ̀)
"Nípa èso wọn ni ẹ ó fi dá wọn mọ̀."
—Mátíù 7:16
Dúró díẹ̀.
Ṣàkíyèsí pé Ìwé Mímọ́ ń ṣe àyẹ̀wò ìgbésí ayé nípa **àbájáde** , kìí ṣe nípa àwòrán.

Àròjinlẹ̀ Ìfọkànsìn
Àṣeyọrí jẹ́ ọ̀kan lára àwọn èrò tó léwu jùlọ nínú ìgbàgbọ́ òde òní.
A sábà máa ń wọn àṣeyọrí nípa rírìran, ìdàgbàsókè, ìjẹ́rìísí, tàbí ìṣelọ́pọ́. Kódà nínú àwọn ipò ẹ̀mí, a lè da ìgbìyànjú pọ̀ mọ́ ìdàgbàsókè àti ìgbòkègbodò pọ̀ mọ́ ìṣètò. Ìwé Mímọ́ fúnni ní ìwọ̀n tí ó yàtọ̀ pátápátá: **èso** .
A kì í ṣe èso tí
a ń ṣe.
Kí **CS Lewis** tó di ẹni tí ó ní ipa lórí gbogbo ènìyàn, èso ìgbọràn rẹ̀ ti hàn gbangba—ìmọ̀ tí ó ṣe kedere, ìrẹ̀lẹ̀ nínú ìgbàgbọ́, sùúrù nínú ìjíròrò, ìṣòtítọ́ nínú ìbáwí. Ìmọ̀ gbogbo ènìyàn dé lẹ́yìn náà. Èso ló kọ́kọ́ wá.
Àṣẹ yìí ṣe pàtàkì.

A kò le fi ìkánjú ṣe èso.
A kò le fi ṣe èké. A kò le fi ìdúróṣinṣin mú un láìsí ìtòlẹ́sẹẹsẹ.
Ìgbọràn máa ń yí àṣeyọrí padà nípa yíyí àfiyèsí padà láti àbájáde tí a ń ṣàkóso sí èso tí Ọlọ́run ń mú jáde. Kì í ṣe pé, *"Kí ni mo ti ṣàṣeyọrí?"* bí kò ṣe *"Kí ni a ń dá sílẹ̀?"* Ìfẹ́, sùúrù, ìkóra-ẹni-níjàánu, ìṣòtítọ́—àwọn wọ̀nyí kì í ṣe àwọn ìwọ̀n tí ó fani mọ́ra, ṣùgbọ́n wọ́n jẹ́ èyí tí a kò lè ṣiyèméjì.
Ọjọ́ kẹtàlélógún (23) ń pè ọ́ láti ṣe àyẹ̀wò bí o ṣe ń ṣe àyẹ̀wò ìgbésí ayé rẹ.
Níbi tí a bá ti ń fi àṣeyọrí wọn hàn nípa àwọn àbájáde nìkan, ìfúnpá máa ń pọ̀ sí i.
Níbi tí a bá ti ń fi èso wọn wọn àṣeyọrí, àlàáfíà máa ń pọ̀ sí i.
Jesu kò béèrè fún àṣeyọrí tó lágbára.
Ó ń pe àwọn ènìyàn láti dúró.
Èso máa ń yọ jáde nípa ti ara níbi tí ìgbọràn bá ti fìdí múlẹ̀. Bí àkókò ti ń lọ, èso náà máa ń hàn gbangba—kì í ṣe fún wa ní àkọ́kọ́, ṣùgbọ́n fún àwọn ẹlòmíràn láìsí àṣìṣe. Ìdí nìyí tí Ìwé Mímọ́ fi sọ pé èso ni a fi ń "dá wa mọ̀." Ó fi irú igi tí a ń di hàn.
Àṣeyọrí nínú Ìjọba Ọlọ́run kì í ṣe nípa bí o ti rìn jìnnà tó, ó jẹ́ nípa ohun tí ń dàgbà níbi tí o dúró sí.

Ìwádìí Ọkàn

Joko pẹlu awọn ibeere wọnyi ni idakẹjẹ.

1. **Báwo lo ṣe sábà máa ń wọn àṣeyọrí nínú ìgbésí ayé rẹ?**
2. **Irú èso wo ló hàn gbangba nínú rẹ lọ́wọ́lọ́wọ́—sùúrù, ìfẹ́, àlàáfíà, àti ìkóra-ẹni-níjàánu?**
3. **Èso wo ni Ọlọ́run lè máa gbìn tí o ti gbójú fo nítorí pé ó dà bí ohun tí kò wọ́pọ̀?**

Ìwà Lónìí (Ìmọ̀ nípa Èso)

Àṣà lónìí ni kí **a kíyèsí èso** .
Ni gbogbo ọjọ, fiyesi si awọn akoko nibiti:

- O fi sùúrù dáhùn dípò ìbínú
- O yan ìdènà dípò ìfẹ́ ọkàn rẹ
- O ṣe pẹlu inurere laisi idanimọ

Ní ìparí ọjọ́ náà, dúpẹ́ lọ́wọ́ Ọlọ́run fún **èso kékeré kan** tí o kíyè sí.

Àdúrà
Baba,
kọ́ mi láti mọyì èso ju ìdámọ̀ lọ. Ràn mí lọ́wọ́ láti dúró ṣinṣin nínú rẹ kí ohun tó ń dàgbà nínú ayé mi lè fi Ẹmí Rẹ hàn. Tú mi sílẹ̀ kúrò nínú àwọn ìwọ̀n àṣeyọrí èké kí o sì mú mi dúró nínú ohun tí ìwọ ń dá. Mo yàn láti dúró. Àmín.

Ìkéde
Sọ èyí sókè:
Mo ń wọn àṣeyọrí nípa èso, kìí ṣe nípa rírí.
Ọlọ́run ń mú ìdàgbàsókè wá nípasẹ̀ ìgbọràn. Mo dúró ṣinṣin àti ní ìbámu. Ohun tí Ọlọ́run ń dá nínú mi ṣe pàtàkì. Ìgbésí ayé mi ń so èso tí ó wà pẹ́ títí.

Ìfẹ́ sí Ìgbọràn
Lónìí, mo fi ara mi fún **ìgbọ́ràn tó ń mú èso jáde** .
Mo ń tú àwọn ìwọ̀n àṣeyọrí èké sílẹ̀ mo sì gbẹ́kẹ̀lé Ọlọ́run láti mú ohun tó bá wà títí wá.

Ìtọ́sọ́nà ìparí
Èso máa ń dàgbà láìsí ariwo.
Lọ́la, a ó ṣe àwárí **bí ìgbọràn ṣe ń tún òye wa nípa ogún ṣe—kì í ṣe gẹ́gẹ́ bí ìrántí, ṣùgbọ́n gẹ́gẹ́ bí ìsọdipúpọ̀** .

ỌJỌ ẸRẸDẸRẸDẸRẸ

Àjogúnbá tí ó ń pọ̀ sí i

Ìdí Tí Ìgbọràn Fi Ń Kún Ríran

ÀWỌN ÌWÉ MÍMÙ TÍ A FI Ń PỌJÚ KÓKÓ

- **2 Tímótì 2:2** — *Fi lé àwọn olóòótọ́ ènìyàn tí wọ́n lè kọ́ àwọn ẹlòmíràn lọ́wọ́.*
- **Sáàmù 145:4** - *Ìran kan ń yin iṣẹ́ rẹ fún ẹlòmíràn.*
- **Jòhánù 12:24** BMY - *Àyàfi bí èso àlìkámà kan bá bọ́ sí ilẹ̀ tí ó sì kú, a ó so èso púpọ̀.*

Kíkà Ìwé Mímọ́ (Ka Díẹ̀díẹ̀)
"Bí kò ṣe pé hóró àlìkámà kan bá bọ́ sí ilẹ̀, tí ó sì kú, ó wà ní òun nìkan; ṣùgbọ́n bí ó bá kú, ó so èso púpọ̀."
—Jòhánù 12:24
Dúró díẹ̀.
Ṣàkíyèsí pé èso náà nílò **ìtúsílẹ̀** , kì í ṣe ìpamọ́.

Àròjinlẹ̀ Ìfọkànsìn
Àwọn ènìyàn sábà máa ń lóye ogún gẹ́gẹ́ bí ohun tó máa ń wà *nípa* wa lẹ́yìn tí a bá ti lọ.
Ìwé Mímọ́ túmọ̀ ogún gẹ́gẹ́ bí ohun tí ó ń bá a lọ *láti ọ̀dọ̀* àwọn ẹlòmíràn nítorí pé a jẹ́ olóòótọ́. Ìní kì í ṣe ìrántí—ìsọdipúpọ̀ ni. Kì í ṣe bí a ṣe ń rántí wa pẹ́ tó; bí ìgbọràn ṣe ń mú ìgbésí ayé wa gbòòrò sí i ni.
Kí **CS Lewis** tó lè fojú inú wo bí iṣẹ́ rẹ̀ ṣe gbòòrò tó, ó dojúkọ òtítọ́ dípò kí ó ní ipa lórí rẹ̀. Ó kọ̀wé, ó kọ́ni, ó sì sọ̀rọ̀ lọ́nà tó ṣe kedere nítorí pé ìgbọràn béèrè fún òtítọ́—kì í ṣe nítorí pé ogún ni a fi dá a lójú. Ìsọdipúpọ̀ náà dé lẹ́yìn náà, ju agbára rẹ̀ lọ.
Èyí ni àpẹẹrẹ Ìjọba náà.

Àwọn irúgbìn kì í kéde ìkórè wọn lọ́jọ́ iwájú.
Wọ́n kàn ń jábọ́ sí ilẹ̀ wọ́n sì ń tẹ̀lé àpẹẹrẹ wọn.
Ọjọ́ kẹrìnlélógún (24) pè ọ́ láti tú ìkìmọ́lẹ̀ náà sílẹ̀ láti gba ogún tìrẹ. Ìgbọràn tí ó rọ̀ mọ́ ìríran kò le pọ̀ sí i. Ìgbọràn tí ó tú ìdarí sílẹ̀ ń ṣẹ̀dá àyè fún Ọlọ́run láti mú èso jáde ju ìgbésí ayé wa lọ.
Àfojúsùn máa ń dàgbà níbi tí a bá ti lè gbé ìgbọràn láruge—níbi tí a ti ń gbé òtítọ́, tí a pín, tí a sì fi lé àwọn ẹlòmíràn tí yóò gbé e síwájú lọ́wọ́. Ìdí nìyí tí Ìwé Mímọ́ fi tẹnu mọ́ ìṣòtítọ́ sí àwọn ènìyàn, kì í ṣe àwọn ìtàkùn.
O kò nílò láti mọ ẹni tí ìgbọràn rẹ yóò nípa lórí.
O gbọ́dọ̀ jẹ́ olóòótọ́ níbikíbi tí o bá wà.
Ọlọ́run ló ń ṣe ìlọ́po púpọ̀.
Ìpamọ́ ara ẹni kì í ṣe ohun tí a fi ń kọ́ ogún.
A fi ìfarabalẹ̀ ṣe é.

Ìwádìí Ọkàn

Joko pẹlu awọn ibeere wọnyi ni idakẹjẹ.

1. **Báwo lo ṣe rò nípa ogún—orúkọ rere tàbí àtúnṣe?**
2. **Ibo ni Ọlọ́run ti lè máa béèrè lọ́wọ́ rẹ pé kí o tú àkóso sílẹ̀ dípò kí o máa pa agbára rẹ mọ́?**
3. **Ta ni ìgbọràn rẹ lè darí lọ́nà jẹ́ẹ́jẹ́ẹ́ ní báyìí?**

Ìwà Lónìí (Fífi Ìgbẹ́kẹ̀lé Lòtítọ́)

Ìdánwò òde òní jẹ́ **ìdókòwò àmọ̀ọ́mọ̀** .
ẹnìkan nísìíri, ìtìlẹ́yìn, tàbí sọ òtítọ́ —láìsí ètò tàbí ìrètí àtúnṣe.
Ṣe é ní ṣókí.
Ṣe é pẹ̀lú òtítọ́. Jẹ́ kí Ọlọ́run tọ́jú èso náà.

Àdúrà

Baba,
tú mi sílẹ̀ kúrò nínú àìní láti dáàbò bo ogún ara mi.
Kọ́ mi láti gbẹ́kẹ̀lé ọ pẹ̀lú ìlọ́po.
Ràn mí lọ́wọ́ láti fi ìṣòpọ̀ pamọ́ sínú àwọn ẹlòmíràn pẹ̀lú òtítọ́ kí n sì fi agbára lé àwọn àbájáde. Jẹ́ kí ìgbọràn mi so èso ju ohun tí mo lè rí lọ. Àmín.

Ìkéde

Sọ èyí sókè:

Ìgbọràn mi pọ̀ ju bí mo ṣe lè rí lọ.

Ọlọ́run máa ń mú èso jáde nípasẹ̀ ìfọkànsìn olóòótọ́. Mo máa ń fi ìṣàkóso sílẹ̀ mo sì gbẹ́kẹ̀lé Ọlọ́run pẹ̀lú ogún. Ohun tí mo fi sínú àwọn ẹlòmíràn yóò wà títí láé. Ìgbésí ayé mi yóò so èso ju ti èmi lọ.

Ìfẹ́ sí Ìgbọràn

Lónìí, mo fi ara mi fún **ìgbọràn tí ó jẹ́ ti àtẹ̀yìnwá** .

Èmi yóò fi tọkàntọkàn náwó, èmi yóò sì gbẹ́kẹ̀lé Ọlọ́run láti mú kí ohun tí mo bá tú sílẹ̀ pọ̀ sí i.

Ìtọ́sọ́nà ìparí

Àkóso ti ń ṣẹ̀dá ní ìdákẹ́jẹ́ẹ́.

Lọ́la, a ó ṣe àwárí **bí ìgbọràn ṣe ń tún òye wa nípa ikú àti ikú ṣe—kì í ṣe gẹ́gẹ́ bí àdánù, ṣùgbọ́n gẹ́gẹ́ bí ìparí** .

ỌJỌ KẸDÚNLỌGỌNÀ

Ìgbọràn ní Etí Ikú

Ìdí Tí Ikú Fi Parí Ohun Tí Ìgbọràn Bẹ̀rẹ̀

ÀWỌN ÌWÉ MÍMÙ TÍ A FI Ń PỌJÚ KÓKÓ

- **Fílípì 1:21-23** - *Láti wà láàyè ni Kristi, láti kú sì jẹ́ èrè.*
- **Heberu 11:13–16** — *Wọ́n ń fẹ́ orílẹ̀-èdè tó dára jù…*
- **2 Tímótì 4:7-8** —Mo *ti ja ìjà rere náà.*

Kíkà Ìwé Mímọ́ (Ka Díẹ̀díẹ̀)
"Mo ti ja ìjà rere náà,
mo ti parí eré ìje náà, mo ti pa ìgbàgbọ́ mọ́."
—2 Tímótì 4:7
Dúró díẹ̀.
Ṣàkíyèsí pé Pọ́ọ̀lù sọ̀rọ̀ nípa **ìparí** , kì í ṣe àbámọ̀.

Àròjinlẹ̀ Ìfọkànsìn
Àṣà òde òní máa ń yẹra fún ikú nípa sísẹ́ rẹ̀.
A máa ń pín ara wa níyà pẹ̀lú iṣẹ́ àṣekára, eré ìnàjú, àti kíkọ́ ogún, a sì ń retí pé a kò ní dojúkọ òtítọ́ pé gbogbo ìgbésí ayé ń lọ sí òpin. Ìwé Mímọ́ kò yẹra fún ikú. Ó tún un ṣe. Ikú kì í ṣe ìkọ̀sílẹ̀ ìgbọràn—ó jẹ́ **ìparí rẹ̀** .
Fún àwọn tó bá ń rìn ní ìbámu pẹ̀lú Ọlọ́run, ikú kì í ṣe ìdádúró. Dídé ni.
Kí **CS Lewis** tó ronú jinlẹ̀ lórí ikú, ó ti ń bá àwọn ìtumọ̀ rẹ̀ jà. Ikú máa ń da wá láàmú nítorí pé ó ń fi ibi tí ìrètí wa wà hàn. Tí ìgbọràn bá fìdí múlẹ̀ lórí àbájáde, ikú máa ń dà bí àdánù. Tí ìgbọràn bá fìdí múlẹ̀ nínú ìṣòtítọ́, ikú máa ń dà bí òpin.
Ìwé Mímọ́ sọ̀rọ̀ nípa ìparí dáadáa.

Àìṣe àṣeyọrí ohun gbogbo.
Àìṣe àṣeyọrí gbogbo ìrora.Ṣùgbọ́n kí a dúró ní ìṣọ̀kan títí dé òpin.
Ọjọ́ kẹẹ̀dọ́gbọ̀n (25) pè ọ́ láti ṣe àyẹ̀wò bí ikú ṣe ń darí ìgbọràn rẹ.
Tí wọ́n bá bẹ̀rù ikú, ìgbọràn sábà máa ń di àníyàn.
Tí a bá gba ikú, ìgbọràn náà yóò di ohun tí a gbé kalẹ̀.
Mímọ̀ nípa ikú máa ń mú kí àwọn ohun pàtàkì ṣe kedere. Ó máa ń mú kí ìfẹ́ ọkàn tí kò ṣe pàtàkì kúrò, ó sì máa ń fi ohun tó ṣe pàtàkì hàn. Ìgbọràn kò ní jẹ́ nípa ìkójọpọ̀ mọ́, ó máa ń jẹ́ nípa ìṣòtítọ́. Kò ní jẹ́ nípa fífi hàn pé ó ṣe pàtàkì, ó sì máa ń jẹ́ nípa gbígbé ní ìbámu pẹ̀lú ète Ọlọ́run.
Ikú kì í dín ìgbésí ayé olóòótọ́ kù.
Ó ń fi èdìdì dì í.
Ireti Kristẹni kìí ṣe pé a yẹra fún ikú, ṣùgbọ́n pé ikú kò lè pa ohun tí ìgbọràn ti ṣe run. Ohun tí Ọlọ́run bẹ̀rẹ̀ nínú wa, Ó ń parí rẹ̀—kódà lẹ́yìn ẹ̀mí wa.

Ìwádìí Ọkàn

Joko pẹlu awọn ibeere wọnyi ni idakẹjẹ.

1. **Báwo ni mímọ̀ nípa ikú ṣe ní ipa lórí àwọn ohun pàtàkì rẹ?**
2. **Báwo ni "ìparí rẹ̀ dáadáa" yóò ṣe rí ní ìgbésí ayé rẹ?**
3. **Ibo ni ìgbọràn lè ràn ọ́ lọ́wọ́ láti gbé ìgbésí ayé rẹ láìmọ̀ọ́mọ̀ lónìí?**

Ìwà Lónìí (Gbígbé pẹ̀lú Ìparí ní Ìwòye)

Ìgbésẹ̀ òde òní jẹ́ **ìṣètò àmọ̀ọ́mọ̀** .
Yan **iṣẹ́ kan tàbí ìpinnu** lónìí kí o sì béèrè:
"Ṣé èyí yóò ṣe pàtàkì tí mo bá fẹ́rẹ̀ kú?"
Jẹ́ kí ìbéèrè yẹn tún àṣàyàn rẹ ṣe.

Àdúrà

Baba,
kọ́ mi láti gbé pẹ̀lú ìyè àìnípẹ̀kun ní ojú ìwòye. Ràn mí lọ́wọ́ láti fi ìṣòtítọ́ ṣáájú ìkójọpọ̀ àti ìṣọ̀kan ju àníyàn lọ. Mo gbẹ́kẹ̀lé

pé ìwọ ni o parí ohun tí ìwọ bẹ̀rẹ̀ àti pé ìgbọ́ràn mi ṣe pàtàkì ju ayé yìí lọ. Mo fún ọ ní ọjọ́ mi.
Àmín.

Ìkéde

Sọ èyí sókè:
Ìgbésí ayé mi wà ní ìtọ́sọ́nà sí ayérayé.
Ìgbọràn múra mi sílẹ̀ láti parí dáadáa. Ikú kò ba iṣẹ́ Ọlọ́run jẹ́ nínú mi. Mo ń gbé ní ìdúróṣinṣin pẹ̀lú òpin tí a ń wò. Ìrètí mi wà ní ìgbẹ́kẹ̀lé nínú Kristi.

Ìfẹ́ sí Ìgbọràn

Lónìí, mo fi ara mi fún **ìgbọràn títí láé** .
Mo tú ìbẹ̀rù ikú sílẹ̀ mo sì yan ìbáṣepọ̀ tí ó wà láàrín ìgbésí ayé mi.

Ìtọ́sọ́nà ìparí

Ikú ń ṣe àlàyé ìgbọràn.
Lọ́la, a ó ṣe àwárí **bí ìgbọràn ṣe tún òye wa nípa àjíǹde ṣe—kì í ṣe gẹ́gẹ́ bí ẹ̀kọ́ nìkan, ṣùgbọ́n gẹ́gẹ́ bí ìrètí ojoojúmọ́** .

ỌJỌ KẸFÀÀNÍ

Gbígbé Ajinde Nísinsìnyí

Ìdí Tí A Fi Ń Darí Ìgbọràn Nípa Ohun Tí Ń Bọ̀

ÀWỌN ÌWÉ MÍMÙ TÍ A FI Ń PỌJÚ KÓKÓ

- **Róòmù 6:4–5** — *Gẹ́gẹ́ bí a ti jí Kristi dìde kúrò nínú òkú... àwa náà lè gbé ìgbésí ayé tuntun.*
- **1 Korinti 15:19–22** — *Tí ó bá jẹ́ pé fún ìyè yìí nìkan ni a ní ìrètí nínú Kristi...*
- **Kólósè 3:1–4** — *Ẹ gbé ọkàn yín lé àwọn nǹkan tí ó wà lókè...*

Kíkà Ìwé Mímọ́ (Ka Díẹ̀díẹ̀)
"Gẹ́gẹ́ bí a ti jí Kristi dìde kúrò nínú òkú nípasẹ̀ ògo Baba, bẹ́ẹ̀ náà ni àwa pẹ̀lú lè gbé ìgbésí ayé tuntun."
— Róòmù 6:4
Ṣàkíyèsí àkókò náà.
Àjíǹde ń ṣe àgbékalẹ̀ **bí a ṣe ń gbé ìgbésí ayé wa nísinsìnyí**
.

Àròjinlẹ̀ Ìfọkànsìn
A sábà máa ń wo àjíǹde gẹ́gẹ́ bí ìrètí ọjọ́ iwájú nìkan—ohun tí a ń tẹnumọ́ ní ti ẹ̀kọ́ nígbà tí a ń gbé ìgbésí ayé tí kò yípadà. Ìwé Mímọ́ kọ̀ láti pínyà yẹn.
Àjíǹde Kristi kì í ṣe ìṣẹ̀lẹ̀ kan lásán tí a gbọ́dọ̀ rántí. Ó jẹ́ **òtítọ́ tí a gbọ́dọ̀ fi hàn** . Ó polongo pé ikú kò ní àṣẹ ìkẹyìn, pé ìkùnà kò ní àṣẹ ìkẹyìn, àti pé ìgbọràn kì í ṣe ohun tí a fi ṣòfò—kódà nígbà tí ó bá ná gbogbo nǹkan.
Kí **CS Lewis** tó sọ̀rọ̀ nípa àjíǹde pẹ̀lú ìgbẹ́kẹ̀lé, ó kọ́ láti jẹ́ kí ìrètí ọjọ́ iwájú tún àwọn àṣàyàn ìsinsìnyí ṣe. Àjíǹde tún

ìgbọràn ṣe nítorí ó fi dá wa lójú pé ohun tí a fi sílẹ̀ kò sọnù, àti pé ohun tí a fi sínú Kristi kò parẹ́.

Èyí yí ìṣirò ìgbọràn padà.

Tí àjíǹde bá jẹ́ òótọ́, ìgbọràn kì í ṣe asán.

Tí àjíǹde bá jẹ́ òótọ́, ẹbọ kì í ṣe òpin láé. Tí àjíǹde bá dájú, ìṣòtítọ́ máa ń jẹ́ èrè nígbà gbogbo.

Ọjọ́ kẹrìndínlọ́gbọ̀n (26) ń pè ọ́ láti gbé ìgbésí ayé rẹ síwájú. Ìgbọràn tí a gbé kalẹ̀ láti inú àjíǹde kì í ṣe àníyàn. Ó dúró ṣinṣin. Kò dì mọ́ ìtùnú tàbí ìṣàkóso dáadáa nítorí ó gbẹ́kẹ̀lé pé Ọlọ́run yóò mú ohun tí a gbé kalẹ̀ padà. Ìrètí àjíǹde ń tú ìdúró wa lórí ìpamọ́ ara-ẹni sílẹ̀, ó sì ń fún ìpinnu wa láti gbé ní òtítọ́ lágbára nísinsìnyí.

Ìdí nìyí tí Ìwé Mímọ́ fi rọ̀ wá láti "gbé èrò wa ka àwọn nǹkan tí ó wà lókè." Kì í ṣe láti sá fún ìsinsìnyí—ṣùgbọ́n láti **túmọ̀ rẹ̀ dáadáa** . Àjíǹde kọ́ wa pé kì í ṣe lónìí ni gbogbo ìtàn náà. Ohun tí ó dàbí ẹni pé ó sọnù lè di ohun tí a óò gbé dìde. Ohun tí ó bá dàbí ẹni pé ó kéré ni a óò tún ṣe lógo. Ìgbọràn di onígboyà nígbà tí àjíǹde bá mú un dúró.

Ìwádìí Ọkàn

Joko pẹlu awọn ibeere wọnyi ni idakẹjẹ.

1. **Báwo ni ìgbàgbọ́ nínú àjíǹde ṣe ń darí àwọn ìpinnu ojoojúmọ́ rẹ—bí ó bá tilẹ̀ jẹ́ pé ó ṣeé ṣe?**
2. **Àwọn ìbẹ̀rù wo ló lè dínkù tí o bá gbẹ́kẹ̀lé pé Ọlọ́run yóò dá ohun tí a fi sílẹ̀ padà?**
3. **Níbo ni Ọlọ́run ti ń pè ọ́ láti gbé pẹ̀lú ìrètí ọjọ́ iwájú tí ó ń darí ìgbọràn lọ́wọ́lọ́wọ́?**

Ìwà Àṣà Lónìí (Àṣàyàn Àjíǹde)

Ìgbọ́ràn tí a ń ṣe lónìí ni **ìgbọ́ràn tí a ń wò síwájú** .

Yan **ìpinnu kan** lónìí tí ó ní owó púpọ̀, tí kò rọrùn, tàbí tí a kò rí.

Ṣe é bó ti wù kó rí—

kìí ṣe nítorí pé ó dùn, ṣùgbọ́n nítorí pé àjíǹde fi dá wa lójú pé ó ṣe pàtàkì.

Àdúrà
Baba,
gbé ìgbọ́ràn mi kalẹ̀ nínú ìrètí àjíǹde. Kọ́ mi láti gbé lónìí nínú ìmọ́lẹ̀ ohun tí ìwọ ṣèlérí lọ́la. Tú ìbẹ̀rù mi fún àdánù sílẹ̀ kí o sì mú ìgbẹ́kẹ̀lé mi lágbára sí i pé ìwọ yóò mú ohun gbogbo padà bọ̀ sípò. Mo ń gbé gẹ́gẹ́ bí ẹni tí a jí dìde pẹ̀lú Kristi. Àmín.

Ìkéde
Sọ èyí sókè:
Mo ń gbé nínú agbára àjíǹde Kristi.
Ìgbọràn kì í ṣe ohun tí a fi ṣòfò. Ohun tí mo bá fi sílẹ̀, Ọlọ́run ló máa ń mú ìgbésí ayé mi padà bọ̀ sípò. Ìrètí ayérayé ló ń darí ìgbésí ayé mi. Mo máa ń rìn síwájú pẹ̀lú ìgbẹ́kẹ̀lé àti ìgbàgbọ́.

Ìfẹ́ sí Ìgbọràn
Lónìí, mo fi ara mi fún **ìgbọràn tó dàbí àjíǹde** .
Mo tú ìbẹ̀rù àdánù sílẹ̀, mo sì ń gbé ní òtítọ́ nínú ìmọ́lẹ̀ ohun tí Ọlọ́run yóò ṣe.

Ìtọ́sọ́nà ìparí
Àjíǹde máa ń yí ohun gbogbo padà.
Lọ́la, a ó ṣe àwárí **bí ìgbọràn ṣe ń tún àjọṣepọ̀ wa pẹ̀lú ìdájọ́ ṣe—kì í ṣe bí ìbẹ̀rù, ṣùgbọ́n gẹ́gẹ́ bí ìjíhìn tí a gbé kalẹ̀ nínú ìrètí** .

ỌJỌ KEJÌLÁNÍNLÓGÚN

Ìdájọ́ Láìsí Ìbẹ̀rù

Ìdí Tí Ìgbọràn Fi Ń Fi Ìgboyà Lò Láti Jẹ́ Ẹjọ́

ÀWỌN ÌWÉ MÍMÙ TÍ A FI Ń PỌJÚ KÓKÓ

- **2 Kọ́ríńtì 5:10** — *Gbogbo wa gbọ́dọ̀ farahàn níwájú ìtẹ́ ìdájọ́ Kristi.*
- **Róòmù 14:10-12** - *Olúkúlùkù wa ni yóò jíhìn ara wa fún Ọlọ́run.*
- **1 Jòhánù 4:17–18** - *Ìfẹ́ pípé ń lé ìbẹ̀rù jáde...*

Kíkà Ìwé Mímọ́ (Ka Díẹ̀díẹ̀)
"Báyìí ni a ṣe mú ìfẹ́ pé láàárín wa, kí a lè ní ìgbọ́kànlé ní ọjọ́ ìdájọ́."
—1 Jòhánù 4:17.
Dúró díẹ̀.
Ṣàkíyèsí ọ̀rọ̀ náà **ìgbẹ́kẹ̀lé** , kìí ṣe ìbẹ̀rù.

Àròjinlẹ̀ Ìfọkànsìn
Ìdájọ́ jẹ́ ọ̀kan lára àwọn kókó ọ̀rọ̀ tí a kò lóye jùlọ nínú ìgbàgbọ́ Kristẹni.
Ọpọ̀ àwọn onígbàgbọ́ ló ń bẹ̀rù rẹ̀ ní ìdákẹ́jẹ́ẹ́. Àwọn mìíràn máa ń yẹra fún un pátápátá. A máa ń fojú inú wo ìdájọ́ gẹ́gẹ́ bí ìfarahàn láìsí àánú, ìṣàyẹ̀wò láìsí oore-ọ̀fẹ́, ìṣirò láìsí ìbátan.
Ìwé Mímọ́ fúnni ní àwòrán mìíràn: ìdájọ́ kì í ṣe ọ̀tá ìgbọràn—ó jẹ́ **àlàyé rẹ̀** .
Ìdájọ́ fi ohun tí ìgbọràn ti ń ṣe hàn.
Kí **CS Lewis** tó bẹ̀rẹ̀ sí í sọ̀rọ̀ nípa ìjíhìn, ó ti ń jà pẹ̀lú èrò náà pé ìdájọ́ Ọlọ́run yóò jẹ́ èyí tí kò ní ìyípadà tàbí èyí tí ó lè parẹ́. Ohun tí ó ṣàwárí dípò bẹ́ẹ̀ ni pé ìdájọ́, tí a lóye dáadáa, ni

ìṣípayá òtítọ́. Ó fi ohun tí a ti ṣe àgbékalẹ̀ rẹ̀ hàn, ohun tí ó ti fara dà, àti ohun tí ó bá òtítọ́ mu.
Ìdájọ́ kì í ṣe nípa àfiwé,
ó jẹ́ nípa ìbáṣepọ̀.
Ó fi hàn bóyá ìgbésí ayé wa bá òtítọ́ tí a jẹ́wọ́ mu. Ìdí nìyí tí Ìwé Mímọ́ fi so ìdájọ́ pọ̀ mọ́ ìfẹ́. Níbi tí ìgbọràn ti ń ṣàn láti inú ìfẹ́, ìbẹ̀rù máa ń tú ìdè rẹ̀ sílẹ̀. Níbi tí ìgbọràn ti jẹ́ òótọ́—àní àìpé—ìdájọ́ di ìjẹ́rìí dípò ìdálẹ́bi.
Ìbẹ̀rù máa ń gbèrú níbi tí ìgbọràn bá ṣe àṣeyọrí.
Ìgbẹ́kẹ̀lé máa ń pọ̀ sí i níbi tí ìgbọràn bá jẹ́ òótọ́.
Ọjọ́ kẹtàdínlógún ń pè ọ́ láti ṣe àyẹ̀wò bí o ṣe ń bá ìjẹ́wọ́-ẹ̀tọ́ mu.
Tí ìdájọ́ bá dà bí ohun tó ń bani lẹ́rù, ó lè jẹ́ nítorí pé ìbẹ̀rù tàbí àwòrán ló ń darí ìgbọràn. Tí ìdájọ́ bá dà bí ohun tó ń yéni, ó jẹ́ nítorí pé ìgbọràn ti fìdí múlẹ̀ nínú ìbáṣepọ̀ dípò ìṣe.
Ọlọ́run kì í ṣe ẹni tí ìtìjú bá.
Ó ń ṣe ìdájọ́ láti fi hàn.
Ìdájọ́ parí ìṣẹ̀dá nípa sísọ orúkọ ohun tí ó jẹ́ òótọ́. Ó fìdí ohun tí ìgbọràn ti ṣẹ̀dá ní ìdákẹ́jẹ́ẹ́ múlẹ̀ ní àkókò kan. Fún àwọn tí wọ́n ń rìn nínú Kristi, ìdájọ́ kì í ṣe ìhalẹ̀mọ́ni—ó jẹ́ ẹ̀rí.

Ìwádìí Ọkàn

Joko pẹlu awọn ibeere wọnyi ni idakẹjẹ.

1. **Àwọn ìmọ̀lára wo ló máa ń yọjú nígbà tí o bá ronú nípa jíjíhìn níwájú Ọlọ́run?**
2. **Níbo ni ìbẹ̀rù ìdájọ́ lè jẹ́ ìfihàn ìgbọràn tí a gbé kalẹ̀ láti inú iṣẹ́?**
3. **Báwo ni ìgbọràn tí ó ní ìfẹ́ ṣe lè tún ìgbẹ́kẹ̀lé rẹ níwájú Ọlọ́run ṣe?**

Ìwà Lónìí (Ìbáṣepọ̀ Òtítọ́)

Àtúnyẹ̀wò òtítọ́ ni ìṣe òní .
Ní ìparí ọjọ́ náà, béèrè lọ́wọ́ ara rẹ ní ìdákẹ́jẹ́ẹ́ pé:
"Níbo ni ìgbésí ayé mi ti bá òtítọ́ mu lónìí?"
Ọpẹ́ fún Ọlọ́run fún ohun tó jẹ́ òótọ́.
Tú èyí tí kò jẹ́ sílẹ̀.

Kò sí ìtìjú.
Òótọ́ lásán ni.

Àdúrà
Baba,
o ṣeun fun idajọ rẹ ti o da lori otitọ ati ifẹ. Mu ibẹru kuro nibiti mo ti ṣiyemeji iṣiro. Kọ mi ni igboran ti ko fi pamọ ati otitọ ti o duro ninu imọlẹ. Mo gbẹkẹle ọ lati pari ohun ti o n da ninu mi.
Amin.

Ìkéde
Sọ èyí sókè:
Mo dojúkọ ìjíhìn pẹ̀lú ìgbẹ́kẹ̀lé nínú Kristi.
Ìgbọràn mú ìgbésí ayé mi bá òtítọ́ mu. Ìdájọ́ Ọlọ́run fi ohun tí ó jẹ́ òótọ́ hàn, kì í ṣe ohun tí a bẹ̀rù. Ìfẹ́ ń lé ìbẹ̀rù jáde nínú ìgbọ́ràn mi. Mo ń gbé ní òtítọ́ níwájú Ọlọ́run.

Ìfẹ́ sí Ìgbọràn
Lónìí, mo fi ara mi fún **ìgbọràn tí ó ṣe kedere** .
Èmi kì yóò fi ara mi pamọ́ fún ìjíhìn tàbí kí n ṣe iṣẹ́ fún ìtẹ́wọ́gbà. Mo yan ìbáṣepọ̀ tí ó fìdí múlẹ̀ nínú ìfẹ́ àti òtítọ́.

Ìtọ́sọ́nà ìparí
Ìdájọ́ ṣàlàyé ohun tí ìgbọràn ti ṣe.
Lọ́la, a ó ṣe àwárí **bí ìgbọràn ṣe tún òye wa nípa èrè ṣe—kì í ṣe gẹ́gẹ́ bí ìsanwó, ṣùgbọ́n gẹ́gẹ́ bí ìkópa nínú ayọ̀ Ọlọ́run** .

ỌJỌ 28

Gbígbé ayé gẹ́gẹ́ bí Aṣojú Krístì lójoojúmọ́

ÀWỌN ÌWÉ MÍMÙ TÍ A FI Ń PỌJÚ KÓKÓ
" Èrè Láìsí Ìṣòwò"
Ìdí Tí Ìgbọràn Fi Ń Yọrí sí Ayọ̀, Kì í Ṣe Owó Owó
Àwọn Ìwé Mímọ́ Àfiyèsí Pàtàkì

- **Mátíù 25:21** - *O ṣeun, ọmọ-ọdọ rere ati olõtọ... wọ inu ayọ̀ oluwa rẹ.*
- **Heberu 11:6** - *Ó ń san ẹ̀san fún àwọn tí wọ́n ń wá a tọkàntọkàn.*
- **Sáàmù 16:11** - *Ní iwájú rẹ ni ayọ̀ kún.*

Kíkà Ìwé Mímọ́ (Ka Díẹ̀díẹ̀)
"O ṣeun, ọmọ-ọdọ rere ati olõtọ...
wọle sinu ayọ oluwa rẹ."
- Matiu 25:21
Dúró díẹ̀. Ṣàkíyèsí pé
ayọ̀ ni èrè náà , kì í ṣe èrè.

Àròjinlẹ̀ Ìfọkànsìn
A sábà máa ń lóye èrè gẹ́gẹ́ bí ìsanwó.
A máa ń fi ìgbọràn ṣe iṣẹ́ àdánidá, èrè sì máa ń jẹ́ owó ọ̀yà—bí a bá ṣe tó, Ọlọ́run máa ń jẹ wá ní gbèsè. Ìwé Mímọ́ tú ìlànà yìí ká pẹ̀lú pẹ̀lẹ́pẹ̀lẹ́, ṣùgbọ́n ó lágbára. Ọlọ́run kò san èrè fún ìgbọràn nítorí pé ó jẹ́ dandan. Ó san èrè fún ìgbọràn nípa **pínpín ayọ̀ Rẹ̀** .
Èrè náà jẹ́ ìbáṣepọ̀.
Kí **CS Lewis** tó lóye èrè Kristẹni dáadáa, ó tiraka pẹ̀lú èrò náà pé èrè dín ìwà rere kù. Ó rò pé ó yẹ kí ìwà rere tòótọ́ má ṣe pàtàkì sí wa—èyí yóò sọ ìgbọràn di ohun tí kò dára. Ohun

tí ó ṣàwárí dípò bẹ̀ẹ̀ jẹ́ àyípadà: èrè Ọlọ́run kì í ṣe ẹ̀bùn láti òde; wọ́n jẹ́ ìmúṣẹ àdánidá ti ìbáṣepọ̀.
Èrè parí ìgbọràn nípa fífà wá sí ọ̀dọ̀ Ọlọ́run fúnra rẹ̀.
Nígbà tí ìgbọràn bá jẹ́ ti ìṣòwò, ayọ̀ a máa jẹ́ aláìlera.
Nígbà tí ìgbọràn bá jẹ́ ti ìbátan, ayọ̀ a máa jẹ́ àìṣeéyẹ̀.
Ìwé Mímọ́ máa ń tọ́ka sí ayọ̀ nígbà gbogbo gẹ́gẹ́ bí èso òtítọ́.
Kìí ṣe ìdùnnú. Kìí ṣe ìdùnnú. Ayọ̀—tí ó dúró ṣinṣin, tí ó pẹ́, tí a pín. Ìgbọràn kò jèrè ìfẹ́ Ọlọ́run; ó ń mú wa ní àǹfààní láti **ní ìrírí rẹ̀ ní kíkún sí i** .
Ọjọ́ 28 ń pè ọ́ láti ṣàyẹ̀wò bí o ṣe ń ronú nípa èrè.
Tí o bá gbọ́ràn tí o ń retí àtúnbọ̀, ìjákulẹ̀ sábà máa ń tẹ̀lé e.
Tí o bá gbọ́ràn láti dúró ní ìṣọ̀kan, ayọ̀ yóò máa pọ̀ sí i ní ìdákẹ́jẹ́ẹ́.
Ọlọ́run kì í dúró ní ìparí ìgbọràn pẹ̀lú ìwé àkọsílẹ̀.
Ó dúró pẹ̀lú ọwọ́ ṣíṣí sílẹ̀, ó ń pè wá síbí.
Ayọ̀ ìgbọràn kì í ṣe ìtẹ́lọ́rùn tí ó ń pé.
Ó jẹ́ ìkópa jíjinlẹ̀.

Ìwádìí Ọkàn

Joko pẹlu awọn ibeere wọnyi ni idakẹjẹ.

1. **Báwo lo ṣe ń ṣe ìgbọràn láìmọ̀ọ́mọ̀—gẹ́gẹ́ bí ojúṣe tàbí ìbátan?**
2. **Ibo lo ti le reti pe Olorun yoo "san pada fun o" fun iṣootọ?**
3. **Báwo ni yóò ṣe rí láti ṣègbọràn kí a sì sún mọ́ Ọlọ́run?**

Ìwà Lónìí (Ìgbọràn Tí Ó Darí Ayọ̀)

ìbáṣepọ̀ ni ìṣe òní .
Yan **iṣe ìgbọràn kan** loni—adura, iṣẹ-isin, idaduro, ati aanu.
Kí o tó ṣe é, gbàdúrà pé:
"Olúwa, mo ṣe èyí láti dúró nítòsí rẹ."
Lẹ́yìn náà, dákẹ́ díẹ̀ kí o sì kíyèsí ayọ̀ tàbí àlàáfíà tí ó dákẹ́ jẹ́ẹ́.

Àdúrà

Baba,
tú mi sílẹ̀ kúrò nínú ìgbàgbọ́ ìṣòwò. Kọ́ mi ní ìgbọ́ràn tí ó ń mú inú dídùn wá sí iwájú Rẹ. Jẹ́ kí ayọ̀, kìí ṣe ojúṣe, ṣe àtúnṣe ìṣòtítọ́ mi. Mo gba èrè gẹ́gẹ́ bí ìbátan, kìí ṣe ìsanwó. Mo wọ inú ayọ̀ Rẹ. Àmín.

Ìkéde

Sọ èyí sókè:
Ìgbọràn ló ń mú mi wọ inú ayọ̀ Ọlọ́run.
Mi ò rí èrè gbà—mo máa ń wọ inú rẹ̀. Ìṣòtítọ́ mi ló ń mú mi sún mọ́ Ọlọ́run. Ayọ̀ máa ń pọ̀ sí i níbi tí ìbáṣepọ̀ bá wà. Mo máa ń yọ̀ nínú Olúwa.

Ìfẹ́ sí Ìgbọràn

Lónìí, mo fi ara mi fún **ìgbọràn tí ó dá lórí ayọ̀** .
Mo fi ìrètí èrè sílẹ̀ gẹ́gẹ́ bí ìsanwó mo sì yan òtítọ́ gẹ́gẹ́ bí ìbátan.

Ìtọ́sọ́nà ìparí

Ayọ̀ ń jinlẹ̀ sí i ní ìdákẹ́jẹ́ẹ́.
Lọ́la, a ó ṣe àwárí **bí ìgbọràn ṣe ń tún òye wa nípa ìgbàgbọ́ ṣe—kì í ṣe gẹ́gẹ́ bí ìdánilójú, ṣùgbọ́n gẹ́gẹ́ bí ìgbẹ́kẹ̀lé tí ń rìn síwájú** .

ỌJỌ KỌKỌDỌDÚN-ẸKỌNDÍNLÓGÚN

Ìgbàgbọ́ Tí Ó Ń Rìn Siwaju

Ìdí Tí Ìgbọràn Kò Fi Ń Dúró Dé Ìdánilójú

ÀWỌN ÌWÉ MÍMÙ TÍ A FI Ń PỌJÚ KÓKÓ

- **2 Kọ́ríǹtì 5:7** - *Nítorí àwa ń rìn nípa ìgbàgbọ́, kì í ṣe nípa ríri.*
- **Heberu 11:1, 8** — *Igbagbọ ni igboya ninu ohun ti a n reti… Abrahamu gbọ́ràn o si lọ, botilẹjẹpe ko mọ ibi ti o nlọ.*
- **Òwe 3:5-6** - *Gbẹ́kẹ̀lé Olúwa pẹ̀lú gbogbo ọkàn rẹ...*

Kíkà Ìwé Mímọ́ (Ka Díẹ̀díẹ̀)
"Nítorí àwa ń rìn nípa ìgbàgbọ́, kì í ṣe nípa ríri."
—2 Kọ́ríǹtì 5:7
Dúró díẹ̀.
Ṣàkíyèsí pé a ṣàpèjúwe ìgbàgbọ́ gẹ́gẹ́ bí **ìṣípo** , kìí ṣe ìparí.

Àròjinlẹ̀ Ìfọkànsìn
Ọpọ̀ ènìyàn ló gbà pé ìgbàgbọ́ nílò ìdánilójú.
A n reti kedere ki a to gbera. A n fe idaniloju ṣaaju igboran. A n reti pe igbagbo yoo mu aimoye, ibeere, ati ewu kuro. Iwe Mimo gbe ilana ti o yatọ kalẹ: igbagbo maa n bere **ki a to de idaniloju** .
Ìgbàgbọ́ kì í ṣe mímọ ibi tí ipa ọ̀nà náà lọ.
Ìgbàgbọ́ ni gbígbẹ́kẹ̀lé Ẹni tí ó ń darí.
Kí **CS Lewis** tó gba ìgbàgbọ́ Kristẹni pátápátá, ọ̀kan lára àwọn ìjàkadì tó lágbára jùlọ tó ní ni àìlèṣàkóso. Ìgbàgbọ́ ní kí ó gbé ìgbésẹ̀ síwájú láìsí ìdáhùn pípé. Kò gbé ìgbésẹ̀ nítorí pé

gbogbo ìbéèrè ni a ti yanjú; ó gbé ìgbésẹ̀ nítorí pé òtítọ́ nílò ìgbẹ́kẹ̀lé.
Èyí jẹ́ ti ìgbàlódé gidigidi.
A ń gbé nínú àṣà kan tí ó ní ìtẹ́wọ́gbà fún ìdánilójú, ẹ̀rí, àti ìdánilójú. Ìgbàgbọ́ máa ń da ipò yẹn rú. Kò kọ ọgbọ́n ìrònú sílẹ̀—ṣùgbọ́n ó kọ̀ láti jẹ́ kí ìbẹ̀rù ohun tí a kò mọ̀ darí rẹ̀.
Ìgbọràn tí a gbé ka orí ìgbàgbọ́ kì í dúró de òye pípé. Ó ń rìn síwájú pẹ̀lú ìmọ́lẹ̀ díẹ̀.
Ọjọ́ kọkàndínlọ́gbọ̀n (29) pè ọ́ láti ṣe àyẹ̀wò ibi tí o ti lè máa dúró de ìdánilójú dípò kí o máa ṣe ìgbẹ́kẹ̀lé.
Ìgbàgbọ́ kò mú àwọn ìbéèrè kúrò.
Ó ń pinnu láìka wọ́n sí.
Ìgbọràn ni ìfihàn ìgbàgbọ́ tí a lè rí. Ó ń fi ohun tí a gbẹ́kẹ̀lé hàn—òye wa tàbí ìṣòtítọ́ Ọlọ́run. Nígbà tí ìgbàgbọ́ bá dínkù sí ìṣọ̀kan, ó máa ń dúró. Nígbà tí ìgbàgbọ́ bá di ìṣípò, ó máa ń dàgbàsókè.
Rírìn nípa ìgbàgbọ́ kò túmọ̀ sí ìgbésẹ̀ àìronújinlẹ̀.
Ó túmọ̀ sí ìgbẹ́kẹ̀lé tí ó dáhùn padà.
Ọlọ́run sábà máa ń fi ìgbésẹ̀ tó tẹ̀lé hàn lẹ́yìn tí a bá ti yan ìgbọràn. Ìgbàgbọ́ kì í ṣe nínú ìpinnu, ṣùgbọ́n nínú ìgbésẹ̀.

Ìwádìí Ọkàn

Joko pẹlu awọn ibeere wọnyi ni idakẹjẹ.

1. **Níbo ni o ti n duro de idaniloju ṣaaju ki o to ṣe igbọran?**
2. **Àwọn ẹ̀rù wo ló máa ń bà wá nígbà tí ìmọ́lẹ̀ bá dà bíi pé kò pé?**
3. **Ìgbésẹ̀ ìgbẹ́kẹ̀lé wo ni Ọlọ́run lè pè ọ́ láti gbé nísinsìnyí?**

Ìwà Lónìí (Ìgbàgbọ́ nínú Ìṣíṣẹ́)

onígbọràn ni ìṣe òní .
Ṣàfihàn **ìgbésẹ̀ kékeré kan ti ìgbọràn** tí o ti fà sẹ́yìn nítorí pé o fẹ́ kí ó yé ọ dáadáa.
Gbé ìgbésẹ̀ yẹn lónìí.
Má ṣe yára.
Má ṣe fi ṣe eré àṣehàn.

Kan gbe.

Àdúrà

Baba,
kọ́ mi ní ìgbàgbọ́ tí ó ń rìn síwájú. Tú mi sílẹ̀ kúrò nínú àìní ìdánilójú pátápátá kí o sì mú ìgbẹ́kẹ̀lé mi lágbára sí ọ. Ràn mí lọ́wọ́ láti gbọ́ràn pẹ̀lú ìmọ́lẹ̀ tí mo ní kí o sì gbẹ́kẹ̀lé ọ láti tọ́ ìgbésẹ̀ tí ó tẹ̀lé. Mo fi ìgbẹ́kẹ̀lé mi sí ọ. Àmín.

Ìkéde

Sọ èyí sókè:
Mo n rìn nípa ìgbàgbọ́, kìí ṣe nípa rírí.
Ìgbọràn kìí dúró de ìdánilójú. Ọlọ́run ń tọ́ mi sọ́nà bí mo ṣe ń tẹ̀síwájú. Mo gbẹ́kẹ̀lé E ju ohun tí mo lóye lọ. Ìgbàgbọ́ mi ń ṣiṣẹ́ ó sì wà láàyè.

Ìfẹ́ sí Ìgbọràn

Lónìí, mo fi ara mi fún **ìgbọràn tí ó kún fún ìgbàgbọ́** .
Èmi kì yóò fi ìṣọ̀kan sílẹ̀ nígbà tí mo ń dúró de òye pípé. Mo yàn láti gbẹ́kẹ̀lé àti láti tẹ̀síwájú.

Ìtọ́sọ́nà ìparí

O ti sunmọ opin irin-ajo naa.
Lọ́la, a ó ṣe àwárí **bí ìgbọràn ṣe ń tún òye wa nípa pípé ṣe—kì í ṣe gẹ́gẹ́ bí dídé, ṣùgbọ́n gẹ́gẹ́ bí ìṣòtítọ́ títí ayé** .

ỌJỌ ỌGỌTỌ

Iṣooto Laisi Awọn Ipin Ipari

Ìdí Tí Ìgbọràn Fi Jẹ́ Ọnà Ìgbésí Ayé, Kì í Ṣe Ibi Tí A Máa Lọ

ÀWỌN ÌWÉ MÍMÙ TÍ A FI Ń PỌJÚ KÓKÓ

- **Fílípì 3:12-14** — *Kì í ṣe pé mo ti rí gbogbo èyí gbà… ṣùgbọ́n mo ń tẹ̀síwájú.*
- **Lúùkù 9:62** BMY - *Kò sí ẹni tí ó fi ọwọ́ kan ohun èlò ìtúlẹ̀ tí ó sì bojú wo ẹ̀yìn tí ó yẹ fún ìjọba Ọlọ́run.*
- **Heberu 12:1–2** — *Ẹ jẹ́ kí a fi sùúrù sá eré ìje tí a yàn fún wa.*

Kíkà Ìwé Mímọ́ (Ka Díẹ̀díẹ̀)
"Kìí ṣe pé mo ti gba gbogbo èyí tán,
tàbí pé mo ti dé ibi tí mo fẹ́ dé, ṣùgbọ́n mo ń tẹ̀síwájú..."
— Fílípì 3:12
Dúró díẹ̀.
Ṣàkíyèsí pé ìdàgbàsókè pàápàá kò kọ̀ láti sọ èdè dídé.

Àròjinlẹ̀ Ìfọkànsìn
A n wa ni idanwo lati wo igbọran gẹgẹbi iṣẹ akanṣe kan.
A ń wá àwọn ìṣẹ̀lẹ̀ pàtàkì, àmì ìparí, àti àwọn àkókò tí a lè sọ nígbẹ̀yìn-gbẹ́yín pé, *"Mo ti dé."* Ìwé Mímọ́ fi pẹ̀lẹ́pẹ̀lẹ́ tú ìfojúsùn yìí ká. Ìgbésí ayé Kristẹni kò parí sí agbára—ó ń bá a lọ ní ìṣòtítọ́.
Nínú Ìwé Mímọ́, pípari kì í ṣe nípa pípari dídi,
ó jẹ́ nípa jíjẹ́ ẹni tí ó wà ní ìṣọ̀kan.
Kí **CS Lewis** tó dé ọdún ìkẹyìn ìgbésí ayé rẹ̀, ìgbọràn ti kọ́ ọ ní ohun pàtàkì kan: kò sí irú ìgbàgbọ́ kan níbi tí a kò ti nílò

ìdàgbàsókè. Àní kedere pàápàá ń pe ìfọkànsìn jíjinlẹ̀. Àní ìdàgbàsókè pàápàá ń béèrè fún ìrẹ̀lẹ̀ tí ń bá a lọ.
Pọ́ọ̀lù—ọ̀kan lára àwọn ohùn tó dá lórí ẹ̀mí jùlọ nínú Ìwé Mímọ́—kọ̀ láti sọ̀rọ̀ bí ẹni pé ó dé. Dípò bẹ́ẹ̀, ó tẹ̀síwájú.
Ìdúró yìí ń dáàbò bo ìgbọràn kúrò lọ́wọ́ ìgbéraga, ó sì ń jẹ́ kí ìgbàgbọ́ dáhùn padà dípò kí ó dúró ṣinṣin.
Ọjọ́ 30 ń pè yín láti tú èrò ìparí jáde gẹ́gẹ́ bí dídé.
Ìgbọràn kì í parí sí ìtùnú.
Ó máa ń di **ìdúróṣinṣin** .
Òtítọ́ kì í ṣe ohun ìyanu. Ó dúró ṣinṣin. Ó tún ń yan ìṣọ̀kan lọ́la. Ó ń tẹ̀síwájú nínú ìdíje náà láìsí ìyìn, láìsí ìdánilójú, láìsí ìrònú pé iṣẹ́ náà ti parí.
Èyí kò múni rẹ̀wẹ̀sì.
Ó ń fúnni ní òmìnira.
O kò nílò láti dé orí ìkẹ́yìn ara rẹ.
A pè ọ́ láti jẹ́ olóòótọ́ bí a ṣe ń dá o sílẹ̀.
Ọlọ́run kò parí iṣẹ́ Rẹ̀ nípa kíákíá wa dé òpin, ṣùgbọ́n nípa gbígbé wa ró ní gbogbo ìrìn àjò náà.

Ìwádìí Ọkàn

Joko pẹlu awọn ibeere wọnyi ni idakẹjẹ.

1. **Níbo ni a ti dán ọ wò láti fi dídé wọn ìgbésí ayé ẹ̀mí dípò jíjẹ́ olóòótọ́?**
2. **Báwo lo ṣe dáhùn sí èrò náà pé ìṣẹ̀dá ń bá a lọ fún gbogbo ayé?**
3. **Báwo ni "títẹ̀síwájú" ṣe rí ní ìgbésí ayé rẹ nísinsìnyí?**

Ìwà Àṣà Lónìí (Ìfaradà Dídúróṣinṣin)

Ìlànà òde òní jẹ́ **àtúnṣe ìtọ́sọ́nà** .
Gbadura èyí lọ́ra:
"Olúwa, mo fi ara mi fún ìgbọràn tòótọ́ lónìí—àti lọ́la."
Kò sí ìpinnu.
Kò sí ìlà ìparí. Ìtòlẹ́sẹẹsẹ lásán ni.

Àdúrà

Baba,
tú mi sílẹ̀ kúrò nínú àlá tí ó ń bọ̀. Kọ́ mi ní òtítọ́ tí ó dúró ṣinṣin ní àkókò. Ràn mí lọ́wọ́ láti tẹ̀síwájú pẹ̀lú ìrẹ̀lẹ̀, ìfaradà, àti ìgbẹ́kẹ̀lé. Mo fi ọwọ́ mi lé oko, mo sì yàn láti má ṣe wo ẹ̀yìn. Gbé mi ró bí ìwọ ṣe ń bá iṣẹ́ rẹ lọ nínú mi. Àmín.

Ìkéde
Sọ èyí sókè:
Mi ò gbé ayé mi fún dídé—mo ń gbé ayé mi fún ìbáṣepọ̀. Ìgbọràn ni ìpè mi fún gbogbo ayé. Mo ń tẹ̀síwájú pẹ̀lú òtítọ́ àti ìgbẹ́kẹ̀lé. Ọlọ́run ń parí iṣẹ́ Rẹ̀ nínú mi ní àkókò púpọ̀. Mo dúró ṣinṣin nínú eré ìje tí a gbé kalẹ̀ níwájú mi.

Ìfẹ́ sí Ìgbọràn
Lónìí, mo fi ara mi fún **jíjẹ́ olóòótọ́ títí ayé** .
Mo fi àìní fún pípẹ́ sílẹ̀ gẹ́gẹ́ bí dídé, mo sì yan ìgbọràn tí ó dúró ṣinṣin gẹ́gẹ́ bí ọ̀nà ìgbésí ayé mi.

Ìtọ́sọ́nà ìparí
Èyí kì í ṣe òpin.
Ipò tí ó dúró ṣinṣin ni .
Ohun tó tẹ̀lé e yìí kò ní fi kún ìfúnni—
yóò mú kí ìdánrawò jinlẹ̀ sí i.

ỌJỌ KỌKỌKANLÓGÚN

Igbesi aye re gege bi oro ti a fi we

Nígbà tí ìgbọràn bá yípadà láti ìwé kíkà sí ìyè

Àwọn Ìwé Mímọ́ Àfiyèsí Pàtàkì

- **2 Kọ́ríńtì 3:2-3** —Ẹyin *fúnra yín ni ìwé wa… kì í ṣe pẹ̀lú tàdáwà ni a kọ ṣùgbọ́n pẹ̀lú Ẹmí Ọlọ́run alàààyè.*
- **Mátíù 7:24–27** — *Ọlọ́gbọ́n ènìyàn máa ń fi àwọn ọ̀rọ̀ wọ̀nyí sílò.*
- **Jákọ́bù 1:23–25** — *Ẹnikẹ́ni tí ó bá wo... tí kò sì gbàgbé ṣùgbọ́n tí ó ṣe bẹ́ẹ̀—yóò jẹ́ alábùkún.*

Kíkà Ìwé Mímọ́ (Ka Díẹ̀díẹ̀)
"Ẹyin fúnra yín ni ìwé wa,
tí a kọ sí ọkàn wa, tí gbogbo ènìyàn mọ̀, tí wọ́n sì kà."
—2 Kọ́ríńtì 3:2
Dákẹ́.
Ṣàkíyèsí **ẹni tí wọ́n ń kà** .

Àròjinlẹ̀ Ìfọkànsìn
Títí di àkókò yìí, o ti ń ka àwọn ìgbésí ayé, Ìwé Mímọ́, àti òtítọ́.
Láti ibi lọ, **ìgbésí ayé rẹ yóò di ọ̀rọ̀ náà** .
Ìṣẹ̀dá Kristẹni kò parí pẹ̀lú òye. Ó parí sí ìrísí. Ìwé Mímọ́ kò béèrè bóyá a ti gbayì òtítọ́—ó béèrè bóyá a ti *gbé e* . Ìwọ̀n ìkẹyìn ìrìn àjò yìí kì í ṣe ohun tí o ti gbà, bí kò ṣe ohun tí ó ti bẹ̀rẹ̀ sí í ṣe àwọn àṣàyàn ojoojúmọ́ rẹ.
Ibí ni ọ̀pọ̀ àwọn onígbàgbọ́ ti ń ṣiyèméjì.
Ó dára láti kà ju láti dánra wò lọ.
Ó dára láti ronú jinlẹ̀ ju láti tún ṣe àtúntò lọ. Ó dára láti gbà ju láti fi hàn lọ.
Síbẹ̀, Ìwé Mímọ́ tẹnumọ́ pé ayé máa ń pàdé Kristi kìí ṣe nípasẹ̀ ìwé mímọ́, ṣùgbọ́n nípasẹ̀ **àwọn ènìyàn** . Nípasẹ̀ ohùn,

ìdáhùn, sùúrù, ìkóra-ẹni-níjàánu, ìgboyà, àánú, àti ìṣòtítọ́ gbé ní àwọn ibi lásán.
Ọjọ́ kọkànlélọ́gbọ̀n ló jẹ́ àyípadà kan.
O kò ka nípa ìgbọràn mọ́.
Wọ́n ń pè ọ́ láti **jẹ́ ẹni tí ó ṣeé kà** .
Àwọn ìṣe rẹ, àjọṣepọ̀ rẹ, ìṣesí rẹ, àti ẹrù iṣẹ́ rẹ ti di ohun tó wúwo báyìí. Ìbéèrè náà kò tún jẹ́ *"Kí ni ìtumọ̀ èyí mọ́?"* bí kò ṣe *"Báwo ni a ó ṣe gbé ìgbésí ayé yìí?"*
O ko nilo ipa tabi pẹpẹ tuntun.
O nilo lati toju si ibi ti o ti duro tẹlẹ.
Ẹmí ń kọ̀wé kedere níbi tí a ti ń ṣe ìgbọràn nígbà gbogbo—nínú ibi ìdáná oúnjẹ, ọ́fíìsì, ìjíròrò, ìjákulẹ̀, àti ìpinnu tí ẹnikẹ́ni kò kíyè sí. Níbí ni a ti ń kọ àwọn lẹ́tà alàáyè sílẹ̀.
Láti ìgbà yìí lọ, ọjọ́ kọ̀ọ̀kan yóò gbé **ìṣẹ̀lẹ̀ gidi kalẹ̀** , kì í ṣe ẹ̀kọ́. A kò ní kí o ṣàyẹ̀wò rẹ̀. A ní kí o gbé e ró.

Ìwádìí Ọkàn

Joko pẹlu awọn ibeere wọnyi ni idakẹjẹ.

1. **Níbo ni àwọn ẹlòmíràn ti ń "ka" ìgbésí ayé rẹ?**
2. **Àwọn àpẹẹrẹ wo ló wà nínú ìgbésí ayé rẹ ojoojúmọ́ tó ń fi ìgbàgbọ́ rẹ hàn kedere jùlọ?**
3. **Kí ni yóò túmọ̀ sí láti gbé pẹ̀lú ìmọ̀ pé ìgbésí ayé rẹ jẹ́ ẹlẹ́rìí?**

Ìwà Lónìí (Ìríran tí a mọ̀ọ́nmọ̀)

Ìdánrawò òde òní ni **ìbáṣepọ̀ pẹ̀lú ìmọ̀** .
Yan **ètò kan** tí o máa tẹ̀ sí lónìí—iṣẹ́, ilé, ìjíròrò, àti iṣẹ́ àṣekára.
Kí o tó wọ inú rẹ̀, gbàdúrà:
"Olúwa, jẹ́ kí ayé mi rọrùn láti kà níbí."
Lẹ́yìn náà, máa tẹ̀síwájú déédéé—ṣùgbọ́n pẹ̀lú ìṣọ́ra.

Àdúrà

Baba,
mo fun ọ ni igbesi aye mi lasan. Kọ́ mi lati gbe ni ọna ti o n fi otitọ han laisi iṣe tabi afẹnukonu. Kọ oore-ọfẹ Rẹ sinu iṣe mi,

awọn ọrọ mi, ati awọn idahun mi. Jẹ ki igbesi aye mi sọrọ ni idakẹjẹ ati ni kedere. Amin.

Ìkéde

Sọ èyí sókè:

Ìgbésí ayé mi jẹ́ lẹ́tà alàáyè ti Kristi.

Ẹmí Ọlọ́run ń kọ̀wé nípasẹ̀ ìgbọràn mi. Mo ń gbé ní ìṣọ́ra àti pẹ̀lú òtítọ́. Ìgbésí ayé mi ojoojúmọ́ ń jẹ́rìí sí òtítọ́. Mo ń di ẹni tí ó ṣeé kà fún gbogbo ayé.

Ìfẹ́ sí Ìgbọràn

Lónìí, mo pinnu láti **gbé ìgbésí ayé mi ní ìfẹ́ ọkàn** .

Mo yan ìmọ̀ ju ìwakọ̀ ara ẹni lọ àti ìṣètò ara ẹni ju àìrí lọ.

Ìtọ́sọ́nà ìparí

Láti ibi lọ, àfiyèsí náà á dínkù.

Kì í ṣe sí ẹ̀kọ́ ìsìn,

ṣùgbọ́n sí **ìṣe** .

Lọ́la, a ó ṣe àwárí **bí a ṣe ń fi ìgbọràn hàn nípasẹ̀ àwọn ìdáhùn wa lábẹ̀ ìkìmọ́lẹ̀** .

ỌJỌ KEJÌLÁ

Ohun ti o n yọ jade labẹ titẹ

Báwo Ni A Ṣe Ń Fi Ìgbọràn Hàn Nígbà Tí A Bá Sọ Ìṣàkóso Mọ́

Àwọn Ìwé Mímọ́ Àfiyèsí Pàtàkì

- **Luku 6:43–45** — *Láti inú àkúnwọ́sílẹ̀ ọkàn ni ẹnu ti ń sọ.*
- **Òwe 4:23** - *Pa ọkàn rẹ mọ́, nítorí pé láti inú rẹ̀ ni ohun gbogbo tí o bá ń ṣe ti ń wá.*
- **1 Peteru 1:6-7** — *Àwọn ìdánwò ń bọ̀ kí a lè fi òtítọ́ ìgbàgbọ́ yín hàn.*

Kíkà Ìwé Mímọ́ (Ka Díẹ̀díẹ̀)

"Nítorí ohun tí ọkàn bá kún ni ẹnu ń sọ."
—Lúùkù 6:45
Dúró díẹ̀.
Ṣàkíyèsí pé ìfúnpá kì í ṣẹ̀dá àkóónú—ó **ń fi hàn** .

Àròjinlẹ̀ Ìfọkànsìn

Ìfúnpá jẹ́ ohun tó ń fi hàn.
Kì í ṣe pé ó ń ṣẹ̀dá àwọn ìṣe tuntun; ó ń fi ìṣẹ̀dá tó wà hàn.
Nígbà tí a bá sọnù ìṣàkóso—nípasẹ̀ wàhálà, ìdádúró, ìjà, tàbí ìjákulẹ̀—àwọn ojú ilẹ̀ wo ló ń fi ìgbọràn tó ti ń ṣẹ̀dá lábẹ́ ilẹ̀ hàn wá.
Èyí kò dùn mọ́ni, ṣùgbọ́n ó tún ń ṣe kedere.
A sábà máa ń ṣe ìdájọ́ ara wa nípa èrò ọkàn. Ọlọ́run ló ń dá wa nípasẹ̀ **idáhùn** . Lábẹ́ ìkìmọ́lẹ̀, èrò ọkàn máa ń fi ààyè sílẹ̀ fún èrò ọkàn. Àti pé èrò ọkàn máa ń sọ òtítọ́ nípa ohun tó ti gbòòrò sí i.
Ọjọ́ Kejìlélógún pè yín láti wo ìfúnpá kìí ṣe gẹ́gẹ́ bí ọ̀tá, bí kò ṣe gẹ́gẹ́ bí ìròyìn.

Tí àìnísùúrù bá fara hàn, ó máa ń fi ibi tí ìkánjú sì ń ṣàkóso hàn.
Tí ìgbèjà bá ga sí i, ó máa ń fi ibi tí ìṣàkóso ṣì ń dì mú hàn. Tí ìwà pẹ̀lẹ́ bá fara hàn, ó máa ń fi ibi tí ìgbọràn ti ṣe iṣẹ́ rẹ̀ hàn láìsí ìṣòro.
Titẹ ko tumọ si ikuna.
O tumọ si ifihan.
Ọlọ́run lo ìfúngun láti mú ìṣọ̀kan wá sí ojú ìwòye—kì í ṣe láti dójútì wá, ṣùgbọ́n láti fi ibi tí ìṣẹ̀dá ti ń lọ hàn wá. Àwọn àkókò wọ̀nyí jẹ́ ìpè, kì í ṣe ẹ̀sùn.
A kò ní kí o mú ìfúngun kúrò.
A pè ọ́ láti kẹ́kọ̀ọ́ láti inú rẹ̀.
Nígbà tí ìgbọràn bá ti darí ọkàn, ìfúnpá yóò di ẹlẹ́rìí. Ó ń fi ohun tí ó ń ṣàkóso rẹ̀ hàn nígbà tí àwọn ipò kò bá fọwọ́sowọ́pọ̀.

Ìwádìí Ọkàn

Joko pẹlu awọn ibeere wọnyi ni idakẹjẹ.

1. **Àwọn ìṣesí wo ló máa ń fara hàn nígbà tí o bá wà lábẹ́ ìfúnpá?**
2. **Kí ni àwọn ìṣesí wọ̀nyẹn fi hàn nípa ohun tí ó ṣì ń ṣẹlẹ̀?**
3. **Báwo ni ìfúngunmọ́ ṣe lè di olùkọ́ dípò kí ó jẹ́ ewu?**

Ìdánrawò Lónìí (Ìdáhùn Tí Ó Fọkàn Sílẹ̀)

Ìdánrawò òde òní jẹ́ **ìdáhùn díẹ̀díẹ̀ lábẹ́ ìfúnpá** .
Tí nǹkan kan bá da ètò rẹ rú lónìí—ìdádúró, ìjákulẹ̀, ìdádúró—dákẹ́ kí o tó dáhùn.
Dá ẹ̀mí kan.
Lẹ́yìn náà, yan ìdáhùn tó bá òtítọ́ mu dípò ìfẹ́ ọkàn.
Má ṣe lépa pípé.
Gbìyànjú láti mọ̀.

Àdúrà

Baba,
o ṣeun fun fifi ohun ti titẹ n fihan han mi. Kọ mi lati dahun dipo ki o dahun. Lo awọn akoko wahala lati mu iṣọkan mi jinle, kii ṣe lati ṣe idiwọ fun igbọran mi. Ṣe ọkan mi nibiti a ti n dan iṣakoso wò. Amin.

Ìkéde
Sọ èyí sókè:
Ìfúnpá ń fi ohun tí Ọlọ́run ń dá sínú mi hàn.
Mo máa ń dáhùn pẹ̀lú ìmọ̀, kì í ṣe ìfẹ́ ọkàn. Ìgbọràn ń darí ìṣesí mi lábẹ́ ìfúnpá. Ọlọ́run ń lo ìfúnpá láti mú kí ìṣọ̀kan mi jinlẹ̀ sí i. Mo máa ń dúró ṣinṣin nígbà tí a bá dán ìṣàkóso wò.

Ìfẹ́ sí Ìgbọràn
Lónìí, mo fi ara mi fún **ìdáhùn tó ṣe kedere** .
Èmi kì yóò bẹ̀rù ìfúnni tàbí kí n fi ara pamọ́ kúrò nínú ohun tí ó ń ṣí payá. Mo jẹ́ kí Ọlọ́run lò ó fún ìṣẹ̀dá.

Ìtọ́sọ́nà ìparí
Títẹ̀ kì í yí ìṣẹ̀dá padà.
Ó **ń fi hàn** .
Lọ́la, a ó ṣe àwárí **bí a ṣe ń fi ìgbọràn hàn nípasẹ̀ ìdúróṣinṣin nínú àwọn àṣàyàn kéékèèké tí a ń ṣe leralera**
.

ỌJỌ KẸTALỌGỌDÚN

Ohun tí O tún Ṣe

Ìdí Tí A Fi Ń Gbé Ìgbọràn Kékeré, Tí Ó sì Jẹ́ Òtítọ́, Kìí Ṣe

Àwọn Ìwé Mímọ́ Àfiyèsí Pàtàkì

- **Lúùkù 16:10** - *Ẹnikẹ́ni tí ó bá ṣe olóòótọ́ ní ohun kékeré jẹ́ olóòótọ́ nínú ohun púpọ̀ pẹ̀lú.*
- **Galatia 6:7-9** —*Ẹ má ṣe rẹ̀wẹ̀sì ní ṣíṣe rere…*
- **Sáàmù 1:1-3** - *Ẹni yẹn dà bí igi tí a gbìn sí etí odò omi…*

Kíkà Ìwé Mímọ́ (Ka Díẹ̀díẹ̀)
*"Ẹni tí ó bá jẹ́ olóòótọ́ nínú ohun kékeré,
ó jẹ́ olóòótọ́ nínú ohun púpọ̀ pẹ̀lú."*
—Lúùkù 16:10
Dúró díẹ̀.
Ṣàkíyèsí pé a ń wọn òtítọ́ **bí àkókò ti ń lọ** , kì í ṣe ní ìṣẹ́jú díẹ̀.

Àròjinlẹ̀ Ìfọkànsìn
Pupọ julọ ti iṣeto naa n ṣẹlẹ ni idakẹjẹ.
Kì í ṣe ní àkókò pàtàkì, ṣùgbọ́n ní àwọn àkókò tí a ń ṣe leralera. Kì í ṣe nípasẹ̀ ìgbọràn onígbà-díẹ̀, ṣùgbọ́n nípasẹ̀ ìbáṣepọ̀ déédé. Ìwé Mímọ́ fìdí òtítọ́ yìí múlẹ̀ leralera: ẹni tí a ń di ni a ń darí sí ohun tí a ń ṣe **nígbàkúgbà** ju ohun tí a ń ṣe **nígbàkúgbà lọ** .
A sábà máa ń fojú kéré agbára àṣàyàn kan ṣoṣo, a sì máa ń fojú kéré agbára àtúnsọ.
Ìgbọràn, tí a bá ń ṣe déédéé, a máa di ìwà rere. Àwọn ìṣe kékeré, tí a ń ṣe lójoojúmọ́, a máa ń ṣe àwọn àpẹẹrẹ tí ó máa ń dà bí ohun àdánidá nígbẹ̀yìn-gbẹ́yín. Báyìí ni ìbáṣepọ̀ ṣe ń wọ inú ara àti ìfẹ́—kì í ṣe nípasẹ̀ agbára, ṣùgbọ́n nípasẹ̀ ìṣòtítọ́.
Ọjọ́ kẹtàlélọ́gbọ̀n (33) ń pè ọ́ láti wo àwọn ìlù rẹ ní òótọ́.

Ìdúróṣinṣin fi ìdúróṣinṣin hàn.
Ohun tí o bá tún sọ ń fi ohun tí ó ń ṣàkóso rẹ hàn. Bí àkókò ti ń lọ, ìgbọràn léraléra ń mú ìfẹ́ ọkàn dúró ṣinṣin, ó ń ṣe àtúnṣe ìmọ̀lára, ó sì ń mú ìdáhùn dúró. Ìdí nìyí tí Ìwé Mímọ́ fi fi ẹni tí ó jẹ́ olóòótọ́ wé igi—tí ó gbòǹgbò, tí ó ń bọ́, tí ó sì dúró ṣinṣin. Ìdàgbàsókè lọ́ra, ṣùgbọ́n ó dájú.
Ìdúróṣinṣin tún ń dáàbò bò wá lọ́wọ́ ìrẹ̀wẹ̀sì.
Nígbà tí a bá ń wá ìlọsíwájú nínú ìyípadà ńlá nìkan, a máa ń pàdánù ohun tí ó ń ṣẹ̀dá láìsí ìparọ́rọ́. Ọlọ́run sábà máa ń ṣiṣẹ́ lábẹ́ ìríran, ó ń fún gbòǹgbò lágbára kí ó tó so èso. Àtúnsọ máa ń kọ́ ìgbẹ́kẹ̀lé. Ó ń jẹ́ kí ìgbọràn borí ìmọ̀lára, ìṣírí, àti ìmọ̀lára.
O kò nílò ìgbọràn àrà ọ̀tọ̀ lónìí.
O nílò àtúnsọ òtítọ́.

Ìwádìí Ọkàn
Joko pẹlu awọn ibeere wọnyi ni idakẹjẹ.

1. **Àwọn àṣàyàn kékeré wo ni o máa ń tún ṣe déédéé lójoojúmọ́?**
2. **Àwọn ìwà wo ló ń darí ìwà rẹ lọ́wọ́lọ́wọ́—láìmọ̀ọ́mọ̀ tàbí láìmọ̀ọ́mọ̀?**
3. **Níbo ni Ọlọ́run ti lè pè ọ́ láti ṣe ìṣòtítọ́ ìdákẹ́jẹ́ẹ́ dípò ìyípadà tó lágbára?**

Àṣà Lónìí (Àtúnsọ Olóòótọ́)
Ìṣe tí a ń ṣe lónìí jẹ́ **ìṣe kan tí a tún ń ṣe** .
Yan **ìṣe ìgbọràn kékeré kan** tí o lè máa ṣe lójoojúmọ́—àdúrà, kíkà ìwé mímọ́, inú rere, ìkóra-ẹni-níjàánu, àti ọpẹ́.
Ṣe é lónìí **láìsí ohun ọ̀ṣọ́** .
Lẹ́yìn náà, pinnu láti tún un ṣe lọ́la.

Àdúrà
Baba,
kọ́ mi láti mọyì òtítọ́ ju agbára lọ. Ràn mí lọ́wọ́ láti gbẹ́kẹ̀lé

agbára ìdákẹ́jẹ́ẹ́ ti ìgbọràn tí a ń ṣe nígbà gbogbo. Dá ìwà mi mọ̀ nípasẹ̀ ìbáṣepọ̀ tí ó dúró ṣinṣin, kí o sì fún ìpinnu mi láti dúró ṣinṣin nínú àwọn nǹkan kékeré lágbára. Mo fún ọ ní ìdúróṣinṣin mi.
Àmín.

Ìkéde
Sọ èyí sókè:
Ọlọ́run ń dá ayé mi nípasẹ̀ àtúnsọ òtítọ́.
Àwọn ìṣe ìgbọràn kéékèèké ń ṣe àgbékalẹ̀ ìwà pípé. Mo dúró ṣinṣin ní ìbámu. Ohun tí mo ń sọ ń fi ìdúróṣinṣin mi hàn. Mo ń dàgbàsókè, mo ní sùúrù, mo sì jẹ́ olóòótọ́.

Ìfẹ́ sí Ìgbọràn
Lónìí, mo fi ara mi fún **ìdúróṣinṣin tí ó dúró ṣinṣin** .
Mo yan ìgbọràn léralẹ́ra ju ìtara lẹ́ẹ̀kọ̀ọ̀kan lọ.

Ìtọ́sọ́nà ìparí
Ìṣẹ̀dá máa ń jinlẹ̀ sí i nípasẹ̀ àtúnsọ.
Lọ́la, a ó ṣe àwárí **bí a ṣe ń fi ìgbọràn hàn nípasẹ̀ ìdènà—ohun tí a yàn láti má ṣe** .

ỌJỌ KẸRẸRÍNLÓGÚN

Ìgbọràn ti Ìdènà

Ìdí tí Ohun Tí O Kọ̀ Ṣe Pàtàkì Tó Fi

•••

Àwọn Ìwé Mímọ́ Àfiyèsí Pàtàkì

- **Títù 2:11–12** — *Oore-ọ̀fẹ́ kọ́ wa láti sọ pé "Rárá" sí àìwà-bí-Ọlọ́run…*
- **Òwe 25:28** — *Bí ìlú tí odi rẹ̀ ti wó lulẹ̀ ni ẹni tí kò ní ìkóra-ẹni-níjàánu.*
- **1 Kọ́ríńtì 6:12** — *"Mo ní ẹ̀tọ́ láti ṣe ohunkóhun," o wí— ṣùgbọ́n kì í ṣe ohun gbogbo ló ní àǹfààní.*

Kíkà Ìwé Mímọ́ (Ka Díẹ̀díẹ̀)

"Oore-ọ̀fẹ́ Ọlọ́run… kọ́ wa láti sọ pé 'Rárá.'"
— Títù 2:12
Dúró díẹ̀.
Ṣàkíyèsí pé ìkáwọ́ kì í ṣe òfin—ó jẹ́ **ti oore-ọ̀fẹ́** .

Àròjinlẹ̀ Ìfọkànsìn

Pupọ ninu igbọràn ni a ko le ri.
A sábà máa ń so ìgbọràn pọ̀ mọ́ ìṣe—sísọ̀rọ̀, sísìn, yíyàn, àti ṣíṣí kiri. Ìwé Mímọ́ fi ọ̀nà mìíràn tí ó dákẹ́ jẹ́ẹ́ àti ìdàgbàsókè hàn: **ìdènà** . Nígbà míì, ìgbọràn kì í ṣe nípa ohun tí a ń lépa, ṣùgbọ́n nípa ohun tí a kọ̀ sílẹ̀.
Ìdènà ń dáàbò bo ìṣẹ̀dá.
Kìí ṣe gbogbo ohun tí a gbà láàyè ló ṣe àǹfààní. Kìí ṣe gbogbo àǹfààní ló bá ara wọn mu. Kìí ṣe gbogbo ìfẹ́ ọkàn ló yẹ kí a sọ̀rọ̀. Oore-ọ̀fẹ́ kọ́ wa ní òye—ọgbọ́n láti sọ pé rárá láìsí ìbẹ̀rù àti ìgbéraga.
Irú ìgbọràn yìí kì í sábà gba ìjẹ́rìí. Kò sí ẹni tó ń yìn ohun tí o kò sọ, àríyànjiyàn tí o kò sọ, àǹfààní tí o kọ̀, àti ìsúnniṣe tí o

dáwọ́ dúró. Síbẹ̀ àwọn àkókò wọ̀nyí ń ṣe àgbékalẹ̀ ìwà náà jinlẹ̀.

Ọjọ́ kẹrìnlélọ́gbọ̀n (34) pè yín láti mọ ìfaradà gẹ́gẹ́ bí ìdàgbàsókè nípa ẹ̀mí.

Ìdènà kì í ṣe àìlera.

Agbára tí a ń ṣàkóso ni.

Ó ń fi ìgbésí ayé tí kì í ṣe ti ìgbìyànjú tàbí ti ìfúnpá mọ́ hàn, bí kò ṣe ti ìdúróṣinṣin. Nígbà tí ìgbọràn bá ti dúró ṣinṣin, ìkóra-ẹni-níjàánu di ohun àdánidá—kì í ṣe tipátipá. A kọ́ láti dákẹ́, láti mọ̀, àti láti yan ìdákẹ́jẹ́ tàbí ìkọ̀sílẹ̀ nígbà tí ìdúróṣinṣin bá nílò rẹ̀.

Ohun tí o kọ̀ ni ó ń fi ohun tí ó ń ṣàkóso rẹ hàn.

Ẹni tí kò lè sọ pé rárá kò ní òmìnira. Ẹni tí a fi oore-ọ̀fẹ́ kọ́ mọ ìgbà tí ìkóra-ẹni-níjàánu bá ń dáàbò bo àlàáfíà, ìwà rere, àti ìfẹ́. Irú ìgbọràn yìí ń dáàbò bo ìgbésí ayé inú, ó sì ń pa èso tí a ti ṣẹ̀dá mọ́.

Ìwádìí Ọkàn

Joko pẹlu awọn ibeere wọnyi ni idakẹjẹ.

1. **Ibo ni o ti ri i pe o nira julọ lati ṣe adaṣe ikora-ẹni-nijaanu—ọrọ sisọ, idahun, ifẹ, ati aye?**
2. **Àwọn ẹ̀rù wo ló máa ń bà ọ́ nígbà tí o bá ronú láti sọ pé rárá?**
3. **Báwo ni ìdènà ṣe lè ṣiṣẹ́ ìṣètò dípò kí ó dín in kù?**

Ìwà Lónìí (Ìdènà Mòǹmọ̀)

Àṣà òde òní jẹ́ **àṣàyàn tí a yàn láti má ṣe** .

Fiyèsí fún **ìgbà kan lónìí** níbi tí o ti ń ní ìfẹ́ láti dáhùn padà, dáhùn lẹ́sẹ̀kẹsẹ̀, tàbí sọ bẹ́ẹ̀ni láìfọwọ́sí.

Dúró díẹ̀.

Yan ìdènà.

Ó lè jẹ́ ìdákẹ́jẹ́.

Ó lè jẹ́ ìdákẹ́jẹ́. Ó lè jẹ́ ìkọ̀sílẹ̀.

Jẹ́ kí ìtòlẹ́sẹẹsẹ máa darí.

Àdúrà

Baba,
kọ́ mi ní ìgbọ́ràn tó ní ìkóra-ẹni-níjàánu nínú. Ran mí lọ́wọ́ láti mọ ìgbà tí mo bá ń sọ pé kò ní dáàbò bo ohun tí ìwọ ń dá sínú mi. Kọ́ àwọn ìfẹ́ ọkàn mi nípasẹ̀ oore-ọ̀fẹ́, kí o sì fún mi ní ọgbọ́n láti yan ìbáṣepọ̀ dípò ìfẹ́ ọkàn. Mo gbẹ́kẹ̀lé ọ pẹ̀lú ohun tí mo bá fi sílẹ̀.
Àmín.

Ìkéde

Sọ èyí sókè:
Oore-ọ̀fẹ́ Ọlọ́run ló ń kọ́ mi
ní ìdènà. Kì í ṣe ìfẹ́ ọkàn ló ń darí mi. Ìgbọràn ló ń ṣe àkóso ohun tí mo kọ̀ àti ohun tí mo yàn. Mo ń fi ọgbọ́n àti ìkóra-ẹni-níjàánu hùwà. Ìbáṣepọ̀ ló ń dáàbò bo ìgbésí ayé mi.

Ìfẹ́ sí Ìgbọràn

Lónìí, mo fi ara mi fún **ìkóra-ẹni-níjàánu tí ó kún fún oore-ọ̀fẹ́** .
Mo yan ìbáṣepọ̀ ju ìfẹ́ ọkàn lọ àti ọgbọ́n ju ìhùwàpadà lọ.

Ìtọ́sọ́nà ìparí

Ìdènà ń dáàbò bo ìṣẹ̀dá.
Lọ́la, a ó ṣe àwárí **bí ìgbọràn ṣe ń hàn nípasẹ̀ ìdáríjì—ní pàtàkì nígbà tí ó bá náni ní nǹkan kan** .

ỌJỌ KỌDỌDỌDÚN 5

Iye owo ti idariji

Ìdí Tí Ìgbọràn Fi Nílò Nígbà Míràn Láti Jíwọ́ Lọ́wọ́ Láìsí Ìpinnu

Àwọn Ìwé Mímọ́ Àfiyèsí Pàtàkì

- **Mátíù 18:21–22** — *Ìgbà mélòó ni mo máa dáríjì?*
- **Éfésù 4:31–32** — *Ẹ máa dáríjì ara yín, gẹ́gẹ́ bí Ọlọ́run ti dáríjì yín nínú Kristi.*
- **Róòmù 12:19** - *Ẹ má ṣe gbẹ̀san ara yín...*

Kíkà Ìwé Mímọ́ (Ka Díẹ̀díẹ̀)

"Ẹ dáríjì gẹ́gẹ́ bí Olúwa ti dáríjì yín."
—Éfésù 4:32
Dúró.
Ṣàkíyèsí ìlànà náà—kì í ṣe àìṣègbè, bí kò ṣe Kristi.

Àròjinlẹ̀ Ìfọkànsìn

Ìdáríjì jẹ́ ọ̀kan lára àwọn ìṣe ìgbọràn tí a kò lóye jùlọ.
A sábà máa ń wo ìdáríjì gẹ́gẹ́ bí ìyípadà ìmọ̀lára—dídúró títí ìrora yóò fi rọlẹ̀, ìgbẹ́kẹ̀lé yóò padà bọ̀ sípò, tàbí ìdájọ́ òdodo yóò dé pé. Ìwé Mímọ́ túmọ̀ ìdáríjì lọ́nà ọ̀tọ̀ọ̀tọ̀. Ìdáríjì jẹ́ ìṣe ìgbọràn tí ó **ń tú ẹ̀tọ́ láti ṣàkóso àbájáde jáde** .
Ìdáríjì kò sẹ́ ìpalára.
Kò gbà láyè àìṣòdodo. Kò nílò ìbáṣepọ̀.
Ó tú ẹni tí ó ni ìdájọ́ sílẹ̀.
Èyí mú kí ìdáríjì náwó púpọ̀.
Láti dáríjì ni láti fi agbára sílẹ̀. Láti dáríjì ni láti kọ̀ láti fi ohun ìjà pamọ́ sí ìrántí. Láti dáríjì ni láti gbẹ́kẹ̀lé Ọlọ́run pẹ̀lú ohun tí a kò lè yanjú fúnra wa. Irú ìgbọràn yìí kì í ṣe ohun tí ó rọrùn ní àkọ́kọ́—ó dà bí àdánù.
Síbẹ̀ Ìwé Mímọ́ tẹnumọ́ pé ọ̀nà sí òmìnira ni.

Ọjọ́ karùndínlọ́gbọ̀n (35) pè ọ́ láti wo ìdáríjì kìí ṣe ohun tí o rò pé o ti múra tán fún, bí kò ṣe ohun tí a lè pè ọ́ láti **yàn** . Ìdáríjì kìí ṣe ìfohùnṣọ̀kan pẹ̀lú ohun tí ó ṣẹlẹ̀. Ó bá ìwà Ọlọ́run mu ní ojú ohun tí ó ṣẹlẹ̀.
Ìgbọràn níbí jẹ́ ohun ìdákẹ́jẹ́ẹ́ àti àìrí.
Kò sí ẹni tó máa ń yìn ìdáríjì nígbà tí ó bá nání ní iyì, ìgbéraga, tàbí àrékérekè nípa ìṣàkóso. Síbẹ̀, ibi tí ìdàgbàsókè ti ń jinlẹ̀ sí i ni ìdáríjì. Ìdáríjì máa ń ba ìbínú jẹ́ tí ìgbọ́ràn níbòmíràn kò lè dé.
Ìdáríjì kì í ṣe ìgbàgbé.
Ó jẹ́ fífi ẹ̀tọ́ láti gbẹ̀san sílẹ̀.
Ìgbọràn yìí sábà máa ń wáyé—kì í ṣe lẹ́ẹ̀kan, ṣùgbọ́n ní ọ̀pọ̀ ìgbà. Ó lè pọndandan láti yan ìdáríjì lẹ́ẹ̀kan sí i, pàápàá jùlọ nígbà tí ìrántí bá tún padà wá. Yíyàn kọ̀ọ̀kan máa ń tú agbára díẹ̀ sí i, ó sì máa ń mú àlàáfíà díẹ̀ sí i padà wá.

Ìwádìí Ọkàn

Joko pẹlu awọn ibeere wọnyi ni idakẹjẹ.

1. **Níbo ni o ti fi ìdáríjì wé ìmúrasílẹ̀ ní ti ìmọ̀lára?**
2. **Ta ni tàbí kí ni Ọlọ́run lè pè ọ́ láti tú sílẹ̀—kì í ṣe láti yanjú—nísinsìnyí?**
3. **Àkóso wo ni o di mú tí ìdáríjì yóò fi béèrè pé kí o juwọ́ sílẹ̀?**

Ìdánrawò Lónìí (Ìtújáde Láìsí Ìpinnu)

Ìdánwò òde òní jẹ́ **ìtúsílẹ̀ àmọ̀ọ́mọ̀** .
Mú **ẹ̀ṣẹ̀ kan tí a kò yanjú** wá síwájú Ọlọ́run—ìyẹn kékeré tàbí pàtàkì.
Gbadura èyí pẹ̀lú òótọ́:
"Olúwa, mo tú ẹ̀tọ́ mi sílẹ̀ láti ṣàkóso èyí."
Má ṣe fipá mú kí ọkàn rẹ balẹ̀.
Má ṣe yára wá àlàáfíà.
O kan tu silẹ.

Àdúrà

Baba,
O rí iye owó ìdáríjì. O mọ ibi tí ìgbọràn ti le nira. Kọ́ mi láti

tú àkóso sílẹ̀ láìsí ìbínú àti láti gbẹ́kẹ̀lé ọ pẹ̀lú ohun tí n kò le ṣe àtúnṣe. Mo yan ìdáríjì gẹ́gẹ́ bí ìbáṣepọ̀, kìí ṣe gẹ́gẹ́ bí ìkọ̀sílẹ̀. Àmín.

Ìkéde

Sọ èyí sókè:

Mo dáríjì bí Kristi ti dáríjì mí.

Ìgbọràn ń tú àkóso sílẹ̀. Mo kọ̀ kíkorò àti ẹ̀san. Ọlọ́run ni olùgbèjà àti onídàájọ́ mi. Mo ń rìn nínú òmìnira nípasẹ̀ ìdáríjì.

Ìfẹ́ sí Ìgbọràn

Lónìí, mo gbà láti **dáríjì ní ìgbọràn** .

Mo tú ẹ̀tọ́ mi sílẹ̀ láti ṣàkóso àbájáde, mo sì gbẹ́kẹ̀lé Ọlọ́run pẹ̀lú ìdájọ́ òdodo àti ìwòsàn.

Ìtọ́sọ́nà ìparí

Ìdáríjì máa ń tú ọkàn sílẹ̀.

Lọ́la, a ó ṣe àwárí **bí a ṣe ń fi ìgbọràn hàn nípasẹ̀ ìrẹ̀lẹ̀—ní pàtàkì nígbà tí ìgbéraga bá rò pé ó tọ́** .

ỌJỌ KẸFÀ ÀTI ỌGUN

Ìgbọràn Ìrẹ̀lẹ̀

Ìdí tí Jíjẹ́wọ́ Ìgbéraga fi ń dáàbò bo Ìṣẹ̀dá

Àwọn Ìwé Mímọ́ Àfiyèsí Pàtàkì

- **Fílípì 2:5-8** - *Ó rẹ ara rẹ̀ sílẹ̀ nípa gbígbọ́ràn títí dé ikú.*
- **Jákọ́bù 4:6** — *Ọlọ́run lòdì sí àwọn agbéraga ṣùgbọ́n ó ń fi ojúrere hàn fún àwọn onírẹ̀lẹ̀.*
- **Òwe 11:2-12** BMY - *Nígbà tí ìgbéraga bá dé, nígbà náà ni ìtìjú yóò dé,ṣùgbọ́n ọgbọ́n yóò wà pẹ̀lú ìrẹ̀lẹ̀.*

Kíkà Ìwé Mímọ́ (Ka Díẹ̀díẹ̀)
"Ó rẹ ara rẹ̀ sílẹ̀
nípa gbígbọ́ràn…"
—Filippi 2:8
Dúró díẹ̀.
Ṣàkíyèsí pé ìrẹ̀lẹ̀ ni **a yàn** , kì í ṣe èrò pé a gbà.

Àròjinlẹ̀ Ìfọkànsìn
Àwọn ènìyàn sábà máa ń lóye ìrẹ̀lẹ̀ gẹ́gẹ́ bí ohun tí kò fi bẹ́ẹ̀ ronú nípa ara ẹni.
Ìwé Mímọ́ ṣàlàyé ìrẹ̀lẹ̀ lọ́nà ọ̀tọ̀ọ̀tọ̀. Ìrẹ̀lẹ̀ kì í ṣe pípa ara ẹni run; ó jẹ́ **òmìnira kúrò nínú ààbò ara ẹni** . Ìgbọràn ni kò nílò láti tẹnumọ́, gbèjà, tàbí jọba mọ́ kí a tó lè nímọ̀lára ààbò.
Ìgbéraga máa ń tako ìgbọràn lọ́nà ọgbọ́n.
Kì í ṣe gbogbo ìgbà ló máa ń dà bí ìgbéraga. Lọ́pọ̀ ìgbà, ó máa ń dà bí ìdí— *mo yẹ fún èyí* , *mo tọ́* , *wọ́n gbọ́dọ̀ mọ̀ dáadáa* .
Ìgbéraga máa ń tẹnumọ́ pé kí wọ́n rí i, kí wọ́n fọwọ́ sí i, tàbí kí wọ́n fi hàn pé ó tọ́. Ìrẹ̀lẹ̀ máa ń tú ìbéèrè yẹn sílẹ̀.
Èyí gbowó púpọ̀.

Ìrẹ̀lẹ̀ ń béèrè pé kí a fi ẹ̀tọ́ láti jẹ́ kí a lóye, kí a yìn wá, tàbí kí a dá wa láre sílẹ̀. Kò sẹ́ òtítọ́; ó gbẹ́kẹ̀lé Ọlọ́run pẹ̀lú ààbò rẹ̀. Ìdúró yìí léwu nítorí pé ó mú àwọn ọgbọ́n ìdarí wa kúrò. Síbẹ̀ Ìwé Mímọ́ ṣe kedere: ìrẹ̀lẹ̀ máa ń fa oore-ọ̀fẹ́.
Níbi tí ìgbéraga ti ń mú kí ìgbọràn pọ̀ sí i, ìrẹ̀lẹ̀ máa ń mú un lágbára sí i. Ó máa ń ṣẹ̀dá ààyè fún àtúnṣe láìsí ìwópalẹ̀, fún iṣẹ́ ìsìn láìsí ìbínú, fún ìgbọràn láìsí ìṣe.
Ọjọ́ kẹrìndínlọ́gbọ̀n (36) pè yín láti ṣe àyẹ̀wò ibi tí ìgbéraga lè jẹ́ láti fi ìkọ̀kọ̀ kọ ìṣẹ̀dá.
Ìgbéraga sábà máa ń pamọ́ sí ẹ̀yìn agbára.
Ìrẹ̀lẹ̀ dúró ní ìbámu pẹ̀lú ara wọn.
Jesu kò rẹ ara rẹ̀ sílẹ̀ nítorí pé ó jẹ́ aláìlera. Ó rẹ ara rẹ̀ sílẹ̀ nítorí pé ó wà ní ààbò. Ìgbọràn rẹ̀ wá láti inú ìdámọ̀, kì í ṣe àìnígbẹ́kẹ̀lé. Èyí ni ìrẹ̀lẹ̀ tí Ìwé Mímọ́ pè wá sí—kì í ṣe fífà sẹ́yìn, ṣùgbọ́n fífi ara ẹni sílẹ̀.
Ìrẹ̀lẹ̀ kò dín ọ kù.
Ó ń tú ọ sílẹ̀.

Ìwádìí Ọkàn

Joko pẹlu awọn ibeere wọnyi ni idakẹjẹ.

1. **Ibo lo ti n rilara pe o fe lati dabobo ara re tabi fi idi re mule?**
2. **Àwọn ipò wo ló máa ń fa ìgbéraga tí wọ́n fi àṣírí ṣe ẹlẹ́rìí?**
3. **Báwo ni ìrẹ̀lẹ̀ ṣe lè dáàbò bo ìgbọràn ní àkókò rẹ yìí?**

Ìwà Àṣà Lóníì (Ìrẹ̀lẹ̀ Tí A Yàn)

Ìdánrawò òde òní jẹ́ **ìbáṣepọ̀ tí kò ní ìdánilójú** .
Ṣàkíyèsí **àkókò kan lónìí** tí o ní ìfẹ́ láti:

- Ṣe àtúnṣe ẹnìkan
- Dabobo ipo re
- Rí i dájú pé wọ́n rí ọ tàbí kí wọ́n fi ọ́ ṣe ẹlẹ́yà

Dúró díẹ̀.
Yan ìrẹ̀lẹ̀.
O le dakẹ.
O le jẹ ki Ọlọrun ṣe agbeja otitọ ni akoko.

Àdúrà
Baba,
kọ́ mi ní ìrẹ̀lẹ̀ tí ó ń tú àkóso sílẹ̀. Gba mi lọ́wọ́ àìní láti gbèjà ara mi kí o sì ràn mí lọ́wọ́ láti gbẹ́kẹ̀lé ọ pẹ̀lú orúkọ rere mi. Dá ìrẹ̀lẹ̀ Kristi sínú mi—tí ó ní ààbò, onígbọràn, àti òmìnira. Mo yan ìbáṣepọ̀ ju ìgbéraga lọ. Àmín.

Ìkéde
Sọ èyí sókè:
Mo n rìn nínú ìrẹ̀lẹ̀ Kristi.
Ìgbọràn tú àìní mi fún ìgbèjà ara-ẹni sílẹ̀. Ọlọ́run lòdì sí ìgbéraga ó sì fún àwọn onírẹ̀lẹ̀ ní oore-ọ̀fẹ́. Mo gbẹ́kẹ̀lé Ọlọ́run pẹ̀lú orúkọ rere mi. Ìrẹ̀lẹ̀ ń fún ìgbọ́ràn mi lágbára.

Ìfẹ́ sí Ìgbọràn
Lónìí, mo fi ara mi sí **ìgbọràn onírẹ̀lẹ̀** .
Mo tú ìgbéraga, ìdáláre, àti ààbò ara-ẹni sílẹ̀, mo sì yan ìbáṣepọ̀ tí ó fìdí múlẹ̀ nínú ìgbẹ́kẹ̀lé.

Ìtọ́sọ́nà ìparí
Ìrẹ̀lẹ̀ ń dáàbò bo ìṣẹ̀dá.
Lọ́la, a ó ṣe àwárí **bí ìgbọràn ṣe ń hàn nípasẹ̀ ìfaradà—nígbà tí ìgbọràn bá ń pẹ́ tí a kò sì rí i** .

ỌJỌ́ ỌTÌLẸTÌLẸGUN-MẸTA

Nígbà tí Ìgbọràn Gbọ́dọ̀ Dáradára

Ìdí Tí Ìfaradà Fi Jẹ́ Àmì Ìparọ́rọ́ ti Ìdàgbàsókè

Àwọn Ìwé Mímọ́ Àfiyèsí Pàtàkì

- **Heberu 10:36** - *O nilo lati farada ki nigbati o ba ti se ife Olorun tan, ki o le gba ohun ti O ti se ileri re.*
- **Jákọ́bù 5:7–8** — *Ẹ ní sùúrù… ẹ fi ọkàn yín múlẹ̀.*
- **Galatia 6:9** - *Ẹ mú ṣe jẹ́ kí a rẹ̀wẹ̀sì ní ṣíṣe rere...*

Kíkà Ìwé Mímọ́ (Ka Díẹ̀díẹ̀)
"Ẹ ní láti fara dà á
, kí ẹ lè rí ohun tí ó ṣèlérí gbà nígbà tí ẹ bá ti ṣe ìfẹ́ Ọlọ́run tán."
—HÉBÉRÙ 10:36
Dúró díẹ̀.
Ṣàkíyèsí pé ìfaradà tẹ̀lé ìgbọràn—kì í ṣe ṣáájú rẹ̀.

Àròjinlẹ̀ Ìfọkànsìn
Àwọn ọ̀nà ìgbọràn kan jẹ́ kúkúrú.
Àwọn mìíràn nílò **ìfaradà** .
Ìfaradà ni ìgbọràn tí a nà fún ìgbà pípẹ́—ìṣòtítọ́ tí ó ń bá a lọ láìsí èrè tí a lè rí, ìfúnni ní ìmọ̀lára, tàbí ìfidí múlẹ̀ láti òde. Ó jẹ́ ọ̀kan lára àwọn àmì tí ó ṣe kedere jùlọ ti ìdàgbàsókè nípa tẹ̀mí, ní pàtó nítorí pé kì í sábà ṣẹlẹ̀.
Ọpọ̀ ènìyàn ló lè gbọ́ràn fún ìgbà díẹ̀.
Àwọn díẹ̀ ló kọ́ láti máa jẹ́ olóòótọ́ nígbà gbogbo.
Ìfaradà ń dán ìsúnniṣe wò.
Nígbà tí ìgbọràn bá ní agbára nípasẹ̀ tuntun, agbára máa ń gbé e fún ìgbà díẹ̀. Nígbà tí tuntun bá pòórá tí agbára sì ń dínkù , ìfaradà máa ń fi hàn bóyá ìgbọràn ti fìdí múlẹ̀ láti inú ìbáṣepọ̀

tàbí ìmọ̀lára. Níbí ni ọ̀pọ̀ àwọn onígbàgbọ́ ti ń fi ìdákẹ́jẹ́ẹ́ kúrò nínú ìbáṣepọ̀—kì í ṣe nípasẹ̀ ìṣọ̀tẹ̀, ṣùgbọ́n nípasẹ̀ àárẹ̀.
Ìwé Mímọ́ sọ̀rọ̀ tààrà sí àkókò yìí: *Ẹ má ṣe rẹ̀wẹ̀sì nínú ṣíṣe rere.*
Àárẹ̀ kò túmọ̀ sí pé ìgbọràn burú.
Ó sábà máa ń túmọ̀ sí pé ìgbọràn ti pẹ́.
Ọjọ́ kẹtàdínlógún pè yín láti bọ̀wọ̀ fún ìṣòtítọ́ tí ó dàbí ohun lásán tí a kò rí. Ọlọ́run kò fi agbára nìkan díwọ̀n ìgbọràn. Ó bu ọlá fún ìfaradà—ìfẹ́ láti dúró ní ìṣọ̀kan nígbà tí ìrìn àjò náà bá ń yípadà tàbí tí ó dá nìkan.
Ìfaradà kì í ṣe agídí.
Ìgbẹ́kẹ̀lé tí a bá fi kún àkókò ni.
Ó ní: *Èmi yóò tẹ̀síwájú kódà nígbà tí òye bá dá dúró.*
Èmi yóò dúró ṣinṣin kódà nígbà tí ìjẹ́rìí kò bá sí.
Èmi yóò gbẹ́kẹ̀lé àwọn ìlérí Ọlọ́run láìsí pé mo nílò ẹ̀rí lójúkan náà.
Irú ìgbọràn yìí ń ṣe àgbékalẹ̀ ìjìnlẹ̀.
Ohun tí ìfaradà bá jẹ́ kò ṣeé fi rọ́jú. Ó ń mú kí ìwà rẹ̀ dúró ṣinṣin, ó ń gbé ìrètí ga, ó sì ń dáàbò bo ìgbọràn kúrò nínú ìbàjẹ́ nígbà tí ipò nǹkan bá yípadà.

Ìwádìí Ọkàn

Joko pẹlu awọn ibeere wọnyi ni idakẹjẹ.

1. **Ibo lo ti n rẹwẹsi ninu igboran rẹ nisinsinyi?**
2. **Kí ló ń tàn ọ́ láti jáwọ́ nínú ìjíròrò—kì í ṣe kíké, ṣùgbọ́n ní ìdákẹ́jẹ́ẹ́?**
3. **Báwo ni ìfaradà ṣe lè jẹ́ iṣẹ́ tí Ọlọ́run ń ṣe ní àsìkò yìí?**

Ìwà Lónìí (Ìṣòtítọ́ Tí Ó Lè Padà)

tí a ń ṣe lónìí ni **ṣíṣe ìgbọràn tí ó ń bá a lọ** .
Yan **iṣe ìgbọràn kan** tí o ti ń ṣe pẹ̀lú ìṣòtítọ́—kódà nígbà tí ó bá dà bíi pé ó ń ṣẹlẹ̀ lẹ́ẹ̀kan sí i tàbí tí a kò kíyè sí i.
Ṣe é lẹ́ẹ̀kan sí i lónìí.
Kì í ṣe pẹ̀lú ìtara.
Pẹ̀lú ìpinnu.

Àdúrà

Baba,
fún mi lágbára níbi tí ìgbọ̀ràn bá ti pé. Dáàbò bò mí kúrò nínú ààrẹ̀ tí ó máa ń fà mí lọ ní ìdákẹ́jẹ́ẹ́. Ràn mí lọ́wọ́ láti dúró ṣinṣin nígbà tí àbájáde bá dínkù, ìṣírí sì ṣọ̀wọ́n. Mo gbẹ́kẹ̀lé pé ìwọ yóò rí ohun tí a kò rí, kí o sì bu ọlá fún ohun tí ó wà títí. Àmín.

Ìkéde

Sọ èyí sókè:
Mo máa ń fara dà á ní ìgbọràn.
Ọlọ́run máa ń fún mi lágbára nígbà tí òtítọ́ bá pé. Mi ò ní rẹ̀wẹ̀sì nínú ṣíṣe rere. Ìfaradà mi ń dàgbà dénú. Mo máa ń wà ní ìṣọ̀kan títí Ọlọ́run yóò fi parí iṣẹ́ Rẹ̀.

Ìfẹ́ sí Ìgbọràn

Lónìí, mo fi ara mi fún **ìgbọràn pípẹ́** .
Mo yan ìṣòtítọ́ dípò ààrẹ̀ mo sì gbẹ́kẹ̀lé Ọlọ́run pẹ̀lú àkókò èso.

Ìtọ́sọ́nà ìparí

Ìfaradà ní ìgbọràn
níbi tí ìmọ̀lára kò bá lè ṣe é.
Lọ́la, a ó ṣe àwárí **bí ìgbọràn ṣe ń tún àjọṣepọ̀ wa pẹ̀lú ìrètí fún àwọn ẹlòmíràn ṣe—kì í ṣe ara wa nìkan** .

ỌJỌ KẸTÀNLÓGÚN-ÌKẸJỌ

Ìgbọràn tí ó gbé àwọn ẹlòmíràn ró

Idi ti Iṣeto fi n gbooro si ju rẹ lọ nigbagbogbo

Àwọn Ìwé Mímọ́ Àfiyèsí Pàtàkì

- **Galatia 6:2** — *Ẹ máa ru ẹrù ara yín, ní ọ̀nà yìí ni ẹ ó fi mú òfin Kristi ṣẹ.*
- **Róòmù 15:1** BMY - *Àwa tí a jẹ́ alágbára yẹ kí a máa ru àìlera àwọn aláìlera.*
- **Kólósè 1:9–10** — *À ń bẹ̀ Ọlọ́run nígbà gbogbo láti fi ìmọ̀ ìfẹ́ Rẹ̀ kún yín…*

Kíkà Ìwé Mímọ́ (Ka Díẹ̀díẹ̀)

"Ẹ máa ru ẹrù ara yín,
ní ọ̀nà yìí ni ẹ ó fi mú òfin Kristi ṣẹ."
—Gálátíà 6:2
Dúró díẹ̀.
Ṣàkíyèsí pé ìdàgbàsókè ń fi ara rẹ̀ hàn nípasẹ̀ **ẹrù iṣẹ́ fún àwọn ẹlòmíràn** .

Àròjinlẹ̀ Ìfọkànsìn

A kò ṣe ètò ìṣẹ̀dá láti parí nínú ara ẹni.
Bí ìgbọràn bá ṣe ń dàgbà sí i, ìtọ́sọ́nà rẹ̀ yóò yípadà. Ohun tí ó bẹ̀rẹ̀ bí ìbáṣepọ̀ ara ẹni ṣe ń gbòòrò sí i sí àníyàn, sùúrù, àdúrà, àti ìfaradà **fún àwọn ẹlòmíràn** . Èyí kì í ṣe nítorí pé àwọn ẹlòmíràn di ẹrù iṣẹ́ wa láti túnṣe, ṣùgbọ́n nítorí pé ìfẹ́ ń tún ìdúró wa sí wọn ṣe.
Ìgbọràn tó bá wà nínú ọkàn a máa dúró nígbẹ̀yìn-gbẹ́yín.
Ìgbọràn tó bá jáde síta a máa pọ̀ sí i.

Ọjọ́ kẹtàdínlógún pè ọ́ láti mọ ìyípadà ìdákẹ́jẹ́ẹ́ kan: bí Ọlọ́run ṣe ń mú ìgbésí ayé rẹ dúró, bẹ́ẹ̀ náà ló tún ń mú kí agbára rẹ láti gbé àwọn ẹlòmíràn gbòòrò sí i—kì í ṣe pẹ̀lú ìdáhùn, ṣùgbọ́n pẹ̀lú wíwà níbẹ̀. Kìí ṣe pẹ̀lú ìṣàkóso, ṣùgbọ́n pẹ̀lú àánú.

Gbígbé àwọn ẹlòmíràn kò túmọ̀ sí gbígbà ẹrù wọn.

Ó túmọ̀ sí rírìn pẹ̀lú wọn pẹ̀lú ìṣòtítọ́.

Irú ìgbọràn yìí jẹ́ sùúrù. Ó ń tako ìdájọ́. Kò ní yára dàgbà tàbí kí ó yí ìyípadà ìbéèrè padà. Ó gbẹ́kẹ̀lé pé Ọlọ́run ń ṣiṣẹ́ nínú àwọn ẹlòmíràn gẹ́gẹ́ bí Ó ti ń ṣiṣẹ́ nínú rẹ—nígbà díẹ̀díẹ̀, nígbà mìì láìsí àfihàn.

Ìgbọràn tó dàgbà máa ń dá ààyè sílẹ̀.

Ààyè fún àwọn ènìyàn láti máa jà láìsí ìkọ̀sílẹ̀.

Ààyè fún àìlera láìsí ìdálẹ́bi. Ààyè fún ìrètí láti dàgbà láìsí ìfúnpá.

Ìdí nìyí tí Ìwé Mímọ́ fi so ìgbọràn pọ̀ mọ́ àdúrà fún àwọn ẹlòmíràn. Ẹbẹ̀ ni ìgbọràn tí a fi ìfẹ́ hàn. Ó jẹ́wọ́ pé ìyípadà jẹ́ ti Ọlọ́run, kì í ṣe ti àwa.

Ọjọ́ 38 yí ìbéèrè náà padà láti *"Báwo ni a ṣe ń ṣèdá mi?"* sí *"Ta ni Ọlọ́run lè máa pè mí láti fi oore-ọ̀fẹ́ gbé?"*

Ìwádìí Ọkàn

Joko pẹlu awọn ibeere wọnyi ni idakẹjẹ.

1. **Ta ló máa ń wá sí ọkàn rẹ nígbà tí o bá ronú nípa ẹnìkan tó nílò sùúrù tàbí àdúrà?**
2. **Ibo lo ti ni ìtara lati fa sẹhin ju ki o gbe awọn ẹlomiran lọ?**
3. **Báwo ni ìgbọràn ṣe lè fi ara rẹ̀ hàn nípasẹ̀ àánú dípò ìbáwí?**

Ìwà Lónìí (Ìgbọràn sí Ààbò)

Àdúrà àmọ̀ọ́mọ̀ fún ẹlòmíràn ni àṣà ìbílẹ̀ òní .

Yan **ẹni kan** —ẹni tí ó ń tiraka, ẹni tí ó jìnnà sí ara rẹ̀, tàbí ẹni tí ó ṣòro.

Gbadura fun wọn **laisi eto imulo** :

- Ko ṣe fun iyipada
- Kìí ṣe fún ìpinnu

- Nítorí wíwà Ọlọ́run àti oore-ọ̀fẹ́ nínú ìgbésí ayé wọn lásán

Gbé wọn lọ ní ìdákẹ́jẹ́ẹ́ lónìí.

Àdúrà

Baba,
o ṣeun fun gbigbogbo mi siwaju ju ara mi lọ. Kọ́ mi lati gbe awọn ẹlomiran pẹlu irẹlẹ ati oore-ọfẹ. Tú mi silẹ kuro ninu idajọ ati iṣakoso ki o si ṣe aanu ti o n ṣe afihan ọkan Rẹ. Mo gbẹkẹle ọ lati ṣiṣẹ ninu awọn ẹlomiran bi O ti ṣiṣẹ ninu mi. Amin.

Ìkéde

Sọ èyí sókè:
Ìgbọràn mi ní àánú fún àwọn ẹlòmíràn.
Mo máa ń ru ẹrù pẹ̀lú sùúrù àti oore-ọ̀fẹ́. Ọlọ́run máa ń ṣiṣẹ́ nípasẹ̀ àdúrà àti wíwà mi. Mo máa ń rìn pẹ̀lú àwọn ẹlòmíràn láìsí ìdájọ́. Ìfẹ́ máa ń fẹ̀ sí i ohun tí ìgbọràn ti ṣẹ̀dá.

Ìfẹ́ sí Ìgbọràn

Lónìí, mo fi ara mi fún **ìgbọràn tí ó hàn gbangba** .
Mo yan àánú ju yíyọ ara mi kúrò lọ àti àdúrà ju ìṣàkóso lọ.

Ìtọ́sọ́nà ìparí

Ìgbọràn a máa gbòòrò sí i bí ó ṣe ń dàgbà.
Lọ́la, a ó ṣe àwárí **bí ìgbọràn ṣe múra wa sílẹ̀ láti tú àkóso sílẹ̀ pátápátá—sí ọwọ́ Ọlọ́run** .

ỌJỌ KỌKỌDỌDÚN-ẸKỌNDÓGÚN

Ìgbọràn sí Ìtúsílẹ̀

Nígbà tí Ìgbàgbọ́ bá gbé àbájáde náà lé ọwọ́ Ọlọ́run ní kíkún

Àwọn Ìwé Mímọ́ Àfiyèsí Pàtàkì

- **Sáàmù 37:5** BMY - *Fi ọ̀nà rẹ lé Olúwa lọ́wọ́; gbẹ́kẹ̀lé e, òun yóò sì ṣe é.*
- **Mátíù 16:24-25** - *Ẹnikẹ́ni tí ó bá pàdánù ẹ̀mí rẹ̀ nítorí mi yóò rí i.*
- **1 Peteru 5:6–7** — *Ẹ rẹ ara yín sílẹ̀… ẹ kó gbogbo àníyàn yín lé e.*

Kíkà Ìwé Mímọ́ (Ka Díẹ̀díẹ̀)

"Fi ọ̀nà rẹ lé Olúwa lọ́wọ́;
gbẹ́kẹ̀lé e, òun yóò sì ṣe é."
—Sáàmù 37:5
Dúró díẹ̀.
Ṣàkíyèsí ìtẹ̀léra náà: **commit → trust → release** .

Àròjinlẹ̀ Ìfọkànsìn

Pupọ ninu igboran ni nipa yiyan.
Ọjọ́ 39 jẹ́ nípa **ìtúsílẹ̀** .
Àkókò kan wà tí ìsapá kò fi ní jẹ́ kí ìbáṣepọ̀ jinlẹ̀ sí i mọ́.
Gbígbìyànjú gidigidi kò ní mú àlàáfíà wá. Títẹ̀síwájú sí i kò ní mú kí ó yéni kedere. Ìgbọràn dé ìdàgbàsókè rẹ̀ nígbà tí ó bá kọ̀ bí a ṣe ń **fi sílẹ̀** .
Ìtúsílẹ̀ kì í ṣe ìkọ̀sílẹ̀.
Ìgbẹ́kẹ̀lé láìsí agbára ìdarí ni.

A sábà máa ń gbọ́ràn nígbà tí a bá ń ṣàkóso àwọn àbájáde ní ìdákẹ́jẹ́ẹ́—a ń retí láti ní ipa lórí àwọn àbájáde, àkókò, tàbí ìdáhùn. A ń tẹ̀lé Ọlọ́run, ṣùgbọ́n a ń darí ọwọ́ kan. Ọjọ́ 39 ń pè ọ́ láti kíyèsí ohun tí o ṣì ń di mú.
Ìtúsílẹ̀ jẹ́ ọ̀kan lára àwọn ọ̀nà ìgbọràn tó le jùlọ nítorí ó ń mú ààbò wa kúrò.
Ó túmọ̀ sí gbígbẹ́kẹ̀lé Ọlọ́run kìí ṣe ìtọ́sọ́nà nìkan, ṣùgbọ́n pẹ̀lú àbájáde rẹ̀. Ó túmọ̀ sí jíjọ̀wọ́ àìní láti lóye bí a ó ṣe san èrè fún ìgbọràn tàbí bí a ó ṣe dá a mọ̀. Ó túmọ̀ sí sísinmi nínú ìṣòtítọ́ kódà nígbà tí a kò bá rí àbájáde.
Ìtúsílẹ̀ kò túmọ̀ sí àìní ìfaradà.
Ó túmọ̀ sí fífi ara ẹni sílẹ̀ fún àbájáde.
Ìdúró yìí fi ìdàgbàsókè jíjinlẹ̀ hàn. Ó tún fi àdúrà Kristi fúnra rẹ̀ hàn pé: *"Kì í ṣe ìfẹ́ mi, bí kò ṣe ìfẹ́ tìrẹ ni kí a ṣe."* Ìgbọràn kì í ṣe ìdánilójú, bí kò ṣe ìjuwọ́sílẹ̀.
Ọjọ́ 39 béèrè ìbéèrè onírẹ̀lẹ̀ ṣùgbọ́n tó ń wọni lọ́kàn:
Ṣé o lè ṣègbọràn láìsí pé o nílò láti mọ ohun tó máa ṣẹlẹ̀ lẹ́yìn náà?
Ibí ni àlàáfíà ti bẹ̀rẹ̀ sí í yípadà—kì í ṣe nítorí pé gbogbo nǹkan ti yanjú, ṣùgbọ́n nítorí pé ìgbẹ́kẹ̀lé ti rọ́pò ìṣàkóso.
Ìtúsílẹ̀ gba Ọlọ́run láàyè láti ṣiṣẹ́ láìsí ìdènà. Ó ń ṣẹ̀dá ààyè fún oore-ọ̀fẹ́ láti rìn fàlàlà.

Ìwádìí Ọkàn

Joko pẹlu awọn ibeere wọnyi ni idakẹjẹ.

1. **Àbájáde wo ni o ṣì ń gbìyànjú láti ṣàṣeyọrí rẹ̀?**
2. **Ibo lo ti n ṣàníyàn nipa ohun ti igbọràn le ná tabi ti o le mu wa?**
3. **Báwo ni yóò ṣe rí láti fi èyí lé Ọlọ́run lọ́wọ́ pátápátá?**

Ìdánrawò Lónìí (Ìtújáde Èrò)

Àṣà tí a ń ṣe lónìí ni **a ń pè ní ìfaradà** .
Ṣe àwárí ohun kan pàtó tí o ń **ṣàníyàn nípa rẹ̀, àbájáde rẹ̀, tàbí ìbéèrè ọjọ́ iwájú** .
Dá orúkọ rẹ̀ ní iwájú Ọlọ́run.
Lẹ́yìn náà gbàdúrà:

"Olúwa, mo fi èyí sílẹ̀ fún ọ.
Mo gbẹ́kẹ̀lé ọ pẹ̀lú àbájáde."
Má ṣe tún un ṣe lónìí.

Àdúrà
Baba,
kọ́ mi ní ìgbọràn tí ó mọ ìgbà tí ó yẹ kí n tú sílẹ̀. Gba mi lọ́wọ́ ìṣàkóso ohun tí ó jẹ́ ti Rẹ. Ràn mí lọ́wọ́ láti gbẹ́kẹ̀lé Ọ ju òye lọ,
ju àkókò lọ, ju àbájáde lọ. Mo fi ẹ̀mí mi, ọjọ́ iwájú mi, àti ẹ̀mí mi lé ọwọ́ Rẹ ní òtítọ́. Àmín.

Ìkéde
Sọ èyí sókè:
Mo fi agbára sílẹ̀ mo sì gbẹ́kẹ̀lé Ọlọ́run pátápátá.
Ìgbọràn kò nílò kí n ní àbájáde. Ọlọ́run jẹ́ olóòótọ́ sí ohun tí mo fi sílẹ̀. Mo ń rìn ní àlàáfíà, kì í ṣe àníyàn. Ẹmí mi dúró ní ọwọ́ Ọlọ́run.

Ìfẹ́ sí Ìgbọràn
Lónìí, mo fi ara mi fún **ìtúsílẹ̀ onígbọràn** .
Mo fi àwọn àbájáde, àkókò, àti àbájáde sí ìtọ́jú Ọlọ́run.

Ìtọ́sọ́nà ìparí
Ọla kì í ṣe ìparí.
Ó jẹ́ **iṣẹ́ àṣekágbá** .
Ọjọ́ ogójì kò ní béèrè lọ́wọ́ rẹ láti ṣe púpọ̀ sí i.
Yóò pè ọ́ láti **gbé láti inú ohun tí a ti dá** .

ỌJỌ ORÍLẸ-ÈDÈ

Ti a fi ranṣẹ gẹgẹbi lẹta laaye

Nígbà tí Ìdásílẹ̀ bá di ẹlẹ́rìí

Àwọn Ìwé Mímọ́ Àfiyèsí Pàtàkì

- **2 Kọ́ríńtì 3:2–3** — *Ẹyin ni lẹ́tà láti ọ̀dọ̀ Kristi… tí Ẹmí Ọlọ́run alààyè kọ.*
- **Mátíù 5:16** - *Jẹ́ kí ìmọ́lẹ̀ rẹ máa tàn níwájú àwọn ẹlòmíràn…*
- **Jòhánù 20:21** - *Gẹ́gẹ́ bí Baba ti rán mi, bẹ́ẹ̀ ni èmi náà ń rán yín.*

Kíkà Ìwé Mímọ́ (Ka Díẹ̀díẹ̀)

"Ẹyin fúnra yín ni ìwé wa,
tí a kọ sí ọkàn wa, tí gbogbo ènìyàn mọ̀, tí wọ́n sì kà."
—2 Kọ́ríńtì 3:2
Dúró díẹ̀.
Ṣàkíyèsí pé lẹ́tà náà **kò ní èdìdì** .
A máa **ń kà á lójoojúmọ́** .

Àròjinlẹ̀ Ìfọkànsìn

Èyí kì í ṣe òpin.
Ibẹ̀ ni kíkà ti di ohun tó ń gbé ayé.
Fún ogójì ọjọ́, o ti jẹ́ kí òtítọ́ dojúkọ ọ́, kí ó bá ọ mu, kí ó tún ọ ṣe, kí ó sì tú ọ sílẹ̀. O ti ṣe àyẹ̀wò ìgbọràn kì í ṣe gẹ́gẹ́ bí ìṣe, bí kò ṣe gẹ́gẹ́ bí ìdúró. O ti rí i pé ìgbàgbọ́ máa ń dàgbà nípasẹ̀ ìfaradà, ìdáríjì, ìrẹ̀lẹ̀, ìfaradà, àánú, àti ìfaradà.
Ìbéèrè ìdákẹ́jẹ́ẹ́ tí Ìwé Mímọ́ máa ń béèrè nígbẹ̀yìn wá báyìí:
Kí ni a ó kà ní ìgbésí ayé rẹ lẹ́yìn náà?
Ọlọ́run kò parí iṣẹ́ Rẹ̀ nínú rẹ nípa pípa ìwé kan.
Ó parí rẹ̀ nípa **dídá ọ padà sí ìgbésí ayé lásán—ó ti yípadà**
.

A kò kọ lẹ́tà alàáyè fún ìyìn.
A kọ ọ́ fún ẹ̀rí.
Ohùn rẹ nígbà tí o bá ń bá ara rẹ sọ̀rọ̀.
Sùúrù rẹ lábẹ́ ìkìmọ́lẹ̀. Ìkóra-ẹni-níjàánu rẹ nígbà tí o bá mú ọ bínú. Ìdáríjì rẹ nígbà tí o bá ṣe àìtọ́. Ìṣòtítọ́ rẹ nígbà tí a kò bá rí i.
Àwọn ojú ìwé tí gbogbo ayé ń kà nìyí.
A kò fún ọ ní àṣẹ láti ṣàlàyé Kristi ní kíkún.
A pàṣẹ fún ọ láti **fi hàn pé ó jẹ́ olóòótọ́** .
Èyí kò nílò pẹpẹ.
Ó nílò ìtòlẹ́sẹẹsẹ.
Ẹmí máa ń kọ nǹkan sílẹ̀ nípasẹ̀ ìgbésí ayé, ó sì máa ń mú kí àkókò gùn. Nípasẹ̀ ìdúróṣinṣin ju agbára lọ. Nípasẹ̀ ìgbọràn ju ọ̀rọ̀ sísọ lọ. Nípasẹ̀ ìfẹ́ tí ó dúró ṣinṣin nígbà tí ipò nǹkan bá ń yípadà.
Ọjọ́ ogójì kò rán ọ jáde pẹ̀lú ìkánjúkánjú.
Ó ń rán ọ jáde pẹ̀lú **òye tó ṣe kedere** .
O kò ní di ohun tuntun lọ́la.
O ń tẹ̀síwájú ohun tí ó ti bẹ̀rẹ̀.

Àyẹ̀wò Ọkàn Ìkẹyìn

Joko pẹlu awọn ibeere wọnyi laiyara.

1. **Kí ni ó ti yí padà nínú rẹ ní ogójì ọjọ́ wọ̀nyí?**
2. **Níbo lo ti rí i pé Ọlọ́run ń pè ọ́ láti gbé ìgbésí ayé rẹ dáadáa?**
3. **Apá wo nínú ìgbésí ayé rẹ lásán ni ó ti ṣe pàtàkì báyìí?**

Ìwà Àṣà Lónìí (Ìgbésí Ayé Tí A Fi Àṣẹ Sí)

Ìwà tí a ń hù lónìí jẹ́ **àgbékalẹ̀ àmọ̀ọ́mọ̀** .
Yan iduro ti o rọrun kan lati gbe siwaju:

- àkíyèsí
- ìdènà
- sùúrù
- irẹlẹ
- iṣootọ

Má ṣe kéde rẹ̀.
Má ṣe wọ́n ọ́n.
Kàn gbé ayé rẹ.

Àdúrà Ìfiṣẹ́sí
Baba,
o ṣeun fun iṣẹ ti o ti ṣe ninu mi. Mo fi aye mi fun ọ—kii ṣe gẹgẹ bi iṣẹ, ṣugbọn gẹgẹbi ẹri laaye si oore-ọfẹ Rẹ. Rán mi lọ si awọn aye lasan pẹlu otitọ idakẹjẹẹ. Jẹ ki igbesi aye mi ṣe afihan Kristi ni kedere, ni deedee, ati ni otitọ. Mo gba ifiranṣẹ Rẹ. Amin.

Ìkéde Ìkẹyìn
Sọ èyí sókè:
Èmi jẹ́ lẹ́tà alàáyè ti Kristi.
Ẹmí Ọlọ́run ń kọ̀wé nípasẹ̀ ìgbọràn mi. Mo ń gbé pẹ̀lú òye, ìṣòtítọ́, àti ìrẹ̀lẹ̀. Ìgbésí ayé mi jẹ́rìí sí òtítọ́. A rán mi.

Ìdúró ìkẹyìn
Mo fi ara mi fún **gbígbé ohun tí a ti dá** .
Èmi kì yóò yára kọjá ìgbọràn tàbí kí n dín ìgbàgbọ́ mi kù sí àwọn èrò. Mo fi ìgbésí ayé mi fúnni gẹ́gẹ́ bí ẹlẹ́rìí Kristi tí ó ṣeé kà.

Ọ̀rọ̀ ìparí kan
O kò tíì parí ètò kan.
O ti wọ ipò kan.
Ka díẹ̀díẹ̀.
Tọ́ràn sí ara rẹ. Gbé ìgbésí ayé rẹ ní kedere.
Ayé ń kà á.
— *Àwọn lẹ́tà alàáyè*

ÌPARÍ

Nígbà tí kíkà bá parí, kíkọ náà ń tẹ̀síwájú

A kò ṣe é láti parí ìwé yìí ní ọ̀nà tí a gbà ń sọ tẹ́lẹ̀.
A ṣe é láti **parí ohun kan nínú rẹ** — lẹ́yìn náà kí o bẹ̀rẹ̀ ohun kan nípasẹ̀ rẹ.
O kò kàn rìn láàárín ogóji ọjọ́ ti ìrònú. A ti pè ọ́ sí ipò kan: ọ̀nà láti wo ìgbọràn kìí ṣe gẹ́gẹ́ bí ojúṣe, ṣùgbọ́n gẹ́gẹ́ bí ìṣètò; kìí ṣe gẹ́gẹ́ bí ìṣe, ṣùgbọ́n gẹ́gẹ́ bí ìṣẹ̀dá; kìí ṣe gẹ́gẹ́ bí ìwífún, ṣùgbọ́n gẹ́gẹ́ bí àpẹẹrẹ.
Láti inú ìgbésí ayé àti ẹ̀rí CS Lewis, o ti rí i pé ìgbàgbọ́ nìkan kò yí ènìyàn padà. Òye kò mú kí ènìyàn gbọ́ràn láìfọwọ́sí. Kódà òtítọ́ inú kò rọ́pò ìfarajìn. Ìyípadà máa ń ṣẹlẹ̀ nígbà tí òtítọ́ bá ti inú ọkàn lọ sí ìfẹ́ inú—àti láti inú ìfẹ́ inú sí ìgbésí ayé ojoojúmọ́.
Èyí ni iṣẹ́ ìyanu ìdákẹ́jẹ́ẹ́ ti ìṣẹ̀dá.
O ti tọpasẹ̀ ìrìn àjò láti àìníte sí ìgbọ́ràn, láti ìfọkànsìn sí ìgbọ́ràn, láti ìjàkadì inú sí ẹ̀rí òde. Ní ọ̀nà, o ti pàdé àwọn ìbéèrè tí a kò le dáhùn ní kíákíá, àwọn ìṣe tí ó nílò ìfaradà, àti àwọn àkókò tí ó béèrè fún ọ láti gbẹ́kẹ̀lé láìsí ìdarí.
Iyẹn jẹ́ àmọ̀ọ́mọ̀.
Nítorí pé Ọlọ́run kì í kọ iṣẹ́ rẹ̀ tó ṣe kedere jùlọ nípasẹ̀ ìyára.
Ó ń kọ̀wé nípasẹ̀ ìṣòtítọ́.
A kì í kọ lẹ́tà alàáyè ní ìṣẹ́jú kan. A kọ ọ́ ní ìlà kan sí òmíràn—nípasẹ̀ ìgbọràn léraléra, ìfaradà jẹ́ẹ́jẹ́ẹ́, ìfaradà tí a kò rí, àti ìfẹ́ tí a ń ṣe ní àwọn ibi tí a kò mọ̀. Kì í ṣe àwọn tí wọ́n ń yìn wá ni wọ́n kà á, bí kò ṣe àwọn tí wọ́n ń gbé lẹ́gbẹ̀ẹ́ wa.
Igbesi aye re ni bayi ni ọrọ naa.
Kì í ṣe èyí tí ó pé.
Kì í ṣe èyí tí ó parí. Ṣùgbọ́n èyí tí ó jẹ́ òótọ́.
A kò rán ọ jáde gẹ́gẹ́ bí ògbóǹkangí.
A rán ọ jáde gẹ́gẹ́ bí ẹlẹ́rìí.

A kò fún ọ ní àṣẹ láti ṣàlàyé ohun gbogbo.
A pàṣẹ fún ọ láti **gbé ìgbésí ayé rẹ ní kedere** .
Ẹmí Ọlọ́run ń tẹ̀síwájú láti kọ̀wé—kì í ṣe pẹ̀lú yíǹkì, kì í ṣe pẹ̀lú àríyànjiyàn, kì í ṣe pẹ̀lú ariwo—ṣùgbọ́n nípasẹ̀ àwọn ìdáhùn rẹ lábẹ́ ìkìmọ́lẹ̀, ìkóra-ẹni-níjàánu nígbà tí a bá mú ọ bínú, ìdáríjì rẹ nígbà tí a bá ṣe àìtọ́ sí ọ, ìrẹ̀lẹ̀ rẹ nígbà tí a kò bá rí i, àti ìṣòtítọ́ rẹ nígbà tí ìgbọràn bá pẹ́.
Báyìí ni a ṣe fi Kristi hàn gbangba.
Bí o ṣe ń parí ìwé yìí, gbógun ti ìdẹwò láti yára tẹ̀síwájú. Má ṣe wá ètò tó tẹ̀lé e, ohùn tó tẹ̀lé e, tàbí òye tó tẹ̀lé e láti rọ́pò ohun tó ti bẹ̀rẹ̀. Jẹ́ kí ohun tó ti bẹ̀rẹ̀ gbòòrò. Jẹ́ kí ìgbọràn di àṣà. Jẹ́ kí ìṣòtítọ́ di ohun tó wúni lórí tí kò sì ní tààrà.
Ka díẹ̀díẹ̀.
Tọ́ràn sí ara rẹ. Gbé ìgbésí ayé rẹ ní kedere.
Ayé ṣì ń kà á.
Onkọ̀wé náà sì ń kọ̀wé síbẹ̀.

ÌPÈ SÍ ÌGBÉSẸ

Ajọṣepọ fun Ikore

Bí o ṣe ń parí ìwé yìí, a pè ọ́ láti gbé ìrìn àjò náà síwájú—kì í ṣe nínú ìgbésí ayé rẹ nìkan, ṣùgbọ́n sínú ìgbésí ayé àìmọye ọkàn káàkiri àwọn orílẹ̀-èdè.
Tí àwọn ìránṣẹ́ láti ọ̀dọ̀ God's Eagle Ministries (GEM) bá ti fún ọ lókun, jí, tàbí tún ọkàn rẹ ṣe, a fi ìrẹ̀lẹ̀ bẹ̀ ọ́ pé kí o ronú nípa ṣíṣe **àjọṣepọ̀ pẹ̀lú wa pẹ̀lú àdúrà fún ìṣẹ́rè náà** . Ayé ń fẹ́ òtítọ́, ìrètí, àti ohùn pẹ̀lẹ́pẹ̀lẹ́ tí kò ṣe kedere ti Ẹmí Mímọ́, a sì lè fi àwọn ìránṣẹ́ wọ̀nyí sí ibi tí a nílò wọn jùlọ.
A gbàgbọ́ pé àwọn ìròyìn jẹ́ ju ìmọ̀ ẹ̀rọ lọ—ó jẹ́ **àwọn ẹ̀mí** tí a ń gbé sínú àwọn orílẹ̀-èdè, àwọn abúlé, àwọn ìlú ńlá, àti àwọn ibi ìkọ̀kọ̀. Nípasẹ̀ fíìmù, fídíò, rédíò, àti iṣẹ́ ìránṣẹ́ ẹ̀rọ-ìbánisọ̀rọ̀, GEM ń dé ọ̀dọ̀ àwọn ènìyàn tí wọ́n lè má wọ inú ìjọ, ṣùgbọ́n tí ọkàn wọn ṣí sílẹ̀ láti pàdé Kristi alààyè.

Àjọṣepọ̀ rẹ ràn wá lọ́wọ́:

1. Ṣe agbejade akoonu Fiimu ati Fidio ti o kun fun ẹmi.
Àwọn ìtàn àti ẹ̀kọ́ tí ó ń woni sàn, tí ó ń fúnni ní ìṣírí, tí ó sì ń fi ìfẹ́ Jésù hàn ní ọ̀nà tí ó ṣe kedere, tí ó lè báni dọ́gba, tí ó sì ń yí ìgbésí ayé padà.

2. Gbé Ìhìnrere náà káàkiri lórí rédíò
Gbígbé Ọ̀rọ̀ Ọlọ́run lọ sí àwọn ọgbà ẹ̀wọ̀n, ilé ìwòsàn, àwọn agbègbè ìgbèríko, àti àwọn ibi tí kò sí ìkànnì ayélujára tí ìrètí kò pọ̀ tó, tí òtítọ́ sì ṣeyebíye.

3. Fẹ̀síwájú sí àwọn ìpolówó ìkọ́ni àti ẹ̀kọ́ nípa àwọn ẹ̀rọ ìbánisọ̀rọ̀ àwùjọ wa

Àwọn ìjọ́sìn ojoojúmọ́, àdúrà, àti ẹ̀kọ́ tí ó ń fún àwọn onígbàgbọ́ lókun, tí ó ń mú ìdílé padà bọ̀ sípò, tí ó sì ń fún àwọn ọmọ-ẹ̀yìn ní agbára kárí ayé.

Ìdí Tí Àtìlẹ́yìn Rẹ Fi Ṣe Pàtàkì

Gbogbo ìhìn tí a bá tú jáde di irúgbìn ìmọ́lẹ̀.
Gbogbo ẹ̀kọ́ di ìyípadà. Gbogbo ìṣe ọ̀làwọ́ di ara ìkórè àgbáyé ti Ọlọ́run.
Ìfúnni rẹ ń ran iṣẹ́ ìránṣẹ́ yìí lọ́wọ́ láti dé ọ̀dọ̀ àwọn ọkàn tí a lè má rí lórí ilẹ̀ ayé, ṣùgbọ́n dájúdájú a ó pàdé ní ayérayé. Kò sí iye pàtó kan—fúnni bí Olúwa bá ṣe ń darí rẹ nìkan. Gbogbo ẹ̀bùn, yálà ńlá tàbí kékeré, ló ń kó ipa nínú ìdàgbàsókè Ìjọba náà.

Láti ṣe alábàáṣiṣẹpọ̀ tàbí fúnni:
PayPal:
https://www.paypal.com/ncp/payment/D6NEFW56KG8LU
Tithe.ly:
https://tithe.ly/give?c=308311

Flutterwave –
https://flutterwave.com/donate/bbkpkokehxlw

Gbogbo Awọn ọna fifunni:
https://www.otakada.org/partnership-giving
Ẹ ṣeun fún dídúró pẹ̀lú wa.
Ẹ ṣeun fún fífúnrúgbìn sínú ìkórè. Ẹ ṣeun fún rírán wá lọ́wọ́ láti mú ìhìnrere Kristi wá sí àwọn orílẹ̀-èdè.
Kí Olúwa bùkún fún ọ lọ́pọ̀lọpọ̀, kí ó mú ọ pọ̀ sí i lọ́pọ̀lọpọ̀, kí ó sì mú gbogbo irúgbìn tí o bá gbìn fún ògo Rẹ̀ pọ̀ sí i.
Ní orúkọ ńlá Jésù, Àmín.

—Ambassador Monday O. Ogbe , Zacharias Godseagle ; Itunu Ladi Olùdásílẹ̀ Ogbe

, God's Eagle Ministries (GEM)

www.otakada.org

Bá a ṣe lè di àtúnbí àti bíbẹ̀rẹ̀ ìgbé ayé tuntun pẹ̀lú Kristi

Bóyá o ti rìn pẹ̀lú Jésù tẹ́lẹ̀, tàbí bóyá o ṣẹ̀ṣẹ̀ pàdé Rẹ̀ ní gbogbo ọjọ́ ogójì yìí. Ṣùgbọ́n ní báyìí, ohun kan nínú rẹ ń ru sókè.

O ti ṣetán fún ohun tó ju ẹ̀sìn lọ.

O ti ṣetán fún **ìbáṣepọ̀** .

O ti ṣetán láti sọ pé, "Jésù, mo nílò rẹ."

Èyí ni òtítọ́:

"Nítorí gbogbo ènìyàn ló ti ṣẹ̀; gbogbo wa ni a kùnà sí ìwọ̀n ògo Ọlọ́run… síbẹ̀ Ọlọ́run, nínú oore-ọ̀fẹ́ Rẹ̀, sọ wá di olódodo ní ojú Rẹ̀ lọ́fẹ̀ẹ́."

—Róòmù 3:23–24 (NLT)

O ko le jo'gun igbala.

O ko le tun ara re se. Sugbon Jesu ti san gbogbo owo naa — O si n duro de lati gba o lalejo.

Báwo Ni A Ṣe Lè Tún Dì?

Dídi àtúnbí túmọ̀ sí fífi ẹ̀mí rẹ lé Jésù lọ́wọ́ — gbígbà ìdáríjì Rẹ̀, gbígbàgbọ́ pé Ó kú, Ó sì jíǹde, àti gbígbà Á gẹ́gẹ́ bí Olúwa àti Olùgbàlà rẹ.

Ó rọrùn. Ó lágbára. Ó ń yí ohun gbogbo padà.

Gbadura Èyí Kúrò:

"Jesu Oluwa, mo gbagbo pe O je Omo Olorun. Mo gbagbo pe O ku fun ese mi o si tun jinde. Mo jewo pe mo ti se ese ati pe mo nilo idariji Re. Loni, mo ronupiwada mo si yipada kuro ninu awon ona atijo mi. Mo pe O sinu aye mi lati je Oluwa ati Olugbala mi. Wẹ mi mọ. Fi Emi Re kun mi. Mo kede pe mo ti di atunbi, a dariji mi, mo si ni ominira. Lati oni lo, emi yoo tele O — emi yoo si gbe ni ipase Re. O ṣeun fun igbala mi. Ni oruko Jesu, amin."

Àwọn Ìgbésẹ̀ Tó Tẹ̀lé Lẹ́yìn Ìgbàlà

1. **Sọ fún Ẹnìkan** – Pin ìpinnu rẹ pẹ̀lú onígbàgbọ́ tí o gbẹ́kẹ̀lé.
2. **Wa Ìjọ Tí A Fi Bíbélì Kọ́ni** – Dara pọ̀ mọ́ àwùjọ tí ó ń kọ́ni ní Ọrọ̀ Ọlọ́run tí ó sì ń gbé e ró. Ṣèbẹ̀wò sí àwọn iṣẹ́ ìsìn Idì Ọlọ́run lórí ayélujára nípasẹ̀ https://www.otakada.org tàbí https://chat.whatsapp.com/H67spSun32DDTma8TLh0ov
3. **Ṣe Ìrìbọmi** – Gbé ìgbésẹ̀ tó tẹ̀lé ní gbangba láti polongo ìgbàgbọ́ rẹ.
4. **Ka Bibeli lojoojumo** – Bẹ̀rẹ̀ pẹlu Ihinrere Johanu.
5. **Gbadura Lojoojumo** – Ba Olorun soro gege bi ore ati Baba.
6. **Dúró ní Ìsopọ̀mọ́ra** – Yí ara rẹ ká pẹ̀lú àwọn ènìyàn tí wọ́n ń fún ọ nísìírí láti rìn ìrìn tuntun rẹ.
7. **Bẹ̀rẹ̀ Ìlànà Ìsìn ọmọ-ẹ̀yìn láàrín àwùjọ** – Dá àjọṣepọ̀ kan-sí-ọ̀kan pẹ̀lú Jésù Kristi pọ̀ nípasẹ̀ àwọn ìjápọ̀ wọ̀nyí

Ìjẹ́ ọmọ-ẹ̀yìn ọjọ́ ogójì 1 - https://www.otakada.org/get-free-40-days-online-discipleship-course-in-a-journey-with-jesus/
Ìjẹ́ Ọmọ-ẹ̀yìn 40 2 - https://www.otakada.org/get-free-40-days-dna-of-discipleship-journey-with-jesus-series-2/

Àkókò Ìgbàlà Mi

Ọjọ́ : ______________________

Ìfọwọ́sowọ́pọ̀ : ______________________

"Bí ẹnikẹ́ni bá wà nínú Kristi, ó jẹ́ ẹ̀dá tuntun; àtijọ́ ti kọjá lọ, tuntun ti dé!"

—2 Kọ́ríńtì 5:17.

Ìwé Ẹrí Ìgbésí Ayé Tuntun Nínú Kristi

Ìkéde Ìgbàlà – A tún bí nípa oore-ọ̀fẹ́
Èyí jẹ́rìí sí i pé

____

(Akokun Oruko)
ti kede **igbagbo ninu Jesu Kristi ni gbangba**
gege bi Oluwa ati Olugbala ati pe o ti gba ebun ofe igbala nipasẹ iku ati ajinde Re.
"Bí ìwọ bá jẹ́wọ́ ní gbangba pé Jesu ni Olúwa tí o sì gbàgbọ́ ní ọkàn rẹ pé Ọlọ́run jí i dìde kúrò nínú òkú, a ó gbà ọ́ là."
—Róòmù 10:9.
Ní ọjọ́ yìí, ọ̀run yóò yọ̀, ìrìnàjò tuntun yóò sì bẹ̀rẹ̀.
Ọjọ́ Ìpinnu : ________________________________

Ìfọwọ́sowọ́pọ̀ : _______________________________________

Ìkéde Ìgbàlà
"Lónìí, mo fi ẹ̀mí mi lé Jésù Kristi lọ́wọ́.
Mo gbàgbọ́ pé Ó kú fún ẹ̀ṣẹ̀ mi, Ó sì tún jíǹde. Mo gbà á gẹ́gẹ́ bí Olúwa àti Olùgbàlà mi. A dáríjì mí, a tún bí mi, a sì sọ mí di tuntun. Láti ìsinsìnyí lọ, èmi yóò máa rìn ní ìṣísẹ̀ Rẹ̀."
Ẹ káàbọ̀ sí ìdílé Ọlọ́run!
Orúkọ rẹ ni a kọ sínú Ìwé Ìyè Ọdọ́ Àgùntàn.
Ìtàn rẹ ṣẹ̀ṣẹ̀ bẹ̀rẹ̀ — ó sì jẹ́ ayérayé.

Sopọ̀ mọ́ àwọn iṣẹ́ ìránṣẹ́ idì Ọlọ́run

- Oju opo wẹẹbu: www.otakada.org
- Àwọn Ìsọ̀rí Ọrọ̀ Kúrò Nínú Àníyàn: www.wealthbeyondworryseries.com
- Imeeli: ambassador@otakada.org

- **Ṣe atilẹyin iṣẹ yii:**

Ṣe atilẹyin fun awọn iṣẹ akanṣe ijọba, awọn iṣẹ apinfunni, ati awọn orisun agbaye ọfẹ nipasẹ fifunni ti o darí majẹmu.

Ṣe ìwòye kóòdù QR láti fúnni

https://tithe.ly/give?c=308311

Ìwà ọ̀làwọ́ yín ń ràn wá lọ́wọ́ láti dé ọ̀dọ̀ àwọn ènìyàn púpọ̀ sí i, láti túmọ̀ àwọn ohun èlò, láti ṣètìlẹ́yìn fún àwọn míṣọ́nnárì, àti láti kọ́ àwọn ètò ẹ̀kọ́ ní gbogbo àgbáyé. Ẹ ṣeun!

ÌWÉ ÌWÉ Òǹkọ̀wé

Sakariah Godseagle

Òǹkọ̀wé • Olùkọ́ • Aṣáájú Aríran
Sakariah Godseagle jẹ́ olùkọ́ni onítara nínú Ọrọ̀ náà àti ohùn tí ó ní òye sí Ara Kristi. Nítorí pé ó ní oore-ọ̀fẹ́ àrà ọ̀tọ̀ fún òye ẹ̀mí, Sakariah ń ṣe ìránṣẹ́ pẹ̀lú òye, ìjìnlẹ̀ àsọtẹ́lẹ̀, àti ìfẹ́ ọkàn láti rí àwọn onígbàgbọ́ tí wọ́n ń rìn nínú ìwà mímọ́, ìwà-bí-Ọlọ́run, àti ìfarajìn tòótọ́ fún Kristi.
Gẹ́gẹ́ bí alábàṣiṣẹpọ̀ nínú iṣẹ́ God's Eagle Ministries (GEM), ó kó ipa pàtàkì nínú ṣíṣe àkójọpọ̀ ẹ̀kọ́ ọmọ-ẹ̀yìn, ìmọ́lẹ̀ ìwé mímọ́, àti ìfọ̀rọ̀wérọ̀ tí ó dá lórí àwọn ìròyìn tí ó kan ìgbésí ayé ní gbogbo ààlà oní-nọ́ǹbà àti ti ara. Àwọn ìwé rẹ̀ dá lórí ìyípadà inú, ìgbọràn, àti ìmúpadàbọ̀sípò Kristi sí ìtẹ́ ọkàn onígbàgbọ́.
Ìdánilójú lásán ni ó ń darí Sakariah: **nígbà tí ọkàn bá dọ́gba, àyànmọ́ yóò dọ́gba.**
Ó ń tẹ̀síwájú láti dé ọ̀dọ̀ àwọn ènìyàn kárí ayé nípasẹ̀ ẹ̀kọ́, ìtọ́sọ́nà, àti àwọn iṣẹ́ àgbékalẹ̀ tí ó kún fún ẹ̀mí.

Aṣojú Ọjọ́ Ajé O. Ogbe

Òǹkọ̀wé • Olùbánisọ̀rọ̀ Míṣọ́nnárì • Olùdásílẹ̀, Iṣẹ́ Ìránṣẹ́ God's Eagle (GEM)
Aṣoju Monday Oreojo Ogwuojo Ogbe ni oludasile **God's Eagle Ministries (GEM)** — ise apinfunni agbaye kan pelu ase lati "so awon eniyan po mo Olorun nipase Oro Re." A mo o fun ife gidigidi re fun otito, itan-akọọlẹ ẹdun, ati eko asotele, o nse iranse jakejado awon orile-ede nipa kikọ, gbigbasilẹ fidio, ṣiṣe fiimu, ihinrere oni-nọmba, ati jijẹ ọmọ-ẹhin.
Pẹ̀lú ìmọ̀ nípa ìdarí, ìròyìn àti iṣẹ́ ìránṣẹ́, Ambassador Monday ní ìfàmọ́ra àṣà-ìṣẹ̀dá tí ó ń dún láti Áfíríkà sí Éṣíà, Amẹ́ríkà, Yúróòpù, àti Ààrín Gbùngbùn Ìlà-Oòrùn. Àwọn ẹ̀kọ́ rẹ̀ dojúkọ àwọn ogun ìkọ̀kọ̀ ti ọkàn onígbàgbọ́—ojúkòkòrò,

ìjàkadì ìdámọ̀, ìtẹ́lọ́rùn ẹ̀mí, àti ìparẹ́ díẹ̀díẹ̀ ti ìbáṣepọ̀ pẹ̀lú Ọlọ́run.
Òun ni òǹkọ̀wé ọ̀pọ̀lọpọ̀ àwọn ìjọ́sìn, àwọn ìwé, àti àwọn ẹ̀kọ́ multimedia tí ó dé ọ̀dọ̀ ọ̀pọ̀ ènìyàn nípasẹ̀ otakada.org àti àwọn ìkànnì oní-nọ́ńbà GEM.
Ìhìn ìgbésí ayé rẹ̀ rọrùn ṣùgbọ́n ó jinlẹ̀:
"Nígbà tí Kristi bá jókòó sí ààrín, gbogbo nǹkan mìíràn yóò gba ipò tí ó tọ́ sí i."

Ìtùnú Ladi Ogbe

Òǹkọ̀wé • Alágbàwí • Alábàáṣiṣẹ́pọ̀ ní Iṣẹ́-Ìránṣẹ́
Ìtùnú Ladi Ogbe jẹ́ òǹkọ̀wé, alágbàwí, àti alábàáṣiṣẹ́pọ̀ nínú iṣẹ́ Ìjọba ti God's Eagle Ministries. Nítorí pé ó ní àánú, òye, àti ẹ̀mí ìtọ́jú, ó mú ìjìnlẹ̀ ìmọ̀lára àti ìpìlẹ̀ ẹ̀mí wá sí gbogbo iṣẹ́ tí ó bá fọwọ́ kàn.
Àwọn àfikún rẹ̀—nígbà gbogbo lẹ́yìn iṣẹ̀lẹ̀—ní òórùn ìrẹ̀lẹ̀, ọgbọ́n, àti ìwòsàn. Àwọn òjíṣẹ́ ìtùnú nípasẹ̀ ìmọ̀ràn, àdúrà, jíjẹ́ ọmọ-ẹ̀yìn, àti ìfọwọ́sowọ́pọ̀ ẹ̀dá, pàápàá jùlọ nínú àwọn iṣẹ́ tí ó tẹnu mọ́ ìmúpadàbọ̀sípò ìdílé, ìdàgbàsókè ẹ̀mí, àti ìyípadà ọkàn.
Gẹ́gẹ́ bí òǹkọ̀wé, ó kọ̀wé láti ibi tí ó ti ní ìrírí àti ìdánilójú nípa ẹ̀mí, ó sì fún àwọn òǹkàwé ní òye, ìtùnú, àti ìṣírí láti lépa ìpéye nínú Kristi.
Ìtùnú ni a fi sí ipò láti ran àwọn onígbàgbọ́ lọ́wọ́ láti ní ìrírí Ọlọ́run kìí ṣe nínú ìmọ̀ nìkan, ṣùgbọ́n nínú ìgbésí ayé ojoojúmọ́—níbi tí ọkàn ti ń kọ́ láti gbẹ́kẹ̀lé, láti juwọ́ sílẹ̀, àti láti gbilẹ̀.

Ojú ìwé Olùkọ̀wé:
https://www.amazon.com/stores/Zacharias-Godseagle/author/B0FCZ89D4K

Àwọn ìwé àti ohun èlò tí a dámọ̀ràn

Ọjọ́ Àìkú Augustine ti Hippo (354–430 AD)
Láti Ọkàn Àìní Ìbàlẹ̀ sí Ìgbésí Ayé Tí A Kọ̀ - Àwọn Ìwé Ìránṣẹ́ Alààyè – Ẹka Ìfọkànsìn Ọjọ́ 40 - 1

Amazon Ebook - https://www.amazon.com/ST-AUGUSTINE-HIPPO-354-430-Devotional-ebook/dp/B0GJN8N9XS

Ọna asopọ aṣẹ iwe-ẹri Amazon - https://www.amazon.com/St-Augustine-Hippo-354-430-Devotional/dp/B0GJWTVLR6

Ìjápọ̀ ìwé Ingramspark - https://shop.ingramspark.com/b/084?params=BZOOW3dj93aGEtBL2Fv1VY8wV1OQvA10dtZRDgk7Z9Z

ṢÀWÁRÍ MI

ÌSỌTÍ 7
Wo Ọkàn Ilé Rẹ sàn ní ọjọ́ méje.
Ẹka Ìtúnṣe – Ẹdà Ìṣọ̀kan Ìdílé

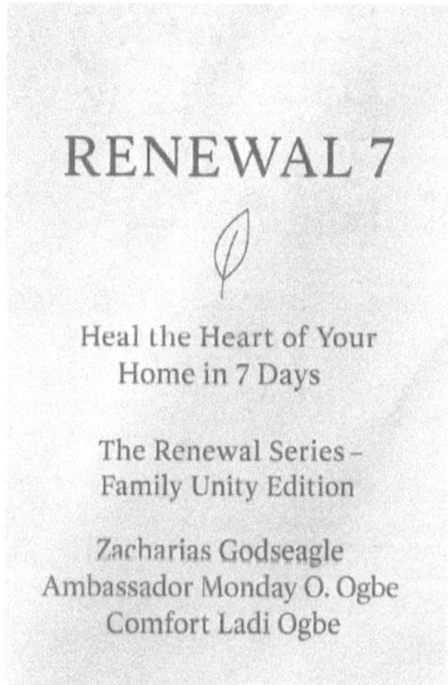

Ìjápọ̀ sí ìwé ìwé -
https://shop.ingramspark.com/b/084?params=htyfL002e1JzyEpZWkKtaXWF5FJ1jZFOjgiQKEfcbnw

Ìjápọ̀ sí ìwé-ẹ̀rí ojú-ìwé Amazon -
https://www.amazon.com/RENEWAL-Heal-Heart-Your-Renewal/dp/B0GD92153W

Ọna asopọ si Amazon Ebook -

https://www.amazon.com/RENEWAL-Heal-Heart-Your-Renewal-ebook/dp/B0G91BMFND

ṢÀWÁRÍ MI –

Ìjápọ̀ sí ìwé àtẹ̀jáde -
https://shop.ingramspark.com/b/084?params=nSEELv9oUsItOu5akVZlg4ycGbbmvlBOtSiqeOZr5yQ

Ìjápọ̀ sí ìwé Amazon -
https://www.amazon.com/RENEWAL-MARRIAGE-Heart-Marriage-Renewal/dp/B0GDC1YZJ7

Ìjápọ̀ sí ìwé Amazon Ebook -
https://www.amazon.com/RENEWAL-MARRIAGE-Heart-Marriage-Renewal-ebook/dp/B0G6JXJWJL

Ìtẹ́ ọkàn – Awọn ogun mejila ti a gbọdọ ṣẹgun

Ìwé-ẹ̀rọ Amazon -
https://www.amazon.com/THRONE-HEART-COVETOUSNESS-Counterfeit-CONTENTMENT-ebook/dp/B0G4SPFRY7

Ìwé ìkọ̀wé Amazon -
https://www.amazon.com/THRONE-HEART-COVETOUSNESS-Counterfeit-CONTENTMENT/dp/B0G4TKW1ND

Ìwé àtẹ̀jáde láti Ingramspark -
https://shop.ingramspark.com/b/084?params=a75LJXtvvI63VnzeQPleQTkAJWfu8CPQV6l5Oe31D80

Ìwàásù mẹ́rin nínú 1 láti ọwọ́ Zacharias Godseagle pẹ̀lú ìjápọ̀ ohùn –

Ìjápọ̀ Amazon Ebook - https://www.amazon.com/Sermons-Zacharias-Godseagle-Audio-links-ebook/dp/B0G4XCH4TW

Ìwé ìròyìn Amazon - https://www.amazon.com/Sermons-Zacharias-Godseagle-Audio-links/dp/B0G4TK4XGT

Ìjápọ̀ ìfàsẹ́yìn Ingram Paperback -
https://shop.ingramspark.com/b/084?params=nK2JERskkb
hdAOSNseTUNRhaCFqUPZuhB4uYfqrXvGb

Kóòdù Àjọ-ìsìnkú: Ìjíjí AI

Ìwé Ẹ̀rọ Alágbékalẹ̀ - https://www.amazon.com/Logos-Protocol-Awakening-artificial-intelligence-ebook/dp/B0FXNQFSWZ

Ìwé Àtẹ̀jáde - https://www.amazon.com/Logos-Protocol-Awakening-artificial-intelligence/dp/B0FXNGR66D

Hardback - https://www.amazon.com/Logos-Protocol-Awakening-artificial-intelligence/dp/B0FZNTQR6Y

Ìwé Ingramspark - https://shop.ingramspark.com/b/084?params=QkK4aNYTYO9U5z9uOkdHgc7Ue1eGDLqbb1tz9WRPaSk

Ìdí Tí Ìdáǹdè Fi Kùnà - àti Bí Iná Ọlọ́run Ṣe Ń Dá Ọkàn Padà: Àwọn Ìkéde Ojoojúmọ́ 40 fún Ìdáǹdè Gbogbogbòò

Ìwé Ẹrọ Ìròyìn - https://www.amazon.com/Why-Deliverance-Fails-Declarations-All-Round-ebook/dp/B0FW74L4G4

Ìwé Àtẹ̀jáde - https://www.amazon.com/Why-Deliverance-Fails-Declarations-All-Round/dp/B0FWB3LXRM

A ti gbàlà ṣùgbọ́n a ti sọnù – Olùyípadà Àìkọ́kọ́ – tí a túmọ̀ sí èdè 25

Ìwé Páápù
https://shop.ingramspark.com/b/084?params=iYNB6S3PLMfREpm0jMM15bMe3BvWlkjcYyLYnHVGAds
Ìwé Ẹrọ Alágbékalẹ̀ -
https://www.amazon.com/SAVED-BUT-LOST-UNDISCIPLED-heartbreak-ebook/dp/B0FVJ29DF7

ỌJỌ MÉJÌ TI ÌJÀ ÀTI ÌGBÀSÍLẸ ẸMÍ - Apá Kìíní nìyí

Dídì Ọtá Mú, Dídá Ọfà Méje Padà, àti Dídá Àyànmọ́ Rẹ Padà

https://shop.ingramspark.com/b/084?params=8mPzqUl73Ex7uPyeO7ydyt8EGkkB6u2gX1jZvWU8j1C

Ìjápọ̀ ìwé e-ìwé - https://www.amazon.com/DAYS-SPIRITUAL-WARFARE-RECOVERY-Returning-ebook/dp/B0FMPJM5KZ

ỌJỌ MÉJÌ TI ÌJÀ ÀTI ÌGBÀSÍLẸ ẸMÍ - Apá Kejì - Ṣíṣe ìṣẹ́gun, Fífọ̀ Ìwà Ipá Ilé, àti Ṣíṣe Ààbò fún Ìyàn Rẹ Tí A Tún Padà

Ìwé àtẹ̀jáde -
https://shop.ingramspark.com/b/084?params=LkpNmGSsApHhWhiSO7bW3wFmcXQKIO4ZEBeSbP5rL1S

Ìwé Ẹrọ Alágbékalẹ̀ -
https://www.amazon.com/DAYS-SPIRITUAL-WARFARE-RECOVERY-Wickedness-ebook/dp/B0FR9YCMY8

LÁTI ÒKÚN SÍ ÌJỌBA: Ọjọ́ 40 láti jáwọ́ nínú ìdènà òkùnkùn tí ó farasin.

—

Ìfọkànsìn Àgbáyé fún Ìmọ̀, Ìdáǹdè àti Agbára - Fún Àwọn Ẹnìkọ̀ọ̀kan, Àwọn Ìdílé, àti Àwọn Orílẹ̀-èdè Tí Ó Ṣetán láti Jẹ́ Òmìnira

Ìwé Páápù

https://shop.ingramspark.com/b/084?params=aVgp21QfwJxNANkfMxIQ0yejuFCVY12KFr978SRkZUD

Amazon - https://www.amazon.com/DARKNESS-DOMINION-Devotional-Awareness-Deliverance-ebook/dp/B0FLDH2Y67

- *A gba wa la kuro ninu agbara okunkun* (iwe pata) — Ra Nibi | Iwe elekitironi lori Amazon

  - **Àwọn Àtúnyẹ̀wò Tó Gbajúmọ̀ Láti Orílẹ̀-èdè Amẹ́ríkà:**
    - **Oníbàárà Kindle** : "Ìwé kíkà Kristẹni tó dára jùlọ!" (ìràwọ̀ márùn-ún)

Yin Jesu fun ẹri yii. Mo ti ni ibukun pupọ ati pe emi yoo ṣeduro gbogbo eniyan lati ka iwe yii... Nitori iku ni ere ẹṣẹ ṣugbọn ẹbun Ọlọrun ni iye ainipẹkun. Alafia! Alafia!

- **Da Gster** : "Ìwé tó dùn mọ́ni gan-an àti èyí tó yàtọ̀ gan-an ni èyí." (Ìràwọ̀ márùn-ún)

Tí ohun tí a sọ nínú ìwé náà bá jẹ́ òótọ́, a ti padà sẹ́yìn gan-an nípa ohun tí ọtá lè ṣe! ... Ohun pàtàkì fún ẹnikẹ́ni tí ó bá fẹ́ kẹ́kọ̀ọ́ nípa ogun ẹ̀mí.

- **Visa** : "Mo nífẹ̀ẹ́ ìwé yìí" (ìràwọ̀ márùn-ún)

Èyí jẹ́ ohun tó ń ṣí ojú mi payá... ìjẹ́wọ́ òtítọ́... Láìpẹ́ yìí ni mo ti ń wá a kiri láti rà á. Inú mi dùn láti rà á láti Amazon.

- **FrankJM** : "O yatọ gan-an" (irawọ mẹrin)

Ìwé yìí rán mi létí bí ogun ẹ̀mí ṣe jẹ́ gidi tó. Ó tún mú kí n rántí ìdí tí a fi ń gbé "Ìhámọ́ra Kíkún ti Ọlọ́run" wọ̀.

- **JenJen** : "Gbogbo ẹni tí ó bá fẹ́ lọ sí ọ̀run - ka èyí!" (ìràwọ̀ márùn-ún)

Ìwé yìí yí ìgbésí ayé mi padà gan-an. Pẹ̀lú ẹ̀rí John Ramirez, yóò jẹ́ kí o wo ìgbàgbọ́ rẹ ní ọ̀nà ọ̀tọ̀ọ̀tọ̀. Mo ti kà á ní ìgbà mẹ́fà!

- *Onísìn Satani tẹ́lẹ̀: Ìyípadà James* (Ìwé Padà) — Ra Níbí | Ìwé Ero lórí Amazon

- ***ẸRÍ TÍ Ó TI ṢE ẸRÍ SÁTÁNÌ KAN KAN KAN LORI ẸRÍ*** - *Pastor JONAS LUKUNTU MPALA* (Ìwé Pápá) — Ra Níbí | Ìwé Ero lórí Amazon

- *Greater Exploits 14* (Ìwé Àtẹ̀jáde) — Ra Níbí | Ìwé Ẹrọ Ìròyìn lórí Amazon

- *Jade kuro ninu Ẹṣu's Cauldron* lati ọwọ John Ramirez — O wa lori Amazon
- *Ó Wá Láti Dá Àwọn Ìgbèkùn Sílẹ̀* Láti ọwọ́ Rebecca Brown — Wá lórí Amazon

Àwọn ìwé mìíràn tí òǹkọ̀wé tẹ̀ jáde – Ó lé ní ẹgbẹ̀rún àkọlé

A nifẹẹ, Ayanfẹ ati Gbogbo : Irin-ajo Ọgbọn Ọjọ lati Ikọsilẹ si **Itunṣe** ti a tumọ si ede 40 ni agbaye https://www.amazon.com/Loved-Chosen-Whole-Rejection-Restoration-ebook/dp/B0F9VSD8WL

https://shop.ingramspark.com/b/084?params=xga0WR16muFUwCoeMUBHQ6HwYjddLGpugQHb3DVa5hE

Ní Ìgbésẹ̀ Rẹ̀ — Ìpèníjà WWJD Ọjọ́ 40: Gbígbé Bíi Jésù Nínú Àwọn Ìtàn Ìgbésí Ayé Tòótọ́ Kárí Ayé

https://www.amazon.com/His-Steps-Challenge-Real-Life-Stories-ebook/dp/B0FCYTL5MG

https://shop.ingramspark.com/b/084?params=DuNTWS59IbkvSKtGFbCbEFdv3Zg0FaITUEvlK49yLzB

JESU NI ẸNU ILEKUN:
Àwọn Ìtàn Àròsọ 40 àti Ìkìlọ̀ Ìkẹyìn Ọrun sí Àwọn Ìjọ Òní

https://www.amazon.com/dp/B0FDX31L9F

https://shop.ingramspark.com/b/084?params=TpdA5j8WPvw83glJ12N1B3nf8LQte2a1lIEy32bHcGg

ÌGBÉSÍ AYÉ MÁJÚ: Ọjọ́ 40 ti Rírìn nínú Ìbùkún ti Deuteronomi 28

- https://www.amazon.com/dp/B0FFJCLDB5

Àwọn ìtàn láti ọ̀dọ̀ àwọn ènìyàn gidi, ìgbọràn gidi, àti òtítọ́

https://shop.ingramspark.com/b/084?params=bH3pzfz1zdCOLpbs7tZYJNYgGcYfU32VMz3J3a4e2Qt

Ìyípadà ní èdè tó lé ní ogún

MÍMỌ Ọ ÀTI MÍMỌ Ọ:
Ọjọ́ 40 sí ìwòsàn, òye, àti ìfẹ́ pípẹ́

https://www.amazon.com/KNOWING-HER-HIM-Healing-Understanding-ebook/dp/B0FGC4V3D9

https://shop.ingramspark.com/b/084?params=vC6KCLoI7Nnum24BVmBtSme9i6k59p3oynaZOY4B9Rd

PARÍ, KÌ Í ṢE DÍJÀ:

Ìrìn àjò ọjọ́ ogójì sí ète, ìṣọ̀kan, àti ìfọwọ́sowọ́pọ̀

https://shop.ingramspark.com/b/084?params=5E4v1tHgeTqOOuEtfTYUzZDzLyXLee30cqYo0Ov9941

https://www.amazon.com/COMPLETE-NOT-COMPETE-Journey-Collaboration-ebook/dp/B0FGGL1XSQ/

KÓÒDÙ ÌLERA ÀTỌSÍLẸ - Àwọn Kókó Ojoojúmọ́ 40 Láti Mu Ìwòsàn Ṣiṣẹ́ Nípasẹ̀ Ọrọ̀ Ọlọ́run àti Ìṣẹ̀dá Sí Agbára Ìwòsàn Àwọn Ewéko, Àdúrà, àti Ìṣe Àsọtẹ́lẹ̀

https://shop.ingramspark.com/b/084?params=xkZMrYcEHnrJDhe1wuHHYixZDViiArCeJ6PbNMTbTux

https://www.amazon.com/dp/B0FHJT42TK

A le ri awọn iwe miiran lori oju-iwe onkọwe
https://www.amazon.com/stores/Ambassador-Monday-O.-Ogbe/author/B07MSBPFNX

www.ingramcontent.com/pod-product-compliance
Lightning Source LLC
LaVergne TN
LVHW040424051026
849517LV00002B/457
9798295739682